ஒரு புத்திரனால் கொல்லப்படுவேன்

ஒரு புத்திரனால் கொல்லப்படுவேன்

மருதன்

கிழக்கு

ஒரு புத்திரனால் கொல்லப்படுவேன்
Oru Puthiranal Kollappaduven

First Edition: December 2019
216 Pages

ISBN: 978-93-5135-038-5
Kizhakku 1187

Kizhakku Pathippagam
177/103, First Floor, Ambal's Building, Lloyds Road,
Royapettah, Chennai - 600 014. Ph: +91-44-4200-9603
Email : support@nhm.in Website : www.nhm.in

kizhakkupathippagam kizhakku_nhm

Author's Email: marudhan@gmail.com

Kizhakku Pathippagam is an imprint of New Horizon Media Private Limited

வள்ளிதாசனுக்கும் சுஜாதாவுக்கும்

பொருளடக்கம்

குரல்

‘பயணம்’, ‘எதிர்க்குரல்’ ஆகிய தலைப்புகளின்கீழ் அவள் விகடனில் கடந்த இரு ஆண்டுகள் நான் எழுதிய கட்டுரைகளின் தொகுப்பு இந்நூல். கலை, அரசியல், இலக்கியம், வரலாறு என்று தொடங்கி பல்வேறு துறைகளில் தனித்துவத்தோடு ஒலித்த சில கலகக் குரல்கள் இதில் பதிவாகியுள்ளன.

இந்தக் கட்டுரைகள் அனைத்தும் பொது வாசகர்களுக்காக எழுதப்பட்டவை என்பதால் அடிக்குறிப்புகளோ ஆதாரங்களோ குறிப்பிடுவதற்கான இடமோ வாய்ப்போ அமையவில்லை. அந்த நோக்கிலும் இவை எழுதப்படவில்லை. எப்படியும் இவை ஆய்வுக்கட்டுரைகள் அல்ல. இதுவரை எவரும் கண்டறியாத எதுவொன்றையும் நான் புதிதாக இதில் சொல்லிவிடவில்லை. புத்தகங்களின் உதவியோடு வெளிவரும் புத்தகம் இது. பிரதிகளிலிருந்து பிறந்த பிரதி. என் வாசிப்பிலிருந்து உருதிரண்ட எழுத்துகள்.

இதில் இடம்பெறும் ஆளுமைகள் பலர் என்னைக் கவர்ந்தவர்கள். சிலரை நான் விரிவாக வாசித்திருக்கிறேன். சிலரை அறிவேன். சிலரை கட்டுரை எழுதுவதற்காகவே தேடி அறிந்துகொண்டேன். இவர்களில் ஒருவரை மட்டுமே நேரில் சந்தித்து, உரையாடும் வாய்ப்பு அமைந்தது. ரொமிலா தாப்பர். சமீபத்தில் வெளிவந்த *Talking History* என்னும் நூல் மூலமாகத்தான் முதல் முறையாக அவருடைய குடும்பப் பின்னணி, இளமைக் காலம், வாசிப்பு வழக்கம், அவர் எழுதவந்த பின்னணி ஆகியவற்றை அறிந்துகொள்ள முடிந்தது.

நான் சந்திக்க விரும்பும் வரலாற்றாசிரியர் குறித்தும் ஓர் அறிமுகக் கட்டுரை எழுதியிருக்கிறேன். உமா சக்ரவர்த்தி. பண்டைய வரலாறு,

பௌத்தம், பெண்ணியம் மூன்றும் சந்தித்துக்கொள்ளும் ஓர் அபூர்வப் புள்ளியில் குறிப்பிடத்தக்க ஆய்வுகளை அவர் நிகழ்த்தியிருக்கிறார்.

பௌத்தம் போலவே பக்தி இயக்கக் காலகட்டத்தின் தாக்கத்துக்கும் ஆளானேன். ஜான் ஸ்ட்ராட்டன் ஹாலேயின் *Songs of the Saints of India* என்னும் நூலை வாசித்தபோது, அவர் பார்வையில் மீராவை மறுஅறிமுகம் செய்ய வேண்டும் என்று தோன்றியது. லிண்டா ஹெஸ் எழுதிய *Bodies of Song* வாசித்தது முதல் கபீர் எனக்கு நெருக்க மானவராக மாறிவிட்டார். இதிலுள்ள 'உடலின் பாடல், பாடலின் உடல்' என்னும் கட்டுரை ஹெஸ் பற்றியதா கபிரைப் பற்றியதா என்று நீங்கள் கேட்டால் பதிலளிப்பதற்குள் திணறிவிடுவேன்.

கிட்டத்தட்ட ஒரு கதாபாத்திரமாகவோ அல்லது பல கட்டுரைகளின் அடிப்படைக் கட்டுமானமாகவோ பெண்ணியம் அமைந்திருப்பது தற்செயலானதல்ல. பெண்களுக்கான இதழ் என்பதால் பெண்ணியம் எழுதுவோம் என்பதும் முழுமையான காரணமல்ல. வேறு துறைகளில் ஆர்வம் செலுத்திவந்த நான், இதை ஒரு வாய்ப்பாக எடுத்துக்கொண்டு, பெண்ணியச் சிந்தனையாளர்கள் குறித்து இயன்றவரை வாசிக்கத் தொடங்கினேன். அந்த அனுபவம் எனக்கு ஒரு புதிய திறப்பாக அமைந்தது.

ஒரு காகிதத்தைப் போல் ஆண்களைக் கசக்கி ஒரு மூலையில் எறிந்துவிட முடிந்தால் எவ்வளவு நன்றாக இருந்திருக்கும் என்று கனவு கண்டிருக்கிறார் வலேரி சோலானஸ் (*Scum Manifesto*). ஓர் ஆண் எந்த அளவுக்கு ஒரு பெண்ணை உளவியல் ரீதியில் வதைக்கிறான் என்பதை இவர் மூலம் அறிய நேர்ந்தபோது, உடலில் மின்சாரம் பாய்வது போல் இருந்தது. பாலியல் பலாத்காரம் ஒரு பெண்ணை எப்படி அணுஅணுவாகச் சிதைத்து வீசுகிறது என்பதைத் தனக்கு நேர்ந்ததன் அடிப்படையில் ஆலிஸ் செபோல்ட் *Lucky* என்னும் நூலில் படிப்படியாக விவரித்துள்ளார். வேறொன்றைத் தேடும்போது நான் கண்டடைந்த, இப்போது நினைத்தாலும் பதற வைக்கக்கூடிய ஒரு நூல். சூசன் பிரவுன்மில்லரின் *Against our Will* என்னும் நூலின் விவாதப்பொருளும் இதுவேதான். அவரையும் இதில் எழுதி இருக்கிறேன்.

எத்தனை முறை, எங்கெல்லாம் இந்தத் தலைப்பை வெறுமனே படித்துவிட்டு, நிச்சயம் பிறகு படிக்க வேண்டும் என்று மனதுக்குள் சூளுரைத்துக்கொண்டு கடந்து சென்றிருப்பேன் என்று நினை வில்லை. எழுதுவதற்காகவாவது படிப்போம் என்று *A Room of One's Own* நூலைக் கையில் எடுத்தபோது, அந்த மெல்லிய புத்தகம் என்னை

முழுமையாக ஆக்கிரமித்துக்கொண்டது. இதுவரை படித்த அனைத்தையும், அவற்றிலிருந்து பெற்றுக்கொண்ட அனைத்தையும் மறுவாசிப்புக்கு உட்படுத்த வேண்டும் என்று வர்ஜீனியா உல்ஃபை வாசிக்கும்போது திரும்பத் திரும்பத் தோன்றிக்கொண்டே இருந்தது. இணையில்லாத ஒரு தனிப்பெரும் ஆளுமையாக அவர் உயர்ந்து நிற்பதையும் உணரமுடிந்தது.

பொதுவாக, புரட்சிகர அரசியலைக் கற்க விரும்புபவர்களுக்கும் களப் போராட்டத்தில் ஈடுபடத் துடிப்பவர்களுக்கும் பரிந்துரைக்கப்படும் அடிப்படைப் பாட நூல், அனுராதா கண்டியின் *Scripting the Change*. அவருடைய எழுத்துகள், உரைகள், குறிப்புகளின் தொகுப்பு இது. ஒவ்வொரு பக்கமும் நெருப்புப் போல் நம்மைப் பற்றிக்கொள்கிறது. அனுராதாவின் போராட்ட வாழ்வையும் மரணத்தையும் தேடி வாசித்த போது கலங்கிப் போனேன்.

அனுராதாவைப் போலவே என்னைக் கலங்கச் செய்தவர் ராஜனி திராணகம. அதிகாரத்தை நோக்கி உண்மையைப் பேசுதல் என்றால் என்ன? அதற்கு ஒருவர் என்ன விலை கொடுக்க வேண்டியிருக்கும் என்பதை ராஜனியின் எழுத்தும் வாழ்க்கையும் நமக்குத் தெளிவாக உணர்த்துகின்றன. வாழ்க்கையைவிட, குடும்பத்தைவிட, அரசியலை விட, கொள்கையைவிட, புரட்சிகர இயக்கத்தைவிட, உண்மை முக்கியம் என்று ராஜனி நம்பினார். அந்த நம்பிக்கை அவரை வாழ வைத்தது. அந்த நம்பிக்கை அவரைக் கொன்றது. உண்மையை நம்புவது இப்படித்தான் முடியும் என்பதை அவர் உணர்ந்திருந்தார். இலங்கையின் இனப்போராட்ட வரலாற்றை ராஜனியின் 'முறிந்த பனை' மூலமாக அணுகும்போது நம் உடல் சில்லிட்டுப் போகிறது. நம்மைப் போட்டு அழுத்தும் உண்மையை நேருக்கு நேர் பார்க்கத் திராணியற்று நம் கண்கள் இயல்பாக மூடிக்கொள்கின்றன.

•

தரையில் நின்றுகொண்டு வானில் மின்னும் ஒவ்வொரு நட்சத்திரத்தையும் தீராத ஆச்சரியத்தோடு பார்த்துக் கொண்டிருக்கிறேன். வாழ்நாளில் ஒன்றைக்கூட என்னால் நெருங்கிச் செல்ல முடியாது. ஒன்றைக்கூட முழுமையாகப் புரிந்துகொள்ள முடியாது. ஒன்றையேனும் ஓரளவுக்கேனும் பார்த்தாவது முடித்திருக்கிறேனா என்றால் அதுவும் இல்லை. இருந்தும் அதோ அங்கே பாருங்கள் ஒரு நட்சத்திரம் என்று என் வியப்பை, என் கண்டுபிடிப்பை இன்னொருவரிடம் விரலை உயர்த்திக் காட்டிப் பகிர்ந்துகொள்ள முடியும்.

அதோ தாப்பர், அதோ உல்ஃப், அதோ ராஜனி, அதோ அனுராதா, அதோ பெண்ணியம், அதோ கலகம், அதோ வரலாறு, அதோ அரசியல், அதோ எதிர்க்குரல். அங்கும் இங்கும் கை விரலை உயர்த்துவதற்கு ஒரு மாதிரியான துணிச்சல் போதுமானதாக இருக்கிறது.

•

இந்தக் கட்டுரைகள் வெளிவந்ததற்கு முழுமுதற் காரணம், நண்பரும் அவள் விகடனின் பிராண்ட் எடிட்டருமான வள்ளிதாசன். இவைநூல் வடிவம் பெறுவதற்குக் காரணம், தோழர் சுஜாதா. இருவருக்கும் இந்நூலை மிகுந்த அன்போடு சமர்ப்பிக்கிறேன்.

மருதன்

3 ஜனவரி 2020

1. அன்புள்ள ஆப்கனிஸ்தான்

‘தயவு செய்து ஆப்கனிஸ்தானிலிருந்து வெளியேறிவிடுங்கள். இங்கே உங்களுக்கு என்ன வேண்டுமானாலும் நடக்கலாம்!’ இந்த வாக்கியங்களை எத்தனைமுறை தன் வாழ்நாளில் நான்சி ஹேட்ச் கேட்டிருப்பார் என்று சொல்வது கடினம். எத்தனைப் பேர் சொல்லி கேட்டிருப்பார் என்பதையும் சொல்லமுடியாது. பொம்மையை இறுகப் பிடித்திருக்கும் குழந்தையைப்போல் ஆப்கனை அவர் தன்னோடு சேர்த்து நெருக்கமாகக் கட்டியணைத்துக்கொண்டிருந்தார். யாருக்காகவும் எதற்காகவும் அவர் தன் பிடியை விட்டுக்கொடுக்கத் தயாராகயில்லை.

ஒருநாள் மருத்துவர்கள் நான்சியை அழைத்துப் பதமாகப் பேசினார்கள். ‘நான்சி, நீங்கள் 90 வயதை நெருங்கிக் கொண்டிருக்கிறீர்கள் என்பதை நினைவுபடுத்தவேண்டியிருக்கிறது. உங்கள் உடலில் பல பிரச்னைகள் இருக்கின்றன. உங்கள் இதயம், நுரையீரல் இரண்டும் மோசமடைந்து விட்டன. நீங்கள் அமெரிக்காவுக்குச் செல்வதுதான் உங்கள் உயிருக்கு நல்லது. போதுமான அளவுக்கு உங்கள் வாழ்க்கையை இங்கே கழித்து விட்டீர்கள். இங்கிருந்து உடனே வெளியேறாவிட்டால் உயிருக்கே ஆபத்து நேரலாம்.’ ‘என் உயிர் ஆப்கனிஸ்தானில் பிரிந்துசெல்வதையே நான் விரும்புகிறேன்’ என்று திட்டவட்டமாகச் சொல்லிவிட்டார் நான்சி.

நியூ யார்க்குக்குப் பதிலாக காபூலில் பிறந்திருந்தால் நிஜமாகவே மகிழ்ந்திருப்பார் நான்சி. வளர்ந்தது பிரிட்டிஷ் ஆட்சிக்கு உட்பட்டிருந்த திருவிதாங்கூரில். அவருடைய அப்பா திருவிதாங்கூர் மன்னருக்கு நெருக்கமானவர். அம்மா இந்திய நாடகக் கலையை ஆராய்வதில் ஆர்வம் செலுத்திவந்தார். மெக்சிகோவில் பள்ளிப் படிப்பும் அமெரிக்காவில் சீனக் கலை குறித்து மேல்படிப்பும் படித்தார். உடன் படிக்கும் மாணவரைக் காதலித்து சிலோனில்

திருமணம் செய்துகொண்டார். அரசுத் தூதுவராகப் பணியில் அமர்ந்த அவர் கணவர் இராக், பாகிஸ்தான் ஆகிய நாடுகளில் பணி நிமித்தம் சென்றபோது நான்சியையும் உடன் அழைத்துச் சென்றார். நான்சியின் பயணம் இப்படி ஆரம்பமானதுதான்.

1962ல் முதல்முறையாக ஆப்கனிஸ்தானுக்குச் சென்றார் நான்சி. முதல் பார்வையிலேயே காபூல் அவரைத் திகைப்பில் ஆழ்த்திவிட்டது. வெள்ளைப் பனி மலைகளும் அழகிய கானகப் பகுதிகளும் வானத்துக்குப் போட்டியாக நிலத்தில் படர்ந்திருக்கும் பாலைவனமும் அவருக்குள் ஆழமாக இறங்கிவிட்டன. ஆப்கனிஸ்தான் உலகின் மற்றொரு நாடல்ல, அது தனியோர் உலகம் என்பது அவருக்குப் புரிந்தது. இந்த உலகில் காலடி எடுத்து வைத்ததன்மூலம் எனது பிறப்பின் பயனை அடைந்துவிட்டேன். இல்லை, இல்லை. இங்கே புதிதாக நான் மீண்டுமொருமுறை பிறந்திருக்கிறேன். ஒரு குழந்தை யாக மீண்டும் மாறியிருக்கிறேன். இந்தக் கரடுமுரடான நிலத்தில் என் கால்களைப் பதித்து இனி நான் நடந்துசெல்வேன். மீண்டும் ஒரு சிறுமியாக மாறி இந்தப் பள்ளத்தாக்கைச் சுற்றித் திரிவேன். ஒரு அமெரிக்கனாக அல்ல, ஓர் அழகிய ஆப்கன் இளம்பெண்ணாக இங்கே நான் மீண்டும் மலர்வேன். என் கனவை, என் வாழ்வை, என் காதலை இந்த மண்ணில் புதிதாக நான் கண்டெடுப்பேன்.

கடைசியாகச் சொன்னதுதான் முதலில் நிகழ்ந்தது. அமெரிக்கத் தொல்பொருள் ஆய்வாளரான லூயிஸ் டூப்ரே என்பவர் ஆப்கனுக்கு வந்தபோது நான்சி அவரைச் சந்திக்க நேர்ந்தது. அந்தச் சந்திப்பு காதலாக நீண்டு சென்றது. தனது கணவரிடமிருந்து பிரிந்து டூப்ரேவை மணந்துகொண்டார் நான்சி. டூப்ரேவோடு இணைந்து ஆப்கனிஸ்தானை நெருங்கிச்சென்று ஆராயத் தொடங்கினார் நான்சி. ஆப்கனின் வரலாறும் தொன்மக் கதைகளும் அதிசயக் கலைகளும் அவரைப் பிரமிப்பில் ஆழ்த்தின. ஆப்கனிஸ்தான் ஓர் அழகான இடம் மட்டுமல்ல, வரலாற்று முக்கியத்துவம் வாய்ந்த ஒரு பெரும் புதையலும் கூட என்பது புரிந்தது. ஆனால் அமெரிக்காவுக்கும் ஐரோப்பாவுக்கும் இது தெரியவில்லை. பின்தங்கிய, வறண்ட நிலமாகவும் மூன்றாமுலக நாடாகவும்தான் அவர்கள் ஆப்கனைப் பார்த்தனர். நியூ யார்க்கோ பாரிஸோ லண்டனோ அல்ல, காபூலே உலக நாகரிகத்தின் மெய்யான தலைநகரம். இதை உலகுக்கு நான் அறிவிப்பேன்.

நான்சி தனது ஆய்வுப்பணியில் மும்முரமாக ஈடுபட்டுக் கொண்டிருந்த போது அவருடைய கனவைக் கலைக்கும்படியான நிகழ்வுகள் அடுத்தடுத்து நடந்தன. ஓர் அமெரிக்கத் தம்பதிக்கு இங்கு என்ன வேலை? நீங்கள் உளவாளிகளா என்று கேட்டு ஆப்கன் அரசாங்கம் அவர்களை வெளியில் தள்ளியது. பக்கத்தில் பாகிஸ்தானில் உள்ள

பெஷாவரில் நான்சியும் டூப்ரேவும் குடிபெயரவேண்டியிருந்தது. அவ்வப்போது காபூலுக்கு வந்து தன் ஆய்வுகளை அவர் தொடர வேண்டியிருந்தது.

அடுத்ததாக, துப்பாக்கியை உயர்த்திப் பிடித்தபடி தாலிபன்கள் ஆப்கனின் மலைகளையும் பள்ளத்தாக்குகளையும் ஆக்கிரமிக்கத் தொடங்கினார்கள். மெல்ல மெல்ல அவர்கள் தங்களுடைய அடிப்படைவாத வேர்களை அந்த அழகிய நிலம் முழுக்கப் படரவிட்டனர். பெண்கள் முக்காடு அணியவேண்டும் என்று கட்டாயப்படுத்தப்பட்டனர். கல்வியும் இசையும் பாடலும் நடனமும் தடைசெய்யப்பட்டன. மீறுபவர்கள் கொல்லப்பட்டனர்.

தன் கண்முன்னால் ஆப்கனிஸ்தான் கொஞ்சம் கொஞ்சமாக வன்முறைப் பிரதேசமாக மாறிக்கொண்டிருப்பதைக் கண்டு அதிர்ச்சியில் உறைந்து போனார் நான்சி. 'உங்களை ஆப்கன் அரசுக்கும் பிடிக்கவில்லை, தாலிபன்களுக்கும் நிச்சயம் பிடிக்கப்போவதில்லை. ஏன் இங்கே கிடந்து துயரப்படவேண்டும், அமெரிக்காவுக்கே சென்றுவிடுங்கள்' என்று நண்பர்கள் கெஞ்சியபோது நான்சி அளித்த பதில் இது. 'ஆப்கனுக்கு என்னைப் பிடித்திருக்கிறது. எனக்கு ஆப்கனைப் பிடித்திருக்கிறது. அது போதும் எனக்கு.'

பாமியானில் உள்ள புத்தர் சிலைகளை தாலிபன் கூட்டம் வெடி வைத்துத் தகர்த்தபோது நான்சி வெடித்து அழுதாலும் வெகு விரைவில் சுதாரித்துக்கொண்டார். தாலிபன் தொடுத்திருக்கும் போர் ஆப்கனின் நிகழ்காலத்தையும் எதிர்காலத்தையும் மட்டுமல்ல, அதன் கடந்தகால வரலாற்றையும் சேர்த்தே அழித்துவிடும் என்பதை உணர்ந்த அவர் அந்நாட்டின் அருங்காட்சியகத்தைத் தாலிபனிடமிருந்து மீட்கும் முயற்சிகளில் இறங்கினார். இதற்கிடையில், தாலிபனை அழிக்கப்போகிறோம் என்று சொல்லி அமெரிக்கா தொடுத்த போர் ஆப்கானிஸ்தானுக்கு மேலதிக அழிவையே தேடித்தந்தது.

தனது கனவு தேசத்தின் அழிவை மட்டுமல்ல, டூப்ரேவின் மரணத்தையும் நான்சி காணவேண்டியிருந்தது. புற்றுநோய்க்கு இரையாவதற்கு இறுதி கணங்கள்வரை டூப்ரே ஆப்கனின் கடந்தகாலம் குறித்த பல்வேறு ஆவணங்களைச் சேகரித்துவந்தார். அவர் விட்ட இடத்திலிருந்து நான்சியும் பின்தொடர்ந்து ஐந்து வரலாற்று புத்தகங்கள்வரை கொண்டுவந்தார். நூற்றுக்கணக்கான கட்டுரைகளையும் எழுதி வெளியிட்டார். கலாசாரம் உயிருடன் இருக்கும்வரைதான் ஒரு நாடு உயிர்த்திருக்கும் என்பது நான்சியின் அசைக்கமுடியாத நம்பிக்கை. அவரைப் பொருத்தவரை, ஒரு நாட்டின் கலாசாரம் அழிவதை நாம்

அனுமதித்தால் அந்நாட்டு மக்களின் அழிவையும் சேர்த்தே நாம் அனுமதிக்கிறோம் என்று பொருள்.

ஆப்கனிஸ்தானைப் புரிந்துகொள்ள நான்சியே இன்றும் நமக்குத் துணைக்கு வருகிறார். இதை காபூலும் அறிந்துவைத்திருப்பதால் தான், 'ஆப்கனிஸ்தானின் பாட்டி' என்னும் பெயரை அவருக்கு அந்நாட்டு மக்கள் அன்போடு வழங்கியிருக்கிறார்கள். கடந்த செப்டெம்பர் மாதம் 10ம் தேதி நான்சி காபூலில் இறந்துபோனார். தன்னுடைய உடலை ஆப்கன் மலைப்பகுதியில் தன்னுடைய கணவரின் சமாதிக்கு அருகில் புதைக்கும்படி அவர் கேட்டுக் கொண்டிருக்கிறார். நான்சியின் புகழ்பெற்ற வாக்கியங்களில் ஒன்று இது. 'என்னுடைய வீடு ஆப்கனிஸ்தான், இங்கிருந்து நான் வெளியேறமாட்டேன்.'

2. ஹிட்லர் அழைத்தார்

ஈவா பிரான் தன் வாழ்நாளின் பெரும் பகுதியை ஹிட்லருக்காகக் காத்திருப்பதிலேயே செலவழித்துத் தீர்த்துவிட்டார். என் தனிமையும் அது தரும் துயரமும் எப்போது நீங்கும்? ஹிட்லர் எப்போது என்னை அழைத்துக்கொள்வார்? என் வாழ்க்கையை அர்த்தமுள்ளதாக மாற்றும் அந்தத் தினம் எப்போது வரும்? மார்ச் 1945ல் ஈவாவின் நீண்ட காத்திருப்பு ஒருவழியாக முடிவுக்கு வந்தது. அவரை அழைத்துச் செல்வதற்காக ஒரு கார் வந்திருந்தது. ஏறி அமரும்போதே ஈவா உணர்ந்துவிட்டார். இது என்னுடைய வாழ்நாள் பயணம். அநேகமாக, இறுதிப் பயணமும்கூட. அதனால் என்ன? அழைப்பு ஹிட்லரிடமிருந்து அல்லவா வந்திருக்கிறது? மியூனிக்கிலிருந்து பெர்லினை நோக்கி விரைந்து சென்றது அந்த வண்டி.

ஹிட்லரை முதல் முதலில் சந்தித்த நிகழ்வை ஈவா பின்னர் தன் சகோதரியிடம் பகிர்ந்துகொண்டார். அது 1932ம் ஆண்டு. ஒரு ஸ்டூடியோவில் உதவியாளராக அப்போது பணியாற்றிக் கொண்டிருந்தார் ஈவா. அலுவலக நேரம் முடிவடைந்துவிட்டது என்றாலும் சில கோப்புகளை அடுக்கி வைப்பதற்காக ஓர் ஏணியின் மீது ஏறிக்கொண்டிருந்தார். அப்போது அவருடைய மேலதிகாரியும் இன்னொரு நபரும் அலுவலகத்துக்குள் நுழைந்ததை ஈவா கவனித்தார். ‘அவருடைய மீசை பார்ப்பதற்கு வேடிக்கையாக இருந்தது. ஆங்கிலேயர்கள் அணிவதைப்போன்ற பெரிய அங்கியை அணிந்திருந்தார். கையில் ஒரு பழைய தொப்பி. அந்த மனிதன் என் கால்களையே பார்த்துக்கொண்டிருந்ததை என்னால் உணரமுடிந்தது.’

இந்த உணர்வு படபடப்பை ஏற்படுத்தியதா அல்லது பரவசத்தையா? யோசித்தபடியே கடைக்குச் சென்று அருந்துவதற்கு பியரும் தின்பதற்குச் சில பண்டங்களும் வாங்கிவந்து மேஜையின்மீது வைத்தார் ஈவா. ‘நீயும் எங்களுடன் கலந்துகொள்ளேன்’ என்று

சொல்லப்பட்டதும் தயக்கத்துடன் அமர்ந்துகொண்டார் ஈவா. 'அந்த வயதான கணவான் என்னைப் புகழ்ந்தபடி இருந்தார். நாங்கள் இசை, மேடை நாடகம் என்று பல விஷயங்களைப் பேசினோம். உரையாடல் முழுவதிலும் அவர் உண்மையில் என்னைத்தான் ரசித்துக் கொண்டிருந்தார். பிறகு நேரமாகிவிட்டது என்று சொல்லி கிளம்பி விட்டேன். தன்னுடைய மெர்சிடெஸில் என்னை இறக்கிவிடுவதாகச் சொன்னார். மறுத்துவிட்டேன். அப்பா பார்த்தால் என்ன நினைத்துக் கொள்வார்?'

ஈவாவுக்குப் பயணங்கள் பிடிக்கும். திரைப்படங்கள் பிடிக்கும். காதல் கதைகள் படித்திருக்கிறார். திரைப்படங்களும் பிடிக்கும். பெண்கள் இப்போது புதிதாக என்ன அணிகிறார்கள் என்று கவனித்துப் பார்க்கப் பிடிக்கும். ஜாஸ் இசையை ரசித்திருக்கிறார். விளையாட்டுகள் பிடிக்கும். ஒரு நாய்க்குட்டியை அழைத்துக்கொண்டு வெளியில் உலாவுவதை அவர் வழக்கமாக வைத்திருந்தார் என்று சிலர் சொல்கிறார்கள். மியூனிக்கில் நான் பார்த்தவரை அழகிய பெண் அவள்தான் என்று ஈவாவை அறிந்த ஒருவர் நினைவுகூர்கிறார். ஈவா அப்படியொன்றும் பேரழகி கிடையாது என்கிறார் இன்னொருவர். இன்னும் சிலருக்கு ஒரு விளையாட்டுத்தனமான பெண்ணாக அவர் தோற்றமளித் திருக்கிறார். மற்றபடி, ஈவா தன்னுடைய தனிப்பட்ட எண்ணங்களைத் தன்னுடனே வைத்துக்கொண்டார். இது ஹிட்லருக்கும் பொருந்தும்.

ஹிட்லர் ஈவாவை எப்படிக் கண்டார் என்பது நமக்குத் தெரியாது. அவர் வாழ்வில் இசைக்கோ திரைப்படங்களுக்கோ காதல் கதைகளுக்கோ விளையாட்டுத்தனங்களுக்கோ நேரம் இருந்ததாகத் தெரியவில்லை. எந்தவகையில் பார்த்தாலும் ஈவாவுக்கும் அவருக்கும் எந்தவிதப் பொருத்தமும் இருப்பதாகத் தெரியவில்லை. ஹிட்லரின் சிந்தனை களை வடிவமைத்ததில் ஈவாவின் பங்கு என்ன? ஹிட்லரை ஈவா இளகச் செய்திருக்கிறாரா? ஈவாவிடம் இருந்ததைப் போன்ற குழந்தைத்தனமாக காதல்தான் ஹிட்லரிடமும் இருந்ததா? ஹிட்லரின் சிந்தனைகளை ஈவா எந்த அளவுக்கு ஆக்கிரமித்திருந்தார்? ஈவாவின் காதலையும் யூத இனவெறுப்பையும் ஒரே சமயத்தில் எப்படி அவரால் அருகருகே வைத்து வளர்த்தெடுக்கமுடிந்தது? தீவிர வெறுப்பும் தீவிர நேசமும் ஒரே இடத்திலிருந்து உதிக்குமா?

தெரியாது. ஆனால் ஹிட்லர் ஈவாவை மெய்யாக நேசித்தார் என்பதை மறுக்கமுடியாது. அதே சமயம், அவருடைய முதல் காதல் அரசியல் தான் என்பதையும் மறுக்கமுடியாது. ஈவாவைப் போலன்றி ஹிட்லர் பிரமாண்டமான கனவுகளையும் அஞ்சத்தக்க லட்சியங்களையும் கொண்டிருந்தார். ஜெர்மனி மட்டுமல்ல, முழு உலகையும் குறித்து அவர் சிந்தித்துக்கொண்டிருந்தார். முழு உலகையும் அவர் தன்

விருப்பப்படி திருத்தியமைக்க விரும்பினார். ஈவாவின் உலகில் ஹிட்லர் மட்டுமே இருந்தார். ஹிட்லருக்காக முழு உலகையும் விட்டுக்கொடுக்க அவர் தயாராகயிருந்தார். ஹிட்லரின் அருகில் இருக்கவேண்டும் என்பதுதான் அவருடைய ஒரே ஏக்கம். ஒரே கவலை, ஹிட்லர் வேறொரு பெண்ணிடம் காதல் வயப்பட்டுவிடக் கூடாது என்பதுதான்.

ஹிட்லரின் காதலியாக அன்றி வேறெந்த வகையிலும் ஈவாவை இன்று நம்மால் அணுகமுடியவில்லை. ஹிட்லரைப் பற்றி இதுவரை எழுதப் பட்டுள்ள பல்லாயிரக்கணக்கான பக்கங்களில் ஈவா ஒரு நிழலாக மட்டுமே தட்டுப்படுகிறார். எனக்கென்று ஒரு வாழ்க்கை இல்லை, இப்படி இருப்பதையே நான் விரும்புகிறேன் என்றே அவரும் சொல்லியிருக்கக்கூடும். ஈவாவைக் கொண்டு ஹிட்லரைப் புரிந்து கொள்ள சில ஆய்வாளர்கள் முயன்றிருக்கின்றனர். ஹிட்லரின் மனித முகம் தென்பட்டது அவரிடம் மட்டும்தான் என்பதால் அந்த அபூர்வமான முகத்தின்மீது வெளிச்சம் பாய்ச்ச ஒரு கருவியாக ஈவாவை அவர்கள் கையிலெடுத்துக்கொண்டனர்.

ஹிட்லரைப் போன்ற ஒரு கொடூரமான மிருகத்தை ஈவா போன்ற மிருதுவான ஒரு பெண்ணால் எப்படிக் காதலிக்கமுடிந்தது என்னும் கேள்வியை எழுப்பி குழம்பிக்கொண்டிருக்கிறார்கள் சிலர். ஈவாவைச் சந்தேகப்படுபவர்களும் இருக்கவே செய்கிறார்கள். தன்னுடைய காதலர் மனிதகுலத்தின் மாபெரும் விரோதி என்பதை ஈவா அறிந்து வைத்திருந்தாரா? பிறகு எப்படி அவரால் ஹிட்லரை நேசிக்க முடிந்தது? ஒருவேளை, ஹிட்லரின் குற்றச்செயல்களில் ஈவாவின் பங்களிப்பும் இருந்திருக்குமா? ஹிட்லர் தன்னுடைய கொடுந்திட்டங் களை ஈவாவிடம் பகிர்ந்துகொண்டிருப்பாரா? எனில், ஈவாவை ஒன்றும் தெரியாத அப்பாவி என்று சொல்லமுடியுமா?

ஹிட்லரைப் புரிந்துகொள்ள அல்லது ஹிட்லரின் ஒளியில் ஈவாவைப் புரிந்துகொள்ள முயன்றவர்களுக்கு ஹிட்லரும் பிடிபடவில்லை, ஈவாவும் பிடிபடவில்லை. இருவருமே நிழல் உருவங்களாக மறைந்து போனார்கள். ஒருவருடைய பார்வையிலும் படாமல் ஈவாவைப் பத்திரமாகப் பாதுகாத்து வைத்திருக்கவே விரும்பியிருக்கிறார் ஹிட்லர். ஈவாவை நன்கறிந்த அல்லது நேரடியாகக் கண்டு உரையாடிய ஜெர்மானியர்கள் குறைவாகவே இருந்திருக்கிறார்கள். அசாதாரண மான ஆற்றல்களைக் கொண்டிருக்கும் ஆளுமையாக வலம் வந்த ஹிட்லர், ஒரு மென்மையான காதலராகத் தன்னை ஜெர்மானியர்கள் முன்னால் காண்பித்துக்கொள்ள அநேகமாக விரும்பியிருக்க மாட்டார்.

ஈவாவுக்கு அரசியல் ஆர்வங்கள் இருந்ததில்லை. ஹிட்லரின் நெருங்கிய அந்தரங்க வட்டாரங்களில் ஈவாவுக்கு எந்தவிதத்

தனிப்பட்ட செல்வாக்கும் இருந்தாகத் தெரியவில்லை. ஹிட்லரின் காதலியாக மட்டுமே அவர் அறியப்பட்டிருந்தார். ஹிட்லர் ஒரே சமயத்தில் பலருக்குக் கடவுளாகவும் பலருக்குச் சாத்தானாகவும் தோற்றமளித்திருக்கிறார். மனித உருவம் கொண்டிருந்தாலும், ஹிட்லர் நம்மைப்போன்ற சாதாரணமான மனிதன் அல்ல என்று நம்புபவர்கள் இன்னமும் இருக்கிறார்கள். ஹிட்லரை வழிபட இன்னமும் ஒரு கூட்டம் இருக்கிறது. ஹிட்லரின் பெயரைக் கேட்கும் போதே உடல் நடுங்கும் பலரும் இருக்கவே செய்கிறார்கள். ஆனால் அவர்களில் எவருக்குமே ஈவா பிரான் ஒரு பொருட்டல்ல. ஓ, ஆமாம் ஹிட்லர் ஒரு பெண்ணைக் காதலித்தாகப் படித்திருக்கிறோம் என்று கூறி அவர்கள் முடித்துக்கொண்டுவிடுகிறார்கள். ஈவா பிரவுன் வரலாற்றில் இடம்பெற்றதற்குக் காரணம் ஹிட்லர். அதே சமயம், அவருடைய ஆளுமை அழுத்தமாகப் பதிவாகாமல் போனதற்குக் காரணமும் ஹிட்லர்தான்.

ஈவாவைச் சுமந்துவந்த கார் அவர் விரும்பியதுபோலவே அவரை ஹிட்லரிடம் அழைத்துச் சென்றது. ஹிட்லர் தன் முடிவை நெருங்கிக் கொண்டிருந்தார். அவருடைய கனவுகளும் லட்சியங்களும் சிதறிக் கொண்டிருந்தன. இப்போது அவர் குண்டுகளிலிருந்து தப்ப, ரகசிய பங்கரில் ஒளிந்துகொண்டிருந்தார். 28 ஏப்ரல் இரவு அல்லது 29 அதிகாலை ஹிட்லரும் ஈவாவும் அங்கேயே திருமணம் செய்து கொண்டனர். ஹிட்லரின் கரங்களைப் பற்றிக்கொண்டார் ஈவா. இங்கே கையெழுத்திடுங்கள் என்று சொல்லி பேனாவை ஈவாவிடம் கொடுத்தார்கள். ஈவா நடுங்கும் விரல்களால் பேனாவைப்பற்றிக் கொண்டார். தன் பெயரோடு சேர்த்து அப்பாவின் பெயரை எழுத வந்தவர், ஒரு கணம் நிறுத்தி, எழுதியதை அடித்துவிட்டு ஈவா ஹிட்லர் என்று கையெழுத்திட்டார்.

பிறகு, ஹிட்லர் துப்பாக்கியால் தன்னைச் சுட்டுக்கொண்டார். முன்னதாக ஈவாவுக்கு சயனைட் கொடுக்கப்பட்டிருந்தது. உலகையே வசப்படுத்த துடித்த ஹிட்லர் ஒரு தோல்வியாளராக தன் பயணத்தை முடித்துக்கொண்டார். ஈவாவுக்கு ஒரே ஒரு கனவுதான். அது நிறைவேறிவிட்டது. ஈவாவின் உடலைக் கடைசியாகத் தரிசித்த உதவியாளரின் குறிப்பு இது. 'அவர் முகத்தைப் பார்த்தேன். ஒருவேளை உறங்கிக்கொண்டிருக்கிறாரோ என்று நினைத்துவிட்டேன்.'

3. நேசத்தைப் பாடுகிறேன்

'நான் சிரியாவுக்குப் போகப்போகிறேன்' என்னும் ஃபைரூஸின் அறிவிப்பு லெபனானில் ஒரு குட்டிப் புயலையே ஏற்படுத்திவிட்டது. ஃபைரூஸ் ஒரு தேவதை, அவருக்காக என் உயிரையே அளிப்பேன் என்று உருகியவர்கள்கூட சீற்றத்துடன் வெடித்தார்கள். இந்தப் பெண்ணுக்கு என்ன பைத்தியம் பிடித்துவிட்டதா? சிரியா நம்முடைய எதிரி நாடு என்று அவருக்குத் தெரியாதா? நம்மை வாட்டி வதைத்த ஒரு நாட்டுக்குச் செல்வேன் என்று எப்படி அவரால் சொல்லமுடிகிறது? நாட்டுப்பற்றுமிக்க ஒரு நேர்மையான பெண் என்றல்லவா ஃபைரூஸை இத்தனை காலமும் நினைத்துக் கொண்டிருந்தோம்? நாம் நினைத்ததைப் போல் ஃபைரூஸ் ஒரு தேவதை கிடையாதா? எதிரியுடன் கைகுலுக்கிக் கொள்பவரைச் சாத்தான் என்றல்லவா அழைக்கவேண்டும்? ஆனால் ஃபைரூஸ் தன்னளவில் தெளிவாக இருந்தார். இந்த உலகில் எனக்குத் தெரிந்தது ஒன்றுதான். இசை. என் இசைக்கு எதிரிகள் கிடையாது எனவே எனக்கும் எதிரிகள் இருக்கமுடியாது.

தீர்க்கமாகவும் துணிச்சலாகவும் தன் நிலைப்பாட்டை எடுத்து வைத்த ஃபைரூஸ் இளம் வயதில் மிகுந்த கூச்ச சுபாவம் கொண்டவராக இருந்திருக்கிறார். எனக்குப் பள்ளிக்கூடத்தில் நண்பர்களே கிடையாது என்கிறார். யாரைக் கண்டாலும் ஒதுங்கிச் சென்றுவிடுவாராம். சத்தம் போட்டு பேசி மகிழ்ந்தது பாட்டியிடம் மட்டும்தான். எப்போது விடுமுறை தினங்கள் வரும், எப்போது பாட்டி வீட்டுக்கு அழைத்துச் செல்வார்கள் என்று நகம் கடித்தபடி காத்திருப்பார். பள்ளியில் அமைதி காத்த உதடுகள் பாட்டியைக் கண்டவுடன் விழித்துக்கொண்டு விடும். பாட்டி, பாட்டி என்று அவர் பின்னாலேயே ஓடுவார். கடைக்குப் போகட்டுமா? வீட்டு வேலைகள் செய்யட்டுமா? வீட்டைத் துடைத்துப் பெருக்கட்டுமா? பாட்டியின்மீது இத்தனை பாசத்தைக் கொட்டுவதற்கு ஒரு காரணம் இருந்தது. ஊர் சத்தம் அடங்கிய பிறகு அருகில் இழுத்து அமர வைத்து மெழுகுவர்த்தி

ஒளியில் கண்கள் விரிய பாட்டி கதை சொல்ல ஆரம்பிப்பார். ஒன்று, அதற்குப் பிறகு இன்னொன்று என்று அடுக்கடுக்காக கதைகள் விரிந்து கொண்டே இருக்கும். பாட்டிக்கு எப்படியும் உறக்கம் வராது. பேத்திக்கு உறங்கவே தோணாது. சே, இந்த விடியலுக்கு அப்படி என்னதான் அவசரமோ என்று கடுகடுப்பார்.

அருகிலுள்ள ஓர் ஓடையிலிருந்து நீர் எடுத்துவருவது ஃபைரூஸுக்குப் பிடித்தமான பொழுதுபோக்கு. வீட்டைவிட்டு கொஞ்சம் தள்ளி நடந்துசெல்லவேண்டும். அங்கும் இங்கும் வேடிக்கை பார்த்தபடி கையை வீசி துள்ளியபடி ஓடிச்சென்று நீர் பிடிப்பார். திரும்பும்போது துள்ளமுடியாது என்பதால் கவனமாக அடிமேல் அடி எடுத்து வைத்து நடக்கவேண்டும். அப்படி நடந்துவரும்போது ஒரு நாள், இயல்பாக, மிக மிக இயல்பாக ஏதோ பாட ஆரம்பித்தார். முழுக்க பாடி முடித்த பிறகு யோசித்தார். அவருக்கே ஆச்சரியமாக இருந்தது. பேசவே தயங்கும் என் உதடுகள் எப்படி இன்று பாடுகின்றன? பாடவேண்டும் என்று ஏன் எனக்குத் தோன்றியது? என் குரல் இப்படித்தான் ஒலிக்குமா? நான் சற்றுமுன் பாடிய பாடல் யாருடையது? இந்தப் பாடல் இத்தனை காலம் எங்கிருந்தது?

அதற்குப் பிறகு எத்தனை முயன்றும் பாடாமல் இருக்கமுடியவில்லை. நடக்கும்போது, ஓடும்போது, கனவு காணும்போது பாடிக்கொண்டே இருந்தார். பள்ளிமுடிந்து வீட்டுக்குப் போகும்போது பாடிக்கொண்டே நடந்தார். வகுப்பறைக்குள் நுழையும்வரை பாடிக்கொண்டிருந்தார். நுழைந்தபிறகு அதே பாடல் மனத்துக்குள் ஓடத் தொடங்கியது. இதை ஆசிரியர்களும் கவனித்துவிட்டனர். 'அதென்ன ஓயாமல் ஏதோ முணுமுணுத்துக்கொண்டே இருக்கிறாய்? சத்தம் போட்டு பாடினால் குறைந்தா போய்விடுவாய்? எங்கே பாடு?' ஃபைரூஸ் ஒரே ஒரு பாடல்தான் பாடினார். ஒட்டுமொத்த பள்ளியும் அதில் கரைந்து விட்டது.

முகமது ஃபிளேஃபல் என்னும் பிரபல இசைக்கலைஞர் ஒருநாள் பள்ளிக்கு வந்தபோது ஃபைரூஸின் பாடலை அவர் கேட்கநேர்ந்தது. குழந்தை, நீ இனி படிக்கவேண்டியது இசைப் பள்ளியில், வா என்னோடு என்று கையோடு அழைத்துச் சென்றுவிட்டார். பயிற்சியளிக்கத் தொடங்கும்போதே அவருக்குத் தெரிந்துவிட்டது. லெபனானுக்கு இறைவனால் அருளப்பட்ட ஒரு பரிசு இந்தப் பெண். குரலில் சிறு பிசிறுகூட இல்லை. குர்ஆன் ஓதச்சொன்னால் தேனாகக் காதில் ஒலிக்கிறது. அருவிபோல் சலசலத்துப் பொழிகிறது அரபு இசை. மேற்குலக வடிவங்களும் தங்குதடையின்றி ஒலிக்கின்றன. இந்தப் பெண் பாடுவதற்காகவே பிறந்தவர். இவருக்கு நானோ மற்றவர்களோ ஏதாவது புதிதாகக் கற்றுக்கொடுத்துவிடமுடியுமா என்ன?

ஒரு கோரஸ் கலைஞராகத்தான் ஃபைரூஸ் முதன்முதலில் மேடையேறினார். ஆனால் அங்கும் அவர் குரல் தனித்துவத்துடன் கம்பீரமாக ஒலித்தது. பிரதான பாடகரை மறந்துவிட்டு ஃபைரூஸை எல்லோரும் கவனிக்க ஆரம்பித்துவிட்டார்கள். நிர்வாகிகள் பதறி ஓடி வந்தனர். மன்னிக்கவேண்டும் ஃபைரூஸ். உங்களை மேடையின் ஒரு பகுதியாக மாற்றியது எங்கள் தவறு. நீங்கள் இதைக் காட்டிலும் பெரிய மேடைகளைத் தனியே ஆளவேண்டியவர். அதற்குப் பிறகு ஒரு பட்டாம்பூச்சியைப்போல் சுற்றிவர ஆரம்பித்தார் ஃபைரூஸ். லெபனான் கடந்து அவர் புகழ் அரபு நாடுகள் எங்கும் பரவியது. 1960 நெருங்குவதற்குள் ஃபைரூஸ் பாடுவதற்கென்றே பிரத்தியேகமாக நூற்றுக்கணக்கான பாடல்கள் எழுதப்பட்டுவிட்டன. எளிமையான, சாதாரண சொற்கள்கூட அவர் பாடும்போது புத்துணர்ச்சியூட்டும் மழைச்சாரல்போல் வெளிப்பட்டன. நான் ஃபைரூஸின் ரசிகன் அல்ல என்று சொல்பவரை அரபு உலகம் விநோதமாகப் பார்த்தது.

ஃபைரூஸுக்கு உலகம் முழுவதிலுமிருந்து அழைப்புகள் வந்து கொண்டிருந்தன. அவருடைய இசைத்தட்டுகள் சென்று சேராத இடமே இல்லை என்று சொல்லும் அளவுக்கு எங்கும் அவர் நிறைந்திருந்தார். ஜோர்டான், குவைத், இராக், கத்தார், பஹ்ரைன், எகிப்து, மொராக்கோ என்று அடுக்கிக்கொண்டே போகலாம். பாடுவதோடு இசை நாடகங்களில் நடிக்கவும் செய்தார். பாரம்பரிய இசை, மேற்கத்திய இசை, லெபனானின் தொன்மையான நாட்டுப் புறப் பாடல்கள், நாடகங்கள், கதைகள் (பாட்டியை மறக்க முடியுமா?) எதையும் விட்டுவைக்கவில்லை ஃபைரூஸ். எங்கள் நாட்டுக்கும் வந்து பாடுவீர்களா என்று 2008ம் ஆண்டு சிரியாவிலிருந்து தயக்கத்துடன் ஓர் அழைப்பு வந்தபோது மறுக்காமல் ஒப்புக் கொண்டார்.

இது கடுமையான விமரிசனங்களைக் கிளப்பியது. இந்தியாவுக்கு பாகிஸ்தான் எப்படியோ அப்படித்தான் லெபனானுக்கு சிரியா. ஆக்கிரமிப்புகள், அத்துமீறல்கள், கடத்தல்கள். சட்டவிரோதச் செயல்கள் என்று சிரியாமீது கடுமையான மனவருத்தங்கள் லெபனானுக்கு இருந்தன. பிரதான எதிரிநாடான சிரியாவின் விருந்தினராக ஃபைரூஸ் எப்படிச் செல்லமுடியும்? ஃபைரூஸ் எங்கள் பெருமைமிகு அடையாளம் அல்லவா? அவரை எப்படி எங்கள் எதிரிக்கு விட்டுக் கொடுக்கமுடியும்? சட்டென்று ஃபைரூஸின் பிம்பம் மாற ஆரம்பித்தது. அதுவரை அவரைக் கொண்டாடித் தீர்த்த பலர் ஃபைரூஸைக் கைவிட்டனர். வசைகளும் மிரட்டல்களும் அழுகை கலந்த மிரட்டல்களும் ஃபைரூஸை நாடி வந்தன. என் வாழ்க்கை பயணத்தை நான் தீர்மானிப்பதில்லை. இசையே தீர்மானிக்கிறது

என்று சொல்லிவிட்டார் லெபனானின் தேவதை. எதற்காக ஃபைரூஸை அழைக்கவேண்டும் என்று சீறியவர்கள் சிரியாவிலும்கூட இருந்தனர். ஆனால் ஃபைரூஸ் வந்து பாடியபிறகு ஒட்டுமொத்த அரங்கமும் எழுந்துநின்று கைதட்டி மகிழ்ந்தது. பலரால் கண்ணீரைக் கட்டுப் படுத்திக்கொள்ளமுடியவில்லை.

அதே சமயம், லெபனானை ஃபைரூஸ் அளவுக்கு நேசித்தவர் வேறு யாருமில்லை. 'லெபனான், நான் உன்னைக் காதலிக்கிறேன்' என்பது ஃபைரூஸின் புகழ்பெற்ற பாடல்களில் ஒன்று. நாங்கள் திரும்பி வருவோம் என்னும் அவருடைய மற்றொரு பாடலைப் பாலஸ்தீன மக்கள் தங்களுடைய அறிவிக்கப்படாத தேசிய கீதமாகப் பத்திரப் படுத்திக்கொண்டார்கள். கிராம வாழ்க்கை எப்படிப்பட்டது என்பதைப்பற்றி ஃபைரூஸ் பாடினார். லெபனானின் மலைகளை, மலர்களின் வாசத்தை அவர் பாடினார். ஃபிக் மரங்களும் திராட்சை தோட்டங்களும் புல்வெளிகளும் பட்டாம்பூச்சிகளும் பறவைகளும் அவர் பாடும்போது உயிர்பெற்று எழுந்தன. ஃபைரூஸின் பல பாடல்கள் தேசம், மொழி, கலாசாரம் கடந்து மனங்களை ஆக்கிரமித்துக் கொண்டதற்கு இனிமை மட்டுமல்ல, அவர் பாடலின் எளிமையும் ஒரு முக்கியமான காரணம். தனக்கு பாடல்கள் எழுதிய அஸி ரபானி என்பவரையே ஃபைரூஸ் திருமணமும் செய்துகொண்டார்.

இன்று ஃபைரூஸின் வயது 82. இன்னமும் அவரிடமிருந்து கூச்சம் விலகிச் சென்றுவிடவில்லை. இணையத்தில் அவர் பாடல்களைத் தேடினால் தேடல் விரிவடைந்துகொண்டே போகிறது. அவரைப் பற்றி இன்னும் தெரிந்துகொள்ளலாம், அவர் ஏதாவது பேசியிருக் கிறாரா என்று பார்த்தால் இத்தனை ஆண்டுகளில் அவர் அளித்திருக்கும் வீடியோ பேட்டி ஒன்றுதான். இது ஒரு முக்கியமான வரலாற்றுத் தருணம் என்னும் உணர்வுடன் பொங்கி வழியும் வியர்வையோடு படபடப்பாகக் கேள்விகளைக் கேட்கிறார் அந்த நிருபர். ஃபைரூஸ் அலட்டிக்கொள்ளாமல் தனது கூர்மையான விழிகளால் அவரை உற்றுப் பார்க்கிறார். கேட்ட கேள்விக்குப் பதில், ஒன்றிரண்டு சொற்கள். மிஞ்சிப்போனால் ஒரு வரி மட்டுமே அவரிடமிருந்து வருகிறது. ஃபைரூஸின் சாதனைகளையும் வண்ணமயமான இசைப் பயணங்களையும் குறித்து அவர் பல கேள்விகளைக் கேட்கிறார். உங்களை உலகமே நேசிக்கிறது, தெரியுமா என்கிறார்.

ஃபைரூஸ் அளித்த ஒரு பதில் இது. 'என்னால் உணரமுடிகிறது. எனக்குக் கிடைத்த அன்பை நான் மற்றவர்களுடன் பகிர்ந்து கொள்கிறேன். ஆனால் என் நேசம் அமைதியானது. சொற்களால் அதை வெளிப்படுத்தமுடியாது. எனவே, நான் பாடுகிறேன்.'

4. சிரியாவிலிருந்து சமர்

சமர் யாஸ்பெக்கைப் பார்க்கப் பார்க்க சிரியர்களுக்கு வருத்தமும் அச்சமும் கோபமும் ஒருசேர சூழ்ந்துகொண்டது. இந்தப் பெண் சிரியாவுக்கு வரவில்லை என்று யார் அழுதார்கள்? தினம் தினம் குண்டு வந்து விழுந்துகொண்டிருக்கும் இந்தத் தேசத்திலிருந்து தப்பியோடத்தான் எல்லோரும் விரும்புவார்கள். இவள் எதற்காகத் தன்னுடைய பாதுகாப்பான இருப்பிடத்தைவிட்டு வெளியேறி இங்கே மீண்டும் மீண்டும் வந்து நிற்கவேண்டும்? இதுதான் வருத்தத்துக்குக் காரணம். அச்சத்துக்குக் காரணம், சமர் யாஸ்பெக் சிரியாவுக்குள் நுழைந்திருக்கிறார் என்பது தெரியவந்தால் ஆளும் ஆசாத் அரசு சும்மா விடாது. தேடிப்பிடித்து வேட்டையாடி சிறையில் தள்ளிவிடும். அல்லது காணாமல் ஆக்கிவிடக்கூடும். அல்லது கொன்றுவிடவே செய்யலாம்.

அதே சமயம், அவர்களுக்கு சமரைப் பார்க்க கோபமாகவும் இருந்தது. பார்ப்பதற்குப் பாவமாகத்தான் இருக்கிறது. ஆனால் ஏன் ஓர் ஆண் போல் சமர் ஆடையணிந்துகொள்கிறாள்? மத நெறிகளை மீறி எப்படி எல்லா ஆண்களுடனும் இயல்பாக இவளால் பழகமுடிகிறது? தவிரவும், இவள் அவ்வப்போது புகைத்துக்கொண்டும் இருக்கிறாள். மொத்தத்தில் எல்லாவகையிலும் இவள் ஒரு தவறான முன்னுதாரணமாகவே இருக்கிறாள். இவளுக்காக நிஜமாகவே பரிதாபப்படவும் வேதனைப் படவும்தான் வேண்டுமா?

சமர் யாஸ்பெக் தற்சமயம் வசிப்பது பிரான்ஸின் தலைநகரம் பாரிசில். வசதிக்கும் வாய்ப்புக்கும் குறைவில்லாத அமைதியான, அழகான நகரம். உத்வேகமூட்டும் கஃபேக்கள், மயக்கமூட்டும் இரவு நேர வாழ்க்கை, பளபளப்பான மால்கள் என்று பலருடைய கனவுப் பிரதேசமாக பாரிஸ் இன்றளவும் நீடிக்கிறது. ஆனால் சமருக்கு பாரிஸ் அல்ல, சிரியாவே கனவுப் பிரதேசம். விழித்திருக்கும் சமயங்களில்

மட்டுமல்ல உறங்கும் சமயங்களிலும் அவர் கனவுகளை சிரியாவே ஆக்கிரமித்துக்கொள்கிறது. ஆம், என் சிரியா இன்று சிதைந்து விட்டது உண்மைதான். நான் நடந்துசென்ற வீதிகளில் இடிபாடுகளே இன்று எஞ்சியிருக்கின்றன. என் மக்களின் வீடுகளும் நம்பிக்கைகளும் அழிந்துவிட்டதை நான் அறிவேன். சிரியா உலகின் ஆபத்தான ஓரிடமாக மாறியிருப்பது எனக்கும் தெரியும். ஆனால் என்ன செய்வது? அது என் சிரியா அல்லவா?

'ஜப்லே நகரில் உள்ள ஒரு மருத்துவமனையில் நேற்று நடைபெற்ற தற்கொலை தாக்குதலில் 43 பேர் பலியானார்கள்' என்னும் செய்தியை பாரிசில் இருந்தபடி வாசிக்கும்போது அன்றைய தினம் அமைதியாகக் கழியும் என்றா நினைக்கிறீர்கள்? பில்லுக்கு பணம் செலுத்திவிட்டு சரி, அடுத்த காரியத்தைச் சலனமின்றி பார்க்கமுடியும் என்றா நம்புகிறீர்கள்? பாரிஸ் அமைதியான நகரம்தான். ஆனால் இந்த அமைதி என்னை நித்தம் நித்தம் கொன்றுகொண்டிருக்கிறது. இந்த அமைதி எனக்குப் போரையே மீண்டும் மீண்டும் நினைவுபடுத்திக்கொண்டிருக்கிறது. அந்த நாற்பத்து மூன்று பேர் யாராக இருக்கும்? அவர்களில் குழந்தைகளும் இருப்பார்களா? கையும் காலும் உடைந்து சிதறிய மக்களை அள்ளியெடுத்துவந்து இந்த மருத்துவமனைகளில் அனுமதித்ததாக சற்று முன்புதான் ஒரு செய்தியைப் படித்தேன். இப்போது மருத்துவமனையின்மீதே தாக்குதல் நடைபெற்றிருக்கும் நிலையில் காயமடைந்தவர்களை என்ன செய்வார்கள்? வீதியில் கொண்டுவந்து போட்டுவிட்டு வானத்தைப் பார்த்து அழுது கொண்டிருப்பார்களா?

ஜப்லே, சமரின் பிறந்த இடமும்கூட. அரபு இலக்கியம் பயின்றுவிட்டு எழுத வந்தவர். ஒரு பத்திரிகையாளராக மாறுவதே அவருடைய கனவாக இருந்தது. இடையில் திரைப்படம், தொலைக்காட்சி ஆகியவற்றுக்கும் எழுதியிருக்கிறார். புனைவு, அபுனைவு இரண்டிலும் ஆர்வம் அதிகம். ஒரு பக்கம் அரசு, இன்னொரு பக்கம் மதம். வெவ்வேறு அமைப்புகள் என்றாலும் இந்த இரண்டும் ஒன்றுபடும் புள்ளிகளை சமர் தொடக்கத்திலேயே அடையாளம் கண்டுகொண்டுவிட்டார். இரண்டுமே மக்களை அடக்கியாள விரும்புகின்றன. இரண்டுமே கறாரான சட்டத்திட்டங்களை வகுத்து வைத்திருக்கின்றன. அவற்றை மீறுபவர்கள் விசாரணைக்கு உட்படுத்தப் படுகிறார்கள். மற்றவர்களுக்கு எப்படியோ தெரியவில்லை, ஒரு பெண்ணுக்கு இந்த இரண்டிலுமே எண்ணற்ற பிரச்னைகள் இருக்கின்றன என்பதுதான் உண்மை.

சமர் மட்டுமல்ல, சிரியா சந்தித்துவரும் சிக்கல்களுக்கும் இந்த இரண்டுதான் காரணங்களாக இருக்கின்றன. ஆளும் பஷார் அல் ஆசாத்

மீது சிரியர்கள் நம்பிக்கையிழந்து கிடக்கிறார்கள். அவருடைய மக்கள் விரோத ஆட்சி அகற்றப்படவேண்டும் என்று விரும்புபவர்களின் எண்ணிக்கை மிகுதியாக இருக்கிறது. தன்னிச்சையான பல எதிர்ப்புகளையும் போராட்டங்களையுமே அவர்கள் நடத்திப் பார்த்து விட்டார்கள். பிறகு யோசித்தார்கள். சரி ஒரு வாதத்துக்கு ஆசாத்தை அகற்றிவிடமுடியும் என்றே வைத்துக்கொள்வோம். அத்தோடு சிரியாவின் பிரச்னை தீர்ந்துவிடுமா? தற்கொலை தாக்குதல்கள் முற்றுப்பெற்றுவிடுமா? உடல்களும் கட்டடங்களும் சரிந்து மண்ணாவது நின்றுவிடுமா?

நிச்சயமாக இல்லை. ஆசாத் அகற்றப்பட்டுவிட்டால் அதிகாரம் முழுமுற்றாக ஐஎஸ்ஐஎஸ் கரங்களுக்குச் சென்றுவிடும். அது நடந்து விட்டால் இப்போதுள்ளதைக் காட்டிலும் நிலைமை மேலும் மோசமடையும். ஜனநாயகம் அல்ல மதமே ஒரு நாட்டின் முதுகெலும்பாக இருக்கவேண்டும் என்பது ஐஎஸ்ஐஎஸ்ஸின் நம்பிக்கை. என்னைப் பொருத்தவரை இந்த இரண்டுமே ஆபத்தானவை. இரண்டுமே எதிர்க்கப்படவேண்டியவை. ஆசாத் உள்நாட்டு அபாயம் என்றால் ஐஎஸ்ஐஎஸ் ஓர் அந்நிய அபாயம். இந்த இரு அபாயங்களின் பிடியிலிருந்து தப்பினால்தான் சிரியாவில் அமைதி திரும்பும் என்கிறார் சமர் யாஸ்பெக்.

சமர் யாஸ்பெக்கை இன்று தீவிரமாக எதிர்த்துக்கொண்டிருப்பவர்கள் இந்த இரு அமைப்பைச் சேர்ந்தவர்களாகவே இருக்கிறார்கள். சிரிய சமூகம் பெண்களை எப்படி வைத்திருக்கிறது என்பதை விவரித்து அவர் எழுதிய நாவல் பரவலான அங்கீகாரத்தையும் எதிர்ப்புகளையும் ஒருசேரக் கொண்டுவந்து சேர்த்தது. சமரின் கூர்மையான விமரிசனங் களால் பாதிக்கப்பட்ட ஆசாத் அரசு அவரை ஒருபோதும் மன்னிக்கப் போவதில்லை. ஐஎஸ்ஐஎஸ் அமைப்பும் அவரை ஓர் அரசியல் எதிரியாகவே இந்த நிமிடம்வரை கருதிக்கொண்டிருக்கிறது. அரசு ஆட்களிடம் மாட்டினாலும் சரி, பயங்கரவாதிகளிடம் மாட்டினாலும் சரி அல்லது கறாரான மதவாதிகளிடம் மாட்டினாலும் சரி, சமரின் கதை முடிவுக்கு வந்துவிடும். அதைப் பற்றியெல்லாம் கவலைப்பட்டுக் கொண்டு இருக்கமுடியுமா என்று புன்னகையுடன் ஒரு சிகரெட்டைப் பற்ற வைத்துக்கொள்கிறார் சமர். நான் என் எழுத்துக்கு நேர்மையாக இருக்கிறேன். என் நாட்டுக்கு நேர்மையாக இருக்கிறேன். அது போதும் எனக்கு.

பாதுகாப்பாக பாரிசில் இருந்தபடி அவர் இதையெல்லாம் செய்யவில்லை என்பதுதான் முக்கியமானது. துருக்கி வழியாக சிரியாவின் எல்லை களை இரவோடு இரவாக ரகசியமாகக் கடந்து அவர் உள்ளே நுழைந்தார். மக்களிடமும் மதவாதிகளிடமும் ஆசாத் அரசையும்

ஐஎஸ்ஐஎஸ்ஸையும் எதிர்த்துக்கொண்டிருக்கும் சிறு, குழு போராளிகளிடமும் உரையாடினார். அக்கறையுடன் சில நண்பர்கள் உதவினர். அங்கு மட்டும் போகாதே உன்னைப் பார்த்தால் கொன்று போட்டு விடுவார்கள் என்று சொல்லப்பட்டபோது, நிச்சயம் போக மாட்டேன் பாட்டி என்று சமாதானம் செய்துவிட்டு, மறுநாளே அந்த இடத்தைத் தேடிக் கண்டடைந்து சென்றார். சாம்பலும் சிதிலங்களும் எங்கும் சிதறிக்கிடந்ததைக் கண்டு மனம் வாடினார். சடலங்களுக்கு அருகில் அழுதுகொண்டு நின்ற குழந்தைகளைக் கண்டு மனம் உடைந்து போனார். எங்களுக்குத்தான் வேறு வழியில்லை, நீயேன் இங்கு வந்து துயரப்படவேண்டும் பேசாமல் பாரிசிலேயே இருந்து விடு சமர் என்று அவரைக் கட்டிப்பிடித்து அழுதபடி விடை கொடுத்து அனுப்பினார்கள் நண்பர்கள். ஒழிந்துபோ, வரவே வராதே என்று உரிமையுடன் கோபித்துக்கொண்டவர்களும் இருக்கத்தான் செய்தனர்.

சிறிது காலம் பாரிசில் அமைதியாக இருப்பார். எழுதுவார். பிறகு கடைக்குப்போய் பொம்மைகள், ஆடைகள் என்று வாங்கிக் கொள்வார். முதுகுப் பையைத் தூக்கிக்கொண்டு சிரியாவுக்குக் கிளம்பிவிடுவார். ‘உங்களுக்கு உயிர் பயம் இல்லையா?’ என்று ஒருமுறை பத்திரிகையாளர் ஒருவர் கேட்டபோது சிரியா தலையசைத்தார். ‘நிச்சயமாக இல்லை. சிரியா நான் வளர்ந்த நாடு. கொடுந்துயரத்தில் இருக்கும் என் நாட்டு மக்களின் குரலைப் பதிவுசெய்யவேண்டியது என் கடமை என்று நம்புகிறேன். அதற்காக எந்த ஆபத்தையும் சந்திக்க நான் தயாராக இருக்கிறேன்.’

சமர் யாஸ்பெக்கின் சிரியப் பயணங்கள் ‘தி கிராஸிங்’ என்னும் தலைப்பில் ஒரு நூலாக வெளிவந்திருக்கிறது. வலியும் ரணமும் மிக்க சிரியர்களின் சமகால வாழ்வையும் போராட்டத்தையும் பதிவு செய்யும் ஒரு முக்கியமான நேரடி ஆவணமாக இதனைக் கொள்ள முடியும். இந்தப் புத்தகத்தை வாசிக்கும்போது விசித்திரமான உணர்வுகள் மேலெழுந்துவருவதை ஒருவர் உணரலாம். தன் தாய்நாட்டையும் மக்களையும் உயிருக்கு உயிராக நேசிக்கும் சமர் ஒவ்வொருமுறையும் திருட்டுத்தனமாகத்தான் சிரியாவுக்குள் நுழைந்திருக்கிறார். சட்ட விதிமுறைகளை உடைத்துத்தான் மக்களிடம் உரையாடியிருக்கிறார், அவர்கள் குரலைப் பதிவு செய்திருக்கிறார். இவையனைத்துமே தண்டனைக்குரிய குற்றங்கள். சந்தேகமில்லாமல் அரசின் பார்வையில் சமர் ஒரு முதன்மையான தேச விரோதி. பரவாயில்லை, அப்படியே இருந்துவிட்டுப் போகிறேன் என்கிறார் சமர். தன் நாட்டை நேசித்ததற்காக அவர் கொடுக்க நேர்ந்த அதிகபட்ச விலை இது. சமரின் தீரமிக்க பணிகளைப் பாராட்டி அவருடைய அரசு அளித்திருக்கும் மிக உயர்ந்த அங்கீகாரம் என்றும் இதனை எடுத்துக் கொள்ளலாம்.

5. நான் ஏன் மாறவேண்டும்?

ஜீனி பரேவுக்கு முதல்முறையாகச் செடிகளை அறிமுகப்படுத்தியவர் அவருடைய அப்பாவும் அம்மாவும்தான். 1740ம் ஆண்டு பிரான்ஸில் பிறந்த பரேவுக்குப் பள்ளிக்கல்வி அவசியம் என்று அவர்கள் நினைக்க வில்லை. அவள் எழுதி, படித்து என்ன செய்யப்போகிறாள்? எங்களுக்கு உபயோகமாக வீட்டிலேயே இருந்தபடி மருத்துவத் தொழில் படித்துக்கொள் என்று சொல்லிவிட்டார்கள். மூலிகையைக் கொண்டு குணப்படுத்தும் முறை மட்டுமே அவர்களைப் பொருத்தவரை மருத்துவம். எல்லா நோய்களுக்கும் இயற்கை தீர்வை வைத்திருக்கிறது என்பது அவர்களுடைய திடமான நம்பிக்கை. நீ செய்யவேண்டிய தெல்லாம் ஒன்றுதான் ஜீனி. எல்லா வகையான செடிகளையும் தெரிந்துகொள். ஒவ்வொன்றையும் அடி முதல் நுனி வரை படி. ஒவ்வொரு செடியையும் கடவுளாக நினைத்து வணங்கு. மனிதர்களிடம் நோய்கள் மண்டிக்கிடக்கின்றன. செடிகளிடம் தீர்வுகள் கொட்டிக் கிடக்கின்றன. இந்த இரண்டையும் இணைப்பதே நம் பணி. புரிகிறதா?

ஜீனி பரே ஒரு படி மேலே சென்று செடிகளைக் காதலிக்கவே தொடங்கி விட்டார். ஒரு மலரைக் காட்டிலும் உன்னதமான, பரிசுத்தமான ஒரு படைப்பு இந்த உலகில் இருந்துவிடமுடியுமா? இலைகளின்மீது கையைப் படரவிடுவதைக் காட்டிலும் சிலிர்க்கவைக்கக்கூடிய இன்னொரு அனுபவம் இந்தப் பூமியில் இருக்கிறதா? அடுத்த பிறவி என்றொன்று வாய்க்குமானால் ஒரு புல்லின் நுனியாக இருந்துவிட முடிந்தால் போதும் என்று பரவசப்பட்டுக்கொண்டார் பரே. எந்நேரமும் தோட்டத்திலும் காட்டுப் பகுதியிலும் பழியாய் கிடக்கும் ஜீனியை மூலிகைப் பெண் என்றே சுற்றிலும் உள்ளவர்கள் அழைக்கத் தொடங்கினார்கள்.

ஒரு நாள் ஃபிலிபர்ட் கோமர்சன் என்பவரை ஜீனி காட்டுப் பகுதியில் சந்திக்க நேர்ந்தது. தன்னைப் போலவே உலகை மறந்து ஃபிலிபர்ட்டும் செடிகொடிகளைத் தேடித் தேடி சேகரித்துக்கொண்டிருந்ததை ஜீனி கண்டார். இருவரும் உரையாட ஆரம்பித்தனர். நான் தாவரவியல் ஆய்வாளர். விதவிதமான செடி வகைகளைச் சேகரிப்பது என் மனதுக்கு நெருக்கமான பொழுதுபோக்கு என்றார் ஃபிலிபர்ட். அது சரி, எல்லோரும் புகழும் மூலிகைப் பெண் நீங்கள்தானா? உங்களைப் பார்க்கவேண்டும் என்று நீண்டகாலமாக நினைத்துக் கொண்டிருந்தேன். இனி நாம் இணைந்தே செடிகளை ஆராயலாமா? எனக்குத் தெரிந்ததை உங்களிடம் பகிர்ந்துகொள்கிறேன். உங்களுக்கு என்னைக் காட்டிலும் அனுபவம் அதிகம் என்பதால் உங்களிடமிருந்து நான் நிறைய கற்கமுடியும் என்று தோன்றுகிறது. என்ன சொல்கிறீர்கள்?

அதற்குப் பிறகு இருவரும் அடிக்கடி சந்தித்துக்கொள்ள ஆரம்பித்தனர். இணைந்தே மூலிகைகளைத் தேடிச் சென்றனர். இணைந்தே இயற்கையை ஆராதித்தனர். ஃபிலிபர்ட் தன் மனைவியைச் சமீபத்தில் இழந்துவிட்டதை அறிந்து ஜீனி வருந்தினார். தன்னுடைய புதிய நண்பரின் வாழ்வில் ஏற்பட்டுள்ள வெற்றிடத்தைத் தன் அன்பைக் கொண்டு நிரப்ப முயன்றார். இந்த அன்பு காதலாக மாறிக் கொண்டிருப்பதை இருவருமே அறிந்திருந்தனர். இருவரும் அதை வரவேற்கவும் செய்தனர்.

இரு ஆண்டுகள் கழிந்து பிரெஞ்சு அரசாங்கத்திடமிருந்து ஓர் அறிவிப்பு வந்தது. பிரெஞ்சு நாட்டின் புகழையும் செல்வத்தையும் பெருக்கும் வகையில், உலகைச் சுற்றிவர இரண்டு கப்பல்களை அதிகாரபூர்வமாக நியமிக்கவிருக்கிறோம். புதிய பிரதேசங்களைக் கண்டறிந்து அவற்றை பிரான்ஸோடு இணைத்து நம் எல்லைகளை விரிவாக்குவதே இந்தப் பயணத்தின் நோக்கம். பல்வேறு துறை சார்ந்த நிபுணர்கள் இந்தப் பயணத்தில் பங்கேற்கிறார்கள். அந்த வரிசையில் தாவரவியலில் நிபுணத்துவமும் ஆர்வமும் கொண்டவர்கள் எங்களோடு இணைய விரும்பினால் விண்ணப்பிக்கலாம்!

உடனே தனது விண்ணப்பத்தை அனுப்பிவைத்தார் ஃபிலிபர்ட். அவருடைய பெயர் இணைத்துக்கொள்ளப்பட்டது. அப்படியானால் நான் என்று ஜீனி ஆதங்கத்துடன் கேட்டாரே தவிர, தன்னுடைய கேள்வியின் அபத்தம் அவருக்குப் புரிந்துதான் இருந்தது. ஆண்கள் மட்டுமே இத்தகைய பயணங்களில் விண்ணப்பிக்கமுடியும். பெண்களை பிரான்ஸ் தடை செய்திருந்தது. ஃபிலிபர்ட்டுக்கு ஆழமான வருத்தங்கள். தன்னுடைய உதவியாளரைத் தேர்ந்தெடுத்துக் கொள்ளும் அனுமதி அவருக்கு வழங்கப்பட்டிருந்தது. இருந்தும்

தன்னுடைய உதவியாளரும் ஆசானும் காதலியும் வாழ்க்கைத் துணையுமான ஜீனியை அவரால் அழைத்துச் செல்லமுடியாது என்பது கொடுமையானது இல்லையா?

ஜீனி அழுகையைக் கட்டுப்படுத்திக்கொள்ள முயன்றார். ஃபிலிபர்ட்டைப் பிரிந்திருக்கவேண்டுமே என்பது மட்டுமல்ல வருத்தத்துக்குக் காரணம். நான் ஒரு பெண்ணாக இல்லாமல் போயிருந்தால் இந்த வாழ்நாள் வாய்ப்பைப் பயன்படுத்திக் கொண்டிருக்கலாம் அல்லவா? உலகம் முழுக்க உள்ள வனப்பகுதி களையும் அங்கு படர்ந்திருக்கும் பச்சை பசுமைகளையும் ரசித்து மகிழ்ந்திருக்கலாம் அல்லவா? இயற்கையின் படைப்பாற்றலைக் கண்டு வியப்பதில் ஆண், பெண் வேறுபாடு எங்கே வருகிறது? பெண்ணைச் சுமந்து செல்லமாட்டேன் என்று கப்பலா சொன்னது?

அப்போது மின்னல்போல் ஒரு யோசனை தோன்றியது. நான் ஏன் ஓர் ஆணாக மாறக்கூடாது? அதெப்படி முடியும் என்று சொல்ல நினைத்த ஃபிலிபர்ட் ஜீனியின் கண்களில் தென்பட்ட வெளிச்சத்தைக் கண்டதும் அமைதியானார். ஜீனி தயாராக ஆரம்பித்தார். கத்தரிக்கப்பட்ட துணி உருண்டை தயாரானது. தன் உடலின் மேல் பகுதியில் மம்மி போல் அடுக்கடுக்காகத் துணியைச் சுற்றிக்கொள்ளத் தொடங்கினார். ஃபிலிபர்ட் உதவிக்கு வந்தார். தலைமுடி கத்தரிக்கப்பட்டது. ஃபிலிபர்ட்டின் ஆடைகளை அணிந்துகொண்டார். மறுநாள் வரிசை யாக நின்றுகொண்டிருந்தவர்களுக்கு மத்தியிலிருந்து ஜீனியைத் தன் உதவியாளராகத் தேர்ந்தெடுத்தார் ஃபிலிபர்ட். ஜீனி தன் பெயரை ஜான் என்று மாற்றிக்கொண்டார். இது நடந்தது 1766ம் ஆண்டு.

லூயி ஆண்டனி போகன்வில்லா என்னும் ராணுவ ஜெனரலின் தலைமையில் ஈடோலி என்னும் பெயர் கொண்ட கப்பல் பிரான்ஸிலிருந்து கிளம்பியது. இந்த ஜெனரல், ஃபிலிபர்ட்டுக்கு நெருக்கமானவரும்கூட என்பதால் அவர் உதவியுடன் ஃபிலிபர்ட் தன் உதவியாளரைத் தன்னுடனே தங்க வைத்துக்கொண்டார். மற்ற சமயங்களில் ஜீனி கப்பலில் உள்ள மற்ற ஆண்களோடு சேர்ந்து பயணம் செய்தார். அவர்களோடு சேர்ந்து உண்டார். அவர்களுடைய பணிச்சுமைகளைப் பகிர்ந்துகொண்டார். எந்த வகையில் ஒரு பெண் ஆணிடமிருந்து வேறுபடுகிறார் என்று அவருக்குப் புரியவில்லை. இவர்கள் செய்யும் எல்லாவற்றையும் என்னால் செய்யமுடிகிறது. கடினமாக உழைக்கமுடிகிறது. கனமான பொருள்களைத் தூக்க முடிகிறது. இரவு பகல் பாராமல் பணியாற்றமுடிகிறது. நியாயப்படி ஒரு பெண்ணாகவே முழு சுதந்தரத்துடன் இந்தக் கப்பலில் நான் பயணம் செய்திருக்கவேண்டும். ஆனால் இது ஆண்களின் உலகமாக இருப்பதால் அவர்களே அதிகாரம் மிக்கவர்களாக இருக்கிறார்கள்.

அவர்களே விதிகளை உருவாக்குகிறார்கள். அந்த விதிகள் அனைத்தும் பெண்களை விலக்கி வைக்கின்றன, பாரபட்சமாக நடத்துகின்றன. ஒரு பெண்ணாக இருப்பது இந்தக் கப்பலின் விதிமுறைகளின்படி பெருங்குற்றம் என்பதால் அந்த விதிகளை நான் வளைக்க வேண்டியிருக்கிறது. எதற்காக இந்தப் பொய் வேடத்தை நான் புனையவேண்டும்? யாராவது கண்டுபிடித்துவிடுவார்களோ என்று நொடிக்கு நொடி ஏன் நான் அஞ்சிக்கொண்டிருக்கவேண்டும்? இந்தா எதற்கும் இருக்கட்டும் என்று ஒரு துப்பாக்கியை என்னிடம் ரகசியமாக ஃபிலிபர்ட் அளிக்கவேண்டிய அவசியம் ஏன் நேர்ந்தது?

வெளிப்படையாக ஒருவரும் எதுவும் கேட்கவில்லை என்றாலும் சில பணியாளர்களுக்கு ஜீனியைக் கண்டு சந்தேகம் ஏற்பட்டது உண்மை. இவன் ஏன் நம்மோடு அதிகம் கலக்காமல் தள்ளியே இருக்கிறான்? ஏன் எப்போதும் ஃபிலிபர்ட்டுடன் மட்டும் தங்குகிறான்? பகல், வெயில், இரவு எது வந்தாலும் ஏன் இறுக்கமான முழு ஆடைகளை அணிந்து கொள்கிறான்? ஏன் நம்மோடு இணைந்து குளிப்பதைத் தவிர்க்கிறான்? ஜீனி தன்னுடைய உடலை மொய்த்த கூர்மையான விழிகளையெல்லாம் புறக்கணித்துவிட்டு பயணத்தின்மீது மட்டுமே கவனம் செலுத்த முயன்றார். அதற்காகத்தானே இத்தனை சிரமங்கள்? புதிய பிரதேசங்களில் கப்பல் தரை இறங்கும்போது பாய்ந்தோடிச் சென்று அங்கிருந்து தாவரங்களை ஆராய்ந்தார். புதிய வகை செடிகளைக் கவனமாகச் சேகரித்துக்கொண்டார். புதிய மலர்களை, கனி வகைகளை, மரங்களை நெருங்கிச்சென்று பார்வையிட்டார்.

கிட்டத்தட்ட இரண்டாண்டு கால பயணம் முடிவுக்கு வருவதற்குள் ஜீனி யார் என்பதை ஒரு நாள் கண்டுபிடித்துவிட்டார்கள். எப்படிக் கண்டுபிடித்தார்கள் என்பது குறித்தும் அதற்குப் பிறகான நிகழ்வுகள் குறித்தும் தெளிவான வரலாற்றுக் குறிப்புகள் நமக்குக் கிடைக்க வில்லை. சில குறிப்புகளின்படி, தாகித்தி தீவில் ஒருமுறை கரை இறங்கும்போது அங்கிருந்த பழங்குடிகள், வா பெண்ணே என்று ஜீனியை வரவேற்று அழைத்திருக்கிறார்கள். அதிர்ந்துபோன கப்பல் பணியாளர்கள் ஜீனியை இழுத்துக்கொண்டுபோய் போகன்வில்லா விடம் நிறுத்தியிருக்கிறார்கள்.

ஆம், நான் பெண்தான் என்று ஜீனி அவரிடம் ஒப்புக் கொண்டிருக் கிறார். உன் உழைப்பும் திறமையும் போற்றத்தக்கது. பரவாயில்லை, இருந்துவிட்டுப் போ என்று அவர் ஜீனியை மன்னித்து பயணம் முடிவடையும்வரை கப்பலில் பணியாற்ற ஒத்துழைத்திருக்கிறார். இதனால் மனம் நெகிழ்ந்த ஜீனி, பிரேசிலில் தான் கண்ட புதிய, அழகிய மலருக்கு போகன்வில்லாவின் பெயரைச் சூட்டினாராம். பிறகு கப்பல் மொரீஷியஸ் தீவைச் சென்றடைந்த போது, ஜீனியும்

அவர் கணவரும் இறங்கி அங்கேயே தங்கிவிட்டனர். தன் கணவரின் மறைவுக்குப் பிறகு ஜீனி மீண்டும் பிரான்ஸ் திரும்பினார். 1807ம் ஆண்டு தனது 67வது வயதில் ஜீனி இறந்துபோனார்.

ஜீனியை போகன்வில்லா மன்னித்துவிட்டாலும் கப்பலில் இருந்தவர்கள் மன்னிக்கத் தயாராகயில்லை. ஒரு குழு சினம் கொண்டு ஜீனியை இழுத்துச் சென்று கூட்டாகப் பாலியல் பலாத்காரம் செய்து பழி தீர்த்துக்கொண்டது என்று வாதிடுகிறது ஜீனியின் வாழ்வையும் அவர் பயணத்தையும் ஆராய்ந்துள்ள ஒரு புதிய புத்தகம். அதிர்ச்சியூட்டக்கூடிய ஒரு நிகழ்வை விவரித்தாலும் வலுவான, எல்லோரும் ஏற்றுக்கொள்ளும் ஆதாரங்களை இந்நூல் அளிக்க வில்லை என்கிறார்கள் விமரிசகர்கள். அதே சமயம், அப்படி நடந்திருக்கமுடியாது என்று மறுக்கவும் அவர்களால் முடியவில்லை. ஜீனியின் வாழ்வும் பணிகளும் இன்னும் இருளில் மூழ்கிக் கிடப்பதையே இத்தகைய மாறுபட்ட, ஒன்றோடொன்று முரண்பட்ட நிகழ்வுகள் உணர்த்துகின்றன. இன்றைய தேதியில், தாவரவியல் துறையில் இயங்கியவர்கள் குறித்து ஆராய்பவர்களின் நினைவுகளில் மட்டுமே ஜீனி பரே தங்கியிருக்கிறார். மற்றபடி, உலகை வலம் வந்த முதல் பெண் என்றே வரலாறு அவரை நினைவில் வைத்திருக்கிறது. இதையும் சில விமரிசகர்கள், 'நமக்குத் தெரிந்து முதல் பெண்' என்று வேண்டுமானால் சொல்லலாம் என்று திருத்துகிறார்கள்.

ஜீனி தன்னைப் பற்றியோ தன்னுடைய சர்ச்சைக்குரிய பயணம் பற்றியோ எதுவும் எழுதி வைக்கவில்லை. போகன்வில்லா, ஃபிலிபர்ட் இருவருடைய பயணக் குறிப்புகளிலிருந்தே ஜீனியை நம்மால் உயிர்ப்பித்துக் கொண்டுவரமுடிகிறது. மற்றபடி ஜீனி சேகரித்த செடிகளின் மாதிரிகள் இன்றளவும் பயன்படுகின்றன என்கிறார்கள் அத்துறை சார்ந்தவர்கள். அது போதும் எனக்கு, வேறெதுவும் தேவையில்லை என்றுதான் அநேகமாக ஜீனியும் சொல்லியிருப்பார்.

6. சங்கிலிகளை உடைக்கும் இசை

பல காலம் பழகியவர்களைப் பார்க்க நேர்ந்தாலும் புருவத்தைச் சுருக்கி யார் நீங்கள் என்பதுபோலத்தான் பார்ப்பார். இருந்தும் அவருடைய மாணவர்கள் தவறாமல் வீட்டுக்கு வந்துவிடுவார்கள். கங்குபாய் ஹங்கலுக்கு அவர்கள் வருவதும் தெரியாது, வணக்கம் வைப்பதும் தெரியாது, விடைபெற்றுச் செல்வதும் தெரியாது. ஒரு பக்கமாகச் சாய்ந்து அமர்ந்துகொண்டிருப்பார். சில சமயம் அவர் உறங்குவதுபோல் இருக்கும். அல்லது வெறித்துப் பார்ப்பது போலவோ யோசித்துக்கொண்டிருப்பது போலவே தோன்றும். ஆனால் மாணவர்கள் பாடுவதில் மட்டுமே கவனம் செலுத்துவார்கள். யாரேனும் ஒரு ராகத்தைக் கொஞ்சம் கூடுதலாகவோ குறைவாகவோ இழுத்துவிட்டால் போதும்; கணீரென்று கங்குபாயின் குரல் சீறிவரும். இல்லை, இல்லை அப்படியல்ல; நான் பாடுவதைக் கவனி.

கங்குபாய் ஹங்கலின் பாடலை ஒருவர் முதல்முறை கேட்டால் பாடுபவர் ஆண் என்றே நினைத்துக்கொள்வார். சில இசை வடிவங்களுக்கு ஆண் குரல்தான் எடுப்பாகவும் கம்பீரமாகவும் இருக்கும் என்று தீவிரமாக நம்பிக்கொண்டிருந்த கலைஞர்களையும் விமரிசகர்களையும் ஒருசேர வீழ்த்திய விநோதமான குரல் அவருடையது. ஒரு பெண் எதைப் பாடவேண்டும், எப்படி, எதுவரை என்பதற்கு இந்துஸ்தானி இசையுலகம் கவனமாக உருவாக்கி, காலம் காலமாகக் காப்பாற்றி வைத்திருந்த வரையறையையும் இலக்கணத்தையும் உடைத்துத் தகர்த்த குரலும்கூட. அவருடைய இசை மட்டுமல்ல வாழ்வும்கூட தனித்துவமானதாகவும் அசாதாரணமானதாகவும் இருந்ததால்தான் இது சாத்தியமானது.

1924ம் ஆண்டு பெல்காமில் காந்தி தலைமையில் இந்திய தேசிய காங்கிரஸின் மாநாடு நடைபெற்றது. மாநாட்டுத் தலைவர்கள் உரையாற்றுவதற்கு முன்பு பள்ளிக்குழந்தைகள் சிலரை மேடையில்

ஏற்றிப் பாட வைத்தார்கள். 11 வயது கங்குபாய் ஹங்கலும் அவர்களில் ஒருவர். இந்தச் சம்பவத்தைப் பின்னாளில் நினைவுகூரும்போது கங்குபாயின் குரலில் உற்சாகமோ பெருமிதமோ இல்லை. 'ஆம், பெல்காம் மாநாட்டில் பாடியது எனக்கு நினைவில் இருக்கிறது. காந்திஜி வந்திருந்தார். ஆனால்... என்னை மற்ற மாணவர்களிட மிருந்து பிரித்து தனியே உணவு கொடுத்து, தனியே சாப்பிடச் சொல்வார்களே என்னும் கவலை நிகழ்ச்சி முடிவடையும் வரை என்னைப் போட்டு உருட்டிக்கொண்டிருந்தது.'

கீழ்ச்சாதியில் பிறப்பதென்பது காலில் சங்கிலியோடு பிறப்பதற்கு ஒப்பானது என்றார் அம்மா. அதை நீ வாழ்நாள் முழுக்க சுமந்தாக வேண்டும். மறக்கவோ மறைக்கவோ முடியாது. ஒரு பெண்ணாகவும் நீ இருப்பதால் இரட்டை சங்கிலிகள் உனக்குப் பூட்டப்பட்டிருக் கின்றன. இந்தச் சங்கிலிகள் அனுமதிக்கும்வரை நீ செல்லலாம். மேலே செல்ல முயன்றால் இரண்டும் போட்டியிட்டு உன்னைப் பிடித்து பின்னுக்கு இழுக்கும். காந்தி முன்னால் பாடிய காலம் தொடங்கி 94வது வயதில் இறுதி கச்சேரியில் பாடியதுவரை கங்குபாய் ஹங்கலை இரும்புச் சங்கிலிகள் பின்னுக்கு இழுத்துக்கொண்டே இருந்தன. இடறிவிட்டுக் கொண்டே இருந்தன. அவர் சதையை அரித்துத் தின்றுகொண்டே இருந்தன. அவற்றுக்கு எதிராக கங்குபாய் நடத்திய தொடர்ச்சியான போராட்டமே அவர் வாழ்க்கை. தனது போராட்டத்தில் அவர் பயன்படுத்திய முன்னணி ஆயுதம், இசை.

கங்குபாயின் அம்மாவுக்கு கர்நாடக இசை பரிச்சயம் இருந்ததால் அதையே அவர் தன் மகளுக்கும் கற்றுக்கொடுத்தார். ஆனால் கங்குபாய் மேற்கொண்டு கற்க விரும்பியது இந்துஸ்தானி என்பதால் குடும்பம் தார்வாடில் இருந்து ஹுப்ளிக்குக் குடிபெயர்ந்தது. ஆசிரியரும் கிடைத்துவிட்டார். தினமும் மாலை ஒரு வழித்துணையையும் அழைத்துக்கொண்டு ரயில் ஏறி குருவின் வீட்டுக்குச் சென்று பாடம் படிக்கவேண்டும். சூத்திரப் பெண் என்பதால் குருவுக்கு வீட்டு வேலைகளையும் கங்குபாய் செய்யவேண்டியிருந்தது. அவர் பாட ஆரம்பித்து, அவர் குரல் வளத்தைக் கண்டு அதிசயித்து, அவருடைய கற்றல் திறனைக் கண்டு தன் பிழை உணர்ந்து அந்தக் குரு, கங்குபாயைப் பிற பணிகளிலிருந்து விடுவித்து இசை மட்டும் கற்கச் செய்தார். 'சிறிய வயதில் இப்படித்தான் பக்கத்து வீட்டில் மாங்காய் பறிக்கச் செல்வேன். அவர்கள் என்னைப் பார்த்தாலே விரட்டியடிப்பார்கள். எனக்கு அங்கீகாரமெல்லாம் கிடைத்தபிறகு அதே வீட்டுக்காரர்கள் என்னை வரவேற்று உபசரித்தனர்.'

இந்துஸ்தானி இசையின் முழு பரிமாணத்தையும் உள்வாங்கிக் கொள்வதற்குள் 16வது வயதில் குருராவ் கவுல்கி என்னும்

வழக்கறிஞருக்குத் திருமணம் செய்துகொடுத்துவிட்டார்கள். உயர்சாதிக்காரராக இருந்தாலும் இது அவருக்கு இரண்டாவது திருமணம். இரண்டு மகன்களும் ஒரு மகளும் பிறந்தனர். கங்குபாயின் இசையல்ல, அதன்மூலம் அவருக்குக் கிடைக்கத் தொடங்கிய புகழும் அங்கீகாரமும் அல்ல, பணமே குருபாய்க்கு முக்கியமானதாக இருந்தது. வியாபாரம் செய்கிறேன், முதலீடு செய்கிறேன் என்று கங்குபாயை நச்சரித்துக்கொண்டே இருந்தார். இயன்றவரை அதற்கான வாய்ப்பையே ஏற்படுத்திக்கொடுக்காமல் தன் கையில் வந்துசேர்ந்த பணத்தையெல்லாம் அவர் தன் கணவரிடமே கொடுத்துக்கொண்டிருந்தார். கங்குபாயின் பணம் இனித்தது என்றாலும் இறுதிவரை கணவரின் ஆசாரமான வீட்டில் அவர் அனுமதிக்கப்படவேயில்லை. ஒரு கட்டத்தில் கணவரிடமிருந்தும் ஒதுங்கி, தனியாகத் தன் குழந்தைகளுடன் வசிக்கத் தொடங்கினார்.

ஆனால் அவர் சற்று அச்சப்பட்டது பாடுவதில் சிக்கல் ஏற்பட்ட போதுதான். தொண்டையில் நடத்தப்பட்ட அறுவை சிகிச்சை அவரைக் குணப்படுத்தியது என்றாலும் மென்மையும் குழைவும் மறைந்து கட்டையான ஆண் குரல் தோன்றியிருந்தது. 'அம்மா, இன்னொரு சங்கிலி' என்று மனத்துக்குள் சொல்லிக் கொண்டே பாடினார். கல்கத்தாவில் ஒருமுறை இசைக் கருத்தரங்கம் ஒன்று ஏற்பாடு ஆகியிருந்தபோது கங்குபாயின் பெயர் பரிந்துரைக்கப் பட்டிருந்தது. ஆனால் மெலிந்த, ஒடுங்கிய கங்குபாயை நேரில் கண்டதும் ஒருங்கிணைப்பாளர்களுக்குக் கிலி பிறந்துவிட்டது. நாளைதான் உங்கள் நிகழ்ச்சி, ஆனால் இன்று இரவு நீங்கள் எங்களுக்குப் பாடிக் காட்டியாகவேண்டும். பிடித்திருந்தால்தான் மேடை தருவோம் என்று சொல்லிவிட்டார்கள். கங்குபாய் வாயைத் திறந்து பாட ஆரம்பித்த போது அவர் குரலைக் கேட்டு அவர்கள் கிலி மேலும் கூடியிருக்கவும் வேண்டும். ஆனால் முழுக்கக் கேட்டுமுடித்த போது பாரம் தாங்காமல் அவர்கள் கூனிக்குறுக நேர்ந்தது. திரிபுராவின் மகாராஜா அளித்த தங்கப் பதக்கத்தை அமைதியாகப் பெற்றுக்கொண்டு விடைபெற்றார்.

எத்தனைப் பேருக்கு மீண்டும் மீண்டும் விளக்குவது? எத்தனைமுறை ஒரே விஷயத்தைப் புரியவைப்பது? எத்தனை சந்தேகங்களைத் தீர்த்துவைப்பது? பெண் இசைக் கலைஞர் என்றால் பாலியல் தொழில் செய்பவரா என்றார் ஒருவர். என்னது நீ கங்காமதி சாதியா? மீன்பிடிக்கும் கீழ்ச்சாதியல்லவா அது? பிராமணர்கள் இருக்கும் இடத்தில் நீ எங்கே வந்தாய் என்று விழித்தார் இன்னொருவர். உன்னால் ராகமெல்லாம் பாடமுடியுமா என்று சபை நடத்துவோர் புருவங்களை உயர்த்தினர். என்னது எங்கள் நிகழ்ச்சியில் நீங்கள் பாடவேண்டுமா? பொதுவாக ஆண்கள்தாம் இதுபோன்ற பெரிய

விழாக்களில் பாடுவார்கள், தெரியுமல்லவா? விதிவிலக்காக வரவேற்ற மேல்சாதியினரும்கூட கங்குபாயை வராந்தாவில் அமரவைத்தே உணவு பரிமாறினார்கள். என்னை, என் இசையைப் புரிந்து ஏற்றுக் கொள்ள உனக்கு எத்தனை அவகாசம் தேவைப்படுமோ அதுவரை காத்திருக்கிறேன், அதுவரை போராடுகிறேன் என்றார் கங்குபாய். இந்துஸ்தானி உலகம் மெல்ல மெல்ல நெகிழ்ந்து கொடுத்து கங்குபாயை உள்ளே வர அனுமதித்தது. காலடி எடுத்து வைத்தபிறகு அந்த உலகை அவர் இசை மிக இயல்பாக ஆளத் தொடங்கிவிட்டது. எதிர்த்தவர்களும் பரிகசித்தவர்களும் சந்தேகித்த வர்களும் சருகுகளாகக் கலைந்துபோனார்கள்.

ஜெர்மனி, பிரான்ஸ், அமெரிக்கா, கனடா, பாகிஸ்தான், நேபாளம் என்று வலம் வர ஆரம்பித்தார் கங்குபாய். ஐந்தாம் வகுப்பு படித்திருந்த அவருக்கு நான்கு பல்கலைக்கழகங்கள் கௌரவ டாக்டர் பட்டமளித்துப் பெருமிதம் கொண்டன. ஐம்பது விருதுகளும் இருபத்து நான்கு பட்டங்களும் மழையாகக் குவிந்தன. ஒன்பது பிரதமர்களிடமிருந்தும் ஐந்து குடியரசுத் தலைவர்களிடமிருந்தும் அடுத்தடுத்து விருதுகள் பெற்றுக்கொண்டார். சங்கிலிகள் கழண்டு காணாமல் போய்விடவில்லை. அவை ஓய்வெடுத்துக் கொண்டிருக்கின்றன என்னும் புரிதல் அவருக்கு இறுதிவரை இருந்தது. ‘பத்ம பூஷண் விருது பெறுவதற்கு முந்தைய இரவு எனக்கு உறக்கமே வரவில்லை. இதுவரை அனுபவித்துவந்த மன உளைச்சல், வலி, வேதனை அனைத்தையும் மறந்துவிடமுடியுமா என்று முயன்று பார்த்தேன். மகிழ்ச்சியான ஒரு சந்தர்ப்பத்தில் நான் ஏன் இதை யெல்லாம் நினைக்கவேண்டும் என்று புரியவில்லை.’

தன் மகள் கிருஷ்ணா ஹங்கலை இந்துஸ்தானி உலகுக்கு அறிமுகப் படுத்தும்போது இரு துண்டுகளாகப் பிளவுண்டு கிடந்த அந்த உலகுக்கு எதிராகத் தனது போராட்டத்தை அடுத்த கட்டத்துக்குக் கொண்டுசென்றார் கங்குபாய். மேடையில் ஏன் ஆண், பெண் பேதம் தொடரவேண்டும்? ஒருவர் திறமையாக இருப்பதை விடவும் ஆணாக இருப்பது ஏன் முக்கியமானதாக இருக்கவேண்டும்? வாய்ப்புகளும் விருதுகளும் சன்மானமும் ஏன் ஆண்களுக்கும் பெண்களுக்கும் வெவ்வேறாக இருக்கின்றன? ஆண் கலைஞர்களை பண்டிட், உஸ்தாத் என்று அழைத்து மகிழ்பவர்கள், பெண்களை ஏன் பாய், பேகம், ஜான் என்று பாலினத்தை வைத்துப் பிரித்து அடையாளப் படுத்தவேண்டும்? பண்டிதா, விதூஷி என்று அவர்களுக்கும் சமமான முக்கியத்துவத்தை ஏன் அளிக்கக்கூடாது?

சபா நடத்துபவர்கள் தொடங்கி ஆல் இந்தியா ரேடியோவரை எங்கெல்லாம் பெண்களுக்குப் பாரபட்சம் காட்டப்படுகிறதோ

அங்கெல்லாம் தன் எதிர்ப்புகளை அழுத்தமாகப் பதிவு செய்தார் கங்குபாய். எலும்பு புற்றுநோய் தாக்கியபோதும் பாடுவதையும் கற்றுக்கொடுப்பதையும் போராடுவதையும் நிறுத்திக்கொள்ள வில்லை கங்குபாய். மெல்ல மெல்ல அவர் விடுபடுவதற்குள் மகள் கிருஷ்ணாவை அதே நோய் பிடித்துக்கொண்டது. அம்மாவுடன் இணைந்து பல கச்சேரிகளை நடத்தி பலருடைய பாராட்டுகளைப் பெற்ற கிருஷ்ணா 2004ம் ஆண்டு தனது 75வயது வயதில் இறந்து போனார். ஐந்தாண்டுகளுக்குப் பிறகு, 2009ம் ஆண்டு தனது 97வது வயதில் கங்குபாய் ஹங்கல் மாரடைப்பு ஏற்பட்டு மரணமடைந்தார். அவர் மறைந்தபிறகு இந்துஸ்தானி இசையுலகம் கங்குபாயை ஒரு கடவுளாக உயர்த்தி, வழிபட விரும்புகிறது. ஒரு சமூகப் போராளியாக அடையாளம் கண்டு அவரைப் பின்பற்ற முயல்வதைக் காட்டிலும் இது அவர்களுக்குச் சற்று எளிதானதாக இருக்கிறது போலும்.

கங்குபாய் ஹங்கல் இந்துஸ்தானி இசையுலகுக்கு மட்டும் சொந்தமானவர் அல்லர். கங்குபாயை உள்வாங்கிக்கொள்ள அவர் மேன்மைப்படுத்திய 'கிரனா கரானா' பாரம்பரியம் குறித்தோ இந்துஸ்தானி இசை அடிப்படைகள் குறித்தோ ஒருவர் தெரிந்து வைத்திருக்கவேண்டும் என்று அவசியமில்லை. எவரையும் எளிதில் பற்றிக்கொண்டுவிடும் வலிமை மிகுந்த இசை அவருடையது. ஒருவரை மென்மையாக வருடிக்கொடுக்கும் தன்மை கங்குபாயின் இசைக்கு இல்லை. மயக்கி இன்னோர் உலகுக்குக் கடத்திச்சென்று விடும் ஆற்றலோ அற்புதச் சக்தியோ அதற்கில்லை. உங்களை இந்த உலகோடும் அதன் அத்தனை முரண்பாடுகளோடும் பிசகுகளோடும் சேர்த்துக் கட்டிப்போட்டு நிறுத்தி வைக்கும் பலம் மட்டுமே அதற்கு இருக்கிறது. கால்களைப் பிணைக்கும் சங்கிலிகளை உணரச் செய்யவும் அறுத்தெறியவும் ஒரு குரலுக்கு எவ்வளவு வலிமை தேவைப்படுமோ அவ்வளவு வலிமை மட்டுமே கங்குபாயின் குரலுக்கு இருக்கிறது.

7. என் உடல் என்னுடையதல்ல

அந்தப் புத்தகத்தைப் படித்துமுடித்த பலரும் எதிர்பார்த்தது ஒன்றைத்தான். எப்படியாவது இதை மறந்துவிடவேண்டும். முடிந்த வரை விரைவாக. முடிந்தவரை முழுவதுமாக. அவர்கள் நம்பிக்கை யோடு இருந்தார்கள். வாசிப்பதற்குத்தான் மெனக்கெட வேண்டும். மறப்பதற்கு நாம் எதுவுமே செய்யவேண்டியதில்லை. படிக்கும் தருணத்தில் ஆழமான பாதிப்புகளை ஏற்படுத்தும் பல புத்தகங்கள் காலம் செல்லச்செல்ல காய்ந்த இலைபோல் சுருங்கி, முற்றாக நம்மைவிட்டு விலகிவிடுகின்றன. 'தி ஹேண்ட்மெய்ட்ஸ் டேல்' மற்றொரு இலை. அது உதிர்ந்து கீழே விழுவதற்கும், சருகாக மாறுவதற்கும், மெல்ல மெல்ல அடித்துச் செல்லப்படுவதற்கும் அதிக நேரம் எடுக்காது. வாழ்வின் அசுர ஓட்டத்தின் முன்னால் ஒரு 300 பக்க நாவல் எம்மாத்திரம்?

ஆனால் வெளிவந்து முப்பது ஆண்டுகளுக்கும் மேலாகிவிட்ட பிறகும் இந்த நாவலை வாசித்தவர்களால் அதை மறக்கமுடியாமல் போனபோது அவர்களுக்குப் பயம் வந்துவிட்டது. ஒருவேளை இது நம்மைவிட்டு அகலவே அகலாதோ? இந்தப் புத்தகத்திலுள்ள சொற்கள் அனைத்தும் நம்முள் முழுக்க இறங்கிவிட்டனவா? ஒவ்வொரு சொல்லும் வேர் பிடித்து உள்ளுக்குள் வளர ஆரம்பித்து விட்டதா? நினைவுகளைக் கடந்து உடல் முழுக்க இந்தப் புத்தகம் படர்ந்து பரவிவிட்டதா? ஓர் ஆவேசமான வேட்டை விலங்குக்கு நாம் இரையாகிவிட்டோமா?

வாசித்தவர்களை மட்டுமல்ல, எழுதியவரையுமேகூட அந்தப் புத்தகம் சக்கையாகப் பிழிந்து எடுத்துவிட்டது. மார்கரெட் அட்வுட் நினைவுகூர்கிறார். 'நான் உண்மையில் வேறு ஒரு நாவலைதான் கற்பனை செய்திருந்தேன். அதைத்தான் ஆர்வமாக எழுதிக் கொண்டிருந்தேன். ஆனால் 'தி ஹேண்ட்மெய்ட்ஸ் டேல்' என்னை

அவ்வப்போது இடைமறித்துக்கொண்டே இருந்தது. என்னைப் பிடித்து இழுத்து, கிளறி விட்டுக்கொண்டே இருந்தது. வாரக் கணக்கிலோ மாதக்கணக்கிலோ அல்ல, மூன்றாண்டுகள் இதை நான் அனுபவித்தேன். என்னை முதலில் முடித்துவிட்டு வேறு எழுது என்று அது என்னை வதைத்துக்கொண்டே இருந்தது. அதற்குமேல் தள்ளிப் போடுவது சாத்தியமில்லை என்ற சூழலில், நான் எழுத விரும்பியதை நகர்த்தி வைத்துவிட்டு எழுத விரும்பாத அந்த நாவலை எழுதத் தொடங்கினேன்.

ஒரு நாள் அமெரிக்க அதிபர் கொல்லப்பட்டுவிடுகிறார். அரசாங்கம் கவிழ்க்கப்படுகிறது. இனி நாங்கள்தான் எல்லாம் என்று ஒரு சிறிய குழு அறிவிக்கிறது. ஜனநாயகத்தை அழித்துவிட்டு அந்த இடத்தில் பைபிளை நிறுத்திவிட்டு, இனி மதமே நம் கோட்பாடு, அதுவே சட்டம், அதுவே அரசு என்று அறிவிக்கிறது அந்த வலதுசாரிக் குழு. தவிர்க்கமுடியாதபடி, முதல் தாக்குதல் பெண்கள்மீதாக இருக்கிறது. அதை ஒரு பெண்ணின் குரலில் பதிவு செய்திருக்கிறார் மார்கரெட் அட்வுட். தி ஹேண்ட்மெய்ட்ஸ் டேல் ஒரு பெண்ணின் கதை. அந்தப் பெண்ணுக்குப் பெயரில்லை. வலதுசாரிகள் அமைத்த புதிய உலகை அவள் விழிகள் வழியே நாம் காண்கிறோம். அவள் செவிகள் வழியே அந்த உலகின் அதிர வைக்கும் சத்தங்கள் நமக்குக் கேட்கின்றன. அவள் குரல் பெண்களின் ஒட்டுமொத்தக் குரலாக ஒலிக்கிறது. மார்கரெட் அட்வுட்டை வேறு எதுவும் செய்யமுடியாதபடிக்குப் பிடித்து உலுக்கிய குரல் இதுதான். அந்தக் குரலையே அவர் செவிமடுத்து தன் புத்தகத்தில் பதிவு செய்திருக்கிறார்.

எனக்குப் பெயரில்லை. அடையாளம் இல்லை. கடந்த காலம் என்றொன்றுமில்லை. நான் என்று என்னைக் குறிப்பிட்டுக்கொள்வது கூட இங்கு குற்றம். இங்கே நான் என்று எதுவும் இருக்கமுடியாது. நான் என்ன செய்யவேண்டும், எப்படிச் சிந்திக்கவேண்டும், எதைத் தீண்டவேண்டும், என்ன பேசவேண்டும், ஒரு நாளைக்கு எத்தனை அடிகள் நடக்கவேண்டும், நடக்கும்போது தலையை எப்படிச் சாய்த்து வைத்துக்கொள்ளவேண்டும் உள்ளிட்ட அனைத்தும் தெளிவாக வரையறுக்கப்பட்டுள்ளன. எதற்காக இந்தப் பைத்தியக்காரத்தனமான விதிகள் உருவாக்கப்பட்டன என்று எனக்குத் தெரியாது. ஆனால் அதை நான் கவனமாகப் பின்பற்றிக்கொண்டிருக்கிறேன்.

ஒரு காலத்தில் எனக்கும் உரிமைகள் இருந்தன; ஆனால் அந்த நினைவுகளைப் பலவந்தமாக அவர்கள் அழித்துவிட்டார்கள். நான் கால் பதித்து நடந்த பூமி நழுவிச்சென்றுவிட்டது. சுதந்தரம் என்னும் சொல்லை ரகசியமாகவும்கூட நான் சொல்லிப்பார்த்துக்கொள்ள

முடியாது. வீடு அதன் அர்த்தத்தை இழந்துவிட்டது. குடும்பம் என்னும் அமைப்பு சிதறடிக்கப்பட்டுவிட்டது. கணவன் என்று சொல்லிக்கொள்ள யாரும் இல்லை எனக்கு. எனக்கொரு குழந்தை இருந்தது. ஆனால் அந்தக் குழந்தையை இனி நான் பார்க்கமுடியாது. உன்னிடமிருந்து வந்தது என்பதால் அதை உன்னுடையது என்று நினைத்துக்கொள்ளாதே என்று எச்சரித்து பிரித்தெடுத்துவிட்டார்கள். என் சதையைக் கிழித்து எடுப்பதுபோல இருந்தது. ஆனால் பிறகு பழகிப்போய்விட்டது. இந்த உலகில் எல்லாமே ஒரு கட்டத்தில் பழகிப்போய்விடுகிறது.

என்னால் இனி மழையை ரசிக்கமுடியாது. ஓடமுடியாது. வழிபடாமல் இருக்கமுடியாது. பேசமுடியாது. படிக்கமுடியாது. தற்கொலை செய்துகொள்ளமுடியாது. என் உடல் அரசுக்குச் சொந்தமானது. தன் தேவைக்கேற்ப அரசு என் உடலை உபயோகித்துக்கொள்ளும். பயனற்ற உடல் பிளாஸ்டிக் குப்பையைப் போல் அப்புறப்படுத்தப்படும். குற்றமிழைத்தவர்கள் கொல்லப்படுவதை நான் பார்த்திருக்கிறேன். அந்தக் கொலை ஒரு சடங்குபோல் எங்கள் அனைவரின் முன்னாலும் நிகழ்த்தப்படும். ஓர் ஆண் அல்லது பெண்ணின் உடல் எப்படித் தூக்கில் தொங்குகிறது என்பது எனக்குத் தெரியும். நாங்கள் அதைப் பார்த்தாகவேண்டும். கால்களை உதறித்தள்ளிக்கொண்டிருக்கும் அந்த உடல் நாளை என்னுடையதாகவும் இருக்கலாம். இந்த எச்சரிக்கை உணர்வை எனக்குள் விதைப்பதுதான் இந்தப் பங்கேற்பின் நோக்கம்.

நான் சிவப்பு ஆடை அணிந்திருக்கிறேன். அது என் அரசின் தேர்வு. சிவப்பு என்பது பெண்மையின் அடையாளம். நான் தப்பியோடினால் தொலைவிலிருந்து கண்டுபிடித்து, சுட்டுக்கொல்லவும் சிவப்பு உதவும். என் உணவை அரசு தேர்ந்தெடுத்து வழங்குகிறது. என் அரசு சுட்டிக்காட்டும் ஆண் என் உடலைத் தீண்டுவான். பதிலுக்கு நான் ஓர் உயிரை அளிக்கவேண்டும். அந்த உயிர் பரிசோதிக்கப்படும். பழுதிருந்தால் நான் வேறொரு ஆணிடம் அனுப்பிவைக்கப்படுவேன். என்னிடம் பழுதிருந்தால் நான் கழித்துக் கட்டப்படுவேன். பழுதில்லாத குழந்தை என்னிடமிருந்து பிரிக்கப்பட்டுவிடும். பிறகு அடுத்த தீண்டலுக்கு நான் தயாராகவேண்டும். நானல்ல, என்மூலமாகத் தோன்றும் உயிரே அரசுக்கு முக்கியம்.

இப்படியெல்லாம் நடக்கும் என்று என்னிடம் யாராவது முன்னர் சொல்லியிருந்தால் விழுந்து விழுந்து சிரித்திருப்பேன். ஆனால் இன்று எல்லாமே நிஜமாகிவிட்டது. நான் அறிந்த அமெரிக்கா என் கண் முன்னால் அழிக்கப்பட்டுவிட்டது. என் அரசு என்பது ராணுவத்தின் நீட்சியாக இருக்கிறது. என் அரசுதான் என்

கடவுளாகவும் இருக்கிறது. என் அரசுக்கு எல்லைகள் இல்லை. என் உடலை மட்டுமல்ல என் எண்ணங்களையும் என் அரசு கண்காணிக்கிறது. தணிக்கை செய்கிறது. வழிநடத்துகிறது. திருத்துகிறது. தண்டிக்கிறது. நான் கிலியாட்டின் உடைமை.

என்னிடமிருந்து சொற்களை உருவியெடுத்துவிட்டார்கள். கனவு காணும் ஆற்றலை அழித்துவிட்டார்கள். போராடுவது இனியும் என் இயல்பாக இருக்கப்போவதில்லை. எதைக் குறித்து சிந்திப்பது என்று தெரியாததால் சிந்திப்பதையே நிறுத்திவிட்டேன். நான் இன்னமும் இறக்கவில்லை என்று மட்டுமே இப்போதைக்கு உறுதியாக என்னால் சொல்லமுடியும். நாளை எதுவும் நடக்கலாம். கடந்த காலத்தைப் போலவே எதிர்காலமும் என்னைவிட்டு விலகிச் சென்றுவிட்டது.

இப்படியெல்லாம் ஒரு நாவலை எழுதமுடியுமா என்று எனக்குள் பல சந்தேகங்கள் இருந்தன என்கிறார் மார்கரெட் அட்வுட். எந்தப் பிரச்னையும் இல்லாதபோது ஏன் இப்படியெல்லாம் நீ குரூரமாகச் சிந்திக்கவேண்டும்? அமெரிக்காவிலும் உலகிலும் ஜனநாயகம் இன்னமும் உயிர்த்திருக்கத்தானே செய்கிறது? பெண்கள் சுதந்தரமாக வெளியில் நடமாடிக்கொண்டுதானே இருக்கிறார்கள்? என்றெல்லாம் வாசகர்கள் கேட்பார்கள் என்று நினைத்தேன். இது ஒரு பைத்தியக்காரத்தனமான கதை என்று உலகம் நகைக்குமோ என்றும் யோசித்தேன். இருந்தும், என்னை வாட்டிக்கொண்டிருந்த இந்தக் கதையை என்னைவிட்டு வெளியில் எடுத்தபிறகே எனக்கு நிம்மதி பிறந்தது என்கிறார் ஆட்வுட்.

ஆனால் அதை வாசித்த உலகம் நிம்மதியிழந்துவிட்டது. இந்தப் புத்தகத்தை யாரும் படிக்கவேண்டாம் என்று அமெரிக்கப் பள்ளிக் கூடங்கள் மாணவர்களைக் கேட்டுக்கொண்டன. அட்வுட் பாவம், அவருக்கு என்ன ஆகிவிட்டதோ தெரியவில்லை என்று சிலர் கிண்டலாக நகைத்தார்கள். வேண்டுமென்றே அதிர்ச்சி மதிப்பீட்டுக்காக அவர் இப்படி எழுதியிருக்கிறார் என்று வேறு சிலர் நிராகரித்தனர். மற்றொரு பக்கம், இந்த நாவல் மெல்ல மெல்ல சமூகத்துக்குள் இறங்க ஆரம்பித்தது. விற்பனை சாத்தியங்களால் மொழிபெயர்ப்புகள் பெருகின. மார்கரெட் அட்வுடின் நாவல் புதிய வாசகர்களை ஈர்க்க ஆரம்பித்தது. அரசு, குடும்பம், ஜனநாயகம் அனைத்தும் உயிர்த்திருக்கும் சமூகங்களிலும்கூட பெண்கள் சுதந்தரமற்றவர்களாக இருந்ததைச் சுட்டிக்காட்டி பலர் அட்வுட்டை விவாதிக்க ஆரம்பித்தார்கள். இது பெண்ணிய நாவலா என்று பலர் அட்வுட்டிடம் கேட்டனர்.

ஒரு பெண்ணின் கதையை நான் எழுதினேன் என்றாலும் இதை ஒரு பெண்ணிய நாவல் என்று சுருக்கிவிடமுடியாது என்கிறார் அட்வுட்.

இது அதிகாரத்தைப் பற்றிய நாவல். அளவற்ற அதிகாரம் ஒரு சிலரின் கரங்களில் குவிந்தால் அவர்கள் சமூகத்தை எப்படி மாற்றுவார்கள் என்பதையே இந்த நாவலில் நான் விவரித்திருக்கிறேன். இதில் இருப்பவை எங்கும் நிகழக்கூடியவைதாம். என்னைச் சுற்றி நடைபெறும் சில மாற்றங்களைக் காணும்போது அவையெல்லாம் ஏற்கெனவே நிகழ ஆரம்பித்துவிட்டனவா என்னும் சந்தேகமே எழுகிறது.

அமெரிக்கா இந்த நாவலை முதலில் அசட்டை செய்தது. கனடாவைச் சேர்ந்த நீங்கள் எப்படி எங்கள் நாட்டைப் பற்றித் தவறாக எழுதலாம் என்றும் சிலர் முணுமுணுத்தனர். ஆனால் இந்நாவல் எழுப்பும் கேள்விகள் அமெரிக்காவைக் கடந்தது என்பதை அவர்கள் விரைவில் உணர்ந்துகொண்டனர். இந்தக் கதை நம் அனைவரோடும் உரையாடுகிறது, நம் அனைவரையுமே எச்சரிக்கிறது என்பதை உலகம் புரிந்துகொண்டது. அடிப்படைவாதம் வெற்றிபெற்றால் இப்படித்தான் நடக்கும். தனிமனித சுதந்தரத்தில் அரசு தலையிட்டால், ஆணாதிக்கம் இயல்பானது என்று நாம் எடுத்துக்கொண்டால், சர்வாதிகாரத் தலைமையை அனுமதித்தால் நம் நாடும் கிலியாடாக மாற்றம் பெற்றுவிடும். மற்றவர்களைப்பற்றி எனக்கு அக்கறையில்லை, நானும் என் குடும்பமும் என் வீடும் பத்திரமாக இருந்தால் போதும் என்று நாம் நினைக்க ஆரம்பிக்கும்போது நம் நாடு ஆக்கிரமிக்கப்படுகிறது. மார்கரெட் அட்வுட் நமக்கு வெளிச்சத்தை அளித்திருக்கிறார். அதைக் கொண்டு இருளைக் கண்டறிந்து அகற்ற வேண்டும். இல்லாவிட்டால் இருள் நம்மை மூழ்கடித்துவிடும்.

‘இதுவரை மனிதர்கள் இழைக்காத எந்தக் குரூரத்தையும் நான் இதில் பதிவு செய்யவில்லை’ என்கிறார் மார்கரெட் ஆட்வுட். அதனால்தான் இது அதிக அச்சமூட்டக்கூடியதாக இருக்கிறது. நம்மைவிட்டு அகலவும் மறுக்கிறது.

8. புத்தர் பேசினார்

அழகும் இளமையும் குழந்தைத்தனமும் பொங்க வலம் வந்து கொண்டிருந்த சுபா ஒரு நாள் தன்னுடைய நீண்ட கருங்கூந்தலைக் கத்தரித்துக்கொண்டார். ஊர் மக்கள் அதிர்ந்துவிட்டனர். உனக்கு என்ன ஆகிவிட்டது சுபா? புத்தி பேதலித்துவிட்டதா என்ன? ஊரே பொறாமைப்பட்ட உன் அழகை ஏன் நீயே இப்படிக் கெடுத்துக் கொண்டாய்? எந்த ஆடவன் இனி உன்னை மணப்பான்? உன் பெற்றோருக்கும் உறவினர்களுக்கும் எத்தனை பெரிய மன வருத்தத்தை ஏற்படுத்தியிருக்கிறாய் என்பதை உன்னால் உணரமுடிகிறதா? எதிர்படுபவர்கள் எல்லோரும் உன்னைப் பரிகசிப்பார்களே, என்ன செய்வாய்? குழந்தைகளும்கூட உன்னை விநோதமாகப் பார்க்குமே? உன் எதிர்காலமே கேள்விக்குறியாகி விட்டதே? என்னதான் ஆனது சுபா உனக்கு? வீட்டைவிட்டு நீ வெளியேறிவிட்டாய் என்றும் சொல்கிறார்கள். நீ ஏன் இப்படி வெளிறிய ஆடைகள் அணிந்திருக்கிறாய்? எங்கே தங்கியிருக்கிறாய்? எப்படிச் சாப்பிடுகிறாய்? எங்கே உறங்குகிறாய்? ஒரு பெண் இரவைத் தனியாகக் கழிப்பது ஆபத்து என்பது உனக்குத் தெரியாதா? சொல்லு, சுபா. உனக்கு என்ன ஆகிவிட்டது?

சுபாவின் முகத்தில் அழுத்தமான ஒரு புன்னகை ஒட்டிக் கொண்டிருந்தது. கூர்ந்து கவனிப்பவர்கள், அவர் முகம் முழுக்கப் பரவியிருந்த அமைதியையும் கவனித்திருக்கக்கூடும். ஆனால் சுபாவின் தோழிகளோ வெறுமையாக இருந்த அவர் தலையைத்தான் அச்சத்துடன் பார்த்துக்கொண்டிருந்தனர். இப்படி வந்து அமருங்கள், எனக்கு என்ன நடந்தது என்று சொல்கிறேன் என்று அவர்களை ஆற்றுப்படுத்தினார் சுபா. 'நானும் உங்கள் எல்லோரையும் போலத்தான் இருந்தேன். ஒரு நாள் புத்தர் குறித்து அறிய நேர்ந்தது. அந்த நாளை என்னால் மறக்கமுடியாது. என் வாழ்வைத் தலைகீழாகத் திருப்பிப்

போட்ட தினம் அது. புத்தர் எனக்கு இரு அழகிய விழிகளை வழங்கினார். அவற்றை அணிந்து பார்த்தபோது உலகம் வேறு விதமாக எனக்குக் காட்சியளிக்க ஆரம்பித்தது. அதுவரை இன்பம் அளித்துவந்த அனைத்தும் அதற்குப் பிறகு சலிப்பையே ஏற்படுத்தின. என் உடலைக் கண்டே எனக்கு அச்சம் ஏற்பட்டது. விடுதலைக்காக நான் ஏங்க ஆரம்பித்தேன். என் வீட்டைவிட்டும், உறவினர்களை விட்டும், பணியாளர்களை விட்டும், கிராமத்தை விட்டும், வயல்வெளிகளை விட்டும் நான் வெளியேறினேன். என்னிடமிருந்த செல்வத்தைக் கடந்து நான் முன்னேறி நடக்கத் தொடங்கினேன். தங்கமும் வெள்ளியும் இனி என்னை ஈர்க்காது. எல்லாவற்றையும் இழந்தபிறகு மனம் லேசாகிப்போனது. சுதந்தரமாகச் சிந்திப்பதும் சாத்தியமானது.'

நாம் அருகருகில் நின்று பேசிக்கொண்டிருந்தாலும் நமக்குள் பெரும் இடைவெளி விழுந்து கிடக்கிறது என்பதையும் விளக்கினார் சுபா. நீங்கள் வசித்துக்கொண்டிருக்கும் உலகிலிருந்து நான் வெளியேறி விட்டேன் என்று மெல்லிய குரலில் சொன்ன சுபா, அதற்கான காரணங்களையும் அடுக்கினார்.'பேராசை கொள்ளும்படி இந்த உலகம் என்னைத் தூண்டுகிறது. இளமை என்பது இன்பங்களைத் துய்ப்பதற்குத்தான்; வா, இதையெல்லாம் அனுபவி என்று கொக்கிப் போட்டு என்னை அது இழுத்துவைத்துக்கொள்கிறது. நானும் இத்தனை காலம் மயங்கித்தான் கிடந்தேன். ஆனால் இன்று எனக்கு விழிப்பு வந்துவிட்டது. இன்பங்கள் எங்கெல்லாம் நிறைந்து கிடக்கின்றனவோ அங்கெல்லாம் ஆபத்துகள் ஒளிந்து கொண்டிருப்பதை நான் என் கண்களால் கண்டேன். என்னை மயக்கி ஈர்த்துவிட்டு பிறகு சக்கையைப்போல் பிழிந்தெடுத்து, தூர எறிந்துவிடுகின்றன இந்த உலகின் இன்பங்கள். என் புலன்களைத் தூண்டிவிட்டு பிறகு என்னையே வீழ்த்திவிடுகின்றன. இன்பம் பாம்புபோல் ஆபத்தானது என்பதை புத்தர் புரியவைத்தார். எனவே, எதிரிகளைவிட்டு விலகியிருப்பதைப்போல் இன்பங்களை விட்டும் நான் விலகியிருக்கிறேன். நான் இப்போது இருப்பது புத்தரின் உலகில்.'

அனுபமாவுக்கு நேர்ந்ததும் கிட்டத்தட்ட இதே போன்ற ஓர் அனுபவம்தான். 'உனக்கு இணையாக யாருமில்லை அனுபமா என்றுதான் என்னைப் பார்ப்பவர்கள் எல்லோரும் சொல்வார்கள். இளவரசர்கள் பலர் என் அழகில் மயங்கி என்னை மணக்க போட்டி போட்டார்கள். எனக்கு அனுபமாவைக் கொடுங்கள். அவள் எடையைவிட எட்டு மடங்கு தங்கமும் வெள்ளியும் தருகிறேன் என்றுகூட ஒருவர் என் தந்தையை அணுகினார். இந்நிலையில் நான் கௌதமரைக் கண்டேன். அவர் என்னை இந்த உலகிலிருந்து

விடுவித்தார். நான் அனைத்தையும் துறந்துவிட்டு அவர் வழியைப் பின்பற்ற ஆரம்பித்தேன். என்னைக் காணோம் என்று தேடிக் கொண்டிருந்தவர்கள் ஒரு கட்டத்தில் என்னைத் தேடுவதை நிறுத்திக் கொண்டார்கள். ஆனால் நான் என் தேடலை இந்த விநாடிவரை நிறுத்தவில்லை.'

தந்திகாவுக்குக் கிடைத்தது வேறு வகையான தரிசனம். 'ஒரு யானை குளத்திலிருந்து எழுந்து வருவதைக் கண்டேன். காலை மடக்கு என்று யானை பாகன் அதட்டினான். உடனே யானை பணிவுடன் கீழே குனிந்தது. யானைப் பாகன் யானையின் காலின்மீது தன் காலைப் பதித்து மேலே ஏறினான். அந்தக் காட்சியைப் பார்த்தவுடனே எனக்குப் புரிந்துவிட்டது. பார்ப்பதற்கு மிரட்சியளிக்கும் வகையில் பெரிய அளவில் இருந்தாலும் யானையைக் கட்டுப்படுத்துவது சாத்தியம்தான். எனில், அலைபாயும் என் மனதையும்கூட என்னால் கட்டுப்படுத்தமுடியும் அல்லவா?'

சுபாவும் அனுபமாவும் தந்திகாவும் அவர்களைப் போன்ற வேறு பலரும் கிமு 6 மற்றும் 3ம் நூற்றாண்டுக்கு இடைப்பட்ட காலத்தில் வாழ்ந்தவர்கள். வெவ்வேறு பின்னணியைச் சேர்ந்தவர்கள் என்றாலும் ஒவ்வொருவரும் ஒவ்வொரு வழியில் புத்தரைக் கண்டடைந்திருக்கிறார்கள். அதாவது, பௌத்தத்தை. பௌத்தம் என் வாழ்வில் நுழைந்தபிறகு என் உடலும் உள்ளமும் மாறிவிட்டன. அவற்றை உங்களிடம் பகிர்ந்துகொள்வதே என் நோக்கம் என்கிறார்கள் இவர்கள். இவர்களுடைய குரல்கள் தெரிகதா என்றும் நூலில் பதிவாகியுள்ளது. மூத்த பௌத்தத் துறவிகள் பாலி மொழியில் இயற்றிய பாடல்களே தெரிகதா. (தெரி என்றால் மூத்த பெண்கள், கதா என்றால் பாடல்கள்). மொத்தம் 73 கவிதைகள் தெரிகதாவில் இடம்பெற்றிருக்கின்றன. இதில் பல இடங்களில் புத்தர் வருகிறார் என்றாலும் தெரிகதாவின் மையம் அவரல்ல. அவருடைய உபதேசங்கள்மூலம் பெண்கள் பெற்றுக்கொண்ட அனுபவங்களே பாடலின் மையம். பௌத்த அமைப்புகள் தெரிகதாவை ஏற்று, அங்கீகரித்துள்ளன. உலக அளவில் பெண் எழுத்துக்கு ஒரு மத நிறுவனத்தின் அங்கீகாரம் கிடைத்தது இதுவே அநேகமாக முதல்முறையாக இருக்கவேண்டும் என்கிறார்கள் ஆய்வாளர்கள்.

வாசேத்தி தன் மகனை இழந்த துக்கம் தாளாமல் அரற்றிக் கொண்டிருந்தபோது புத்தரின் தம்மம் அவரை அடைந்தது. 'என்னுடைய வருத்தங்கள் நீங்கிச் செல்ல ஆரம்பித்தன. என் துக்கம் முடிவடைந்ததைக் கண்டேன். எனக்கு இப்போது எல்லாம் புரியத் தொடங்கியது. இனி எப்படி கவலைகள் என்னைத் தீண்டும்?' என்கிறார் அவர்.

புத்தர் என்னைப் புறவுலகிடமிருந்து மட்டுமல்ல என்னிடமிருந்தும் மீட்டெடுத்தார் என்கிறார் அம்பாலி. 'என் கேசம் தேனீக்களைப் போல் கறுப்பாகவும் மினுமினுப்பாகவும் இருந்தது. இன்று அதில் நரைகூடிவிட்டது. என் புருவங்கள் ஒரு காலத்தில் அழகாக வில்லைப் போல் வளைந்திருந்தன. இப்போது சுருங்கி, கீழிறிங்கிவிட்டது. என் கண்கள் அழகாகவும் கூர்மையாகவும் இருக்கும். இன்று அவற்றிலுள்ள பளபளப்பு மறைந்துவிட்டது. விழிகள் மட்டுமா? என் மூக்கு, முகம், பற்கள், கழுத்து,தோள், கைகள், விரல்கள் அனைத்துமே களையிழந்துவிட்டன. என் பற்கள் மஞ்சளாகிவிட்டன. என் உடல் சோர்ந்தும் உலர்ந்தும் தளர்ந்தும்விட்டது. காலம் என் அழகையும் இளமையையும் தின்றுவிட்டது. என் செருக்கு குலைந்து விட்டது. பழைய வீடுபோல் என் உடல் உதிர ஆரம்பித்துவிட்டது. இருந்தும் இன்று நான் ஏன் இது குறித்தெல்லாம் கலங்காமல் இருக்கிறேன் தெரியுமா? இப்படியெல்லாம் ஆகும் என்று புத்தர் ஏற்கெனவே சொல்லிவிட்டார். அவர் சொன்னதுதான் நடந்திருக்கிறது. எனவே எனக்கு அதிர்ச்சியில்லை. மாறாக,தெளிவே கிடைத்திருக்கிறது.'

உன் துக்கம் நிரந்தரமானதல்ல என்கிறார் புத்தர். உன் அழகும் இளமையும் நிழல்போல் கரைந்துவிடும் என்கிறார் அவர். நீ தேடிப்போகும் இன்பங்கள் இன்பங்களே அல்ல என்கிறார். உன் வீடு உன்னைச் சிறை வைத்துள்ளது என்கிறார். வீடு மட்டுமல்ல, உன் உலகமும்தான். உலகம் மட்டுமல்ல, உன் உடலும்கூட உன்னைச் சிறைபடுத்தியிருக்கிறது என்கிறார் புத்தர். உடல் மட்டுமா? உன் மதமும்தான். நீ எதையெல்லாம் புனிதம் என்று கருதினாயோ, எதையெல்லாம் நம்பினாயோ, எதையெல்லாம் கண்டு பெருமிதம் கொண்டாயோ அவையனைத்தும் உன்னை ஒரு காலத்தில் கைவிடும் என்றும் சொன்னார் புத்தர்.

பெண் என்றால் அழகு. பெண் என்றால் குடும்பம். பெண் என்றால் பணிவு. பெண் என்றால் குழந்தை, குட்டிகள். பெண் என்றால் தகப்பன், கணவன், உறவுகள். பெண் என்றால் கட்டுப்பாடு, அடக்கம், பண்பு. பெண் என்றால் நாணம், காதல், காமம். பெண் என்றால் சொல்லப்பட்டதைக் கேள்வியின்றி ஏற்றுக்கொள்வது. பெண் என்றால் நறுமணம் வீசும் தைலத்தையும் ஆடவரை மயக்கும் ஆடைகளையும் அணிந்துகொள்வது. பெண் என்றால் இன்பத்தைத் துய்ப்பது அல்லது துய்க்க விரும்புபவருக்கு உடன்படுவது. பெண் என்றால் எதையும் ஏற்பது, ஓரிடத்தில் முடங்கியிருப்பது, ஊருக்கும் உலகுக்கும் பயந்துகிடப்பது. பெண் என்றால் முன்னோர்களுக்கும் பெரியோர்களுக்கும் வேதங்களுக்கும் கட்டுப்படுவது. இப்படி நீ நினைத்திருந்தால் உன்னை நீ மாற்றிக்கொள் சுபா என்றார் புத்தர்.

அனுபமா, உன் பாதையை நீ வகுத்துக்கொள், உன் விதிகளை நீயே உருவாக்கிக்கொள் என்றார் புத்தர். அழகு என்பது உடலில் இல்லை என்று அம்பாலியிடம் சொன்னார் புத்தர். நீ வாழும் உலகம் ஆண்களின் விருப்பங்களால் கட்டமைக்கப்பட்டிருக்கிறது. அவர்களுடைய விழிகளைக் கொண்டு உலகைக் காணாதே. அவர்கள் தங்கள் நலன்களுக்காகக் கட்டமைத்து வைத்திருக்கும் கட்டுப்பாடு களுக்குள் முடங்கிவிடாதே. அவர்களுடைய அதிகாரத்துக்கு உன்னை ஒப்புக்கொடுத்துவிடாதே என்று வாசேத்தியிடம் சொன்னார் புத்தர்.

ஆடவர்களின் துணையின்றி ஒரு பெண் தனியாக எங்கும் செல்லக் கூடாது; எதையும் செய்யக்கூடாது என்று மனு தனது தர்மத்தைப் போதித்துக்கொண்டிருந்த சமயத்தில் புத்தர் தன்னுடைய தம்மத்தை முன்வைத்தார். சான்றோர்களும் துறவிகளும் ஆடவர்களிடம் உரையாடிக்கொண்டிருந்தபோது புத்தர் பெண்களை நெருங்கி அவர்களுடன் உரையாடினார். அறிவும் அறிவுக்கான தேடலும் அனைவருக்கும் பொதுவானது என்று அறிவித்தார். துறவு உள்பட அனைத்தும் அனைவருக்கும் பொது என்றார். அதிகாரத்தை எதிர்த்து கேள்விகள் கேள் என்றார். உனக்கான விடைகளை நீயே தேடிக் கண்டுபிடி என்றார். உண்மையாகவும், எளிமையாகவும், சுடர்விடும் அழகோடும் இருப்பதால் இன்றும் நம்மால் தெரிகதாவோடு உணர்வுபூர்வமாக ஒன்றிப்போகமுடிகிறது. இந்தப் பாடல்களை வாசிக்க நீங்கள் ஒரு பௌத்தராகவோ பெண்ணியவாதியாகவோ, ஏன் ஒரு பெண்ணாகவோகூட இருக்கவேண்டியதில்லை. புத்தர் நம் அனைவருடனும் பேச விரும்புகிறார்.

9. வியட்நாம் சிறுமி

எனக்கு அப்போது ஒன்பது வயது. என்னைச் சுற்றி என்ன நடக்கிறது என்பதை என்னால் திட்டவட்டமாகப் புரிந்துகொள்ளமுடியவில்லை என்றாலும் நான் வாழ்ந்துகொண்டிருந்தது பாதுகாப்பற்ற ஓர் உலகில் என்பது மட்டும் ஒருவரும் சொல்லாமலே புரிந்தது. என் நாடு வியட்நாம். என் மனத்துக்கு நெருக்கமான அழகிய நாடு. எல்லோருக்கும் அவரவர் நாடு அழகானது. எல்லோரும் அவரவர் நாட்டை நேசிக்கிறார்கள். ஆனால் சிலர் ஏன் இன்னொரு நாட்டை வெறுக்கிறார்கள்? அதனை அழிக்கவேண்டும் என்று ஏன் துடிக்கிறார்கள்? ஒருவரை நீங்கள் நேசிக்கவேண்டுமானால் இன்னொருவரை வெறுக்கவேண்டுமா என்ன? தெரியவில்லை. ஆனால் வியட்நாமில் தினம் தினம் குண்டு வீசிக்கொண்டே இருக்கிறார்கள். நாங்கள் அதையெல்லாம் கண்டு பயப்படக்கூடாது என்று பெரியவர்கள் பாவம், கவனமாகப் பொத்திப் பொத்திதான் எங்களை வைத்திருந்தார்கள். ஆனால் அந்தப் பிசாசு எப்படியோ எங்கள் பார்வைக்கும் தட்டுப்பட்டுவிட்டது.

8 ஜூன் 1972. வழக்கம் போல் என் நண்பர்களுடன் கோயிலுக்குள் விளையாடிக்கொண்டிருந்தேன். திடீரென்று ஒரு விநோத வாசம். வெளியில் எங்கோ, ஏதோ எரிவதுபோல் இல்லை? யோசித்துக் கொண்டிருந்தபோதே படை வீரர்கள் கோயிலுக்குள் ஓடிவந்தார்கள். இங்கிருந்து ஓடுங்கள் என்று விரட்டினார்கள். நாங்கள் வெளியேறி ஓடத் தொடங்கினோம். தற்செயலாகத் தலையை உயர்த்திப் பார்த்தேன். நான்கு குண்டுகள் மேலிருந்து விழுந்துகொண்டிருந்தன. என்னைச் சுற்றிலும் தீ பற்றி எரியத் தொடங்கியது. வேறு யாரும் என் கண்களுக்குத் தெரியவில்லை. நான் பார்த்துக்கொண்டிருக்கும்போதே என் ஆடைகளையும் நெருப்பு பற்றிக்கொண்டது. மூச்சிறைக்க ஓட ஆரம்பித்தேன். என் ஆடைகள் பொசுங்கி உதிர ஆரம்பித்தன. என்

உடலிலும்கூட தீ பற்றிக்கொண்டுவிட்டதா? ஆடையைப்போல் தோலும் பொசுங்கி உதிர்ந்துவிடுமா? அப்போது என்னிடம் என்ன மிஞ்சி நிற்கும்?

•

அந்தக் காட்சியை என் வாழ்நாளில் மறக்கமுடியாது என்கிறார் புகைப்படக் கலைஞரும் பத்திரிகையாளருமான 21 வயது நிக் உட். அசோசியேட்டட் பிரஸ் நிறுவனத்தைச் சேர்ந்த இவரும் ஒரு வியட்நாமியர்தான். கிராமப்புறத்துக்குச் செல்லும் வழியில் அமைந்திருந்த ஹைவே 1 என்னும் பகுதியில் சக பத்திரிகையாளர்களுடன் பொழுதைக் கழித்துக்கொண்டிருந்தார் நிக் உட். அமெரிக்க வீரர்கள் சிலரும் உடனிருந்தனர். அப்போது தலைக்கு மேலே இரண்டு விமானங்கள் பறப்பதை அவர் கண்டார். அந்த விமானங்கள் இரண்டும் குண்டுகளை வீசியபடி பறந்துகொண்டிருந்தன. தொடர்ந்து, திபுதிபுவென்று தன்னை நோக்கி பலர் ஓடிவருவதை நிக் உட் கண்டார். அடுத்து என்ன செய்யவேண்டும் என்று நிக்குக்குத் தெரிந்துவிட்டது. இந்தத் தருணத்தை இழந்துவிடாதே என்று அவருடைய உள்ளுணர்வு எச்சரித்திருக்கவேண்டும்.

நிக்கிடம் அப்போது இரண்டு காமிராக்கள் இருந்தன. நிகான், லெய்கா. முதலில் அவர் நிகானைத்தான் தேர்ந்தெடுத்தார். நீண்டு செல்லும் திறன்மிக்க அதன் லென்ஸை வைத்து வானத்தில் தோன்றிய கருமேகத்தை அவர் முதலில் படம் பிடித்தார். கூச்சலுடன் மக்கள் நெருங்கிவந்ததும் அவர் நிகானை நகர்த்திவைத்துவிட்டு லெய்காவை நெருங்கினார். முகங்களைப் படம்பிடிக்க இதுவே வசதியானதாக இருக்கும். நிக் தனது இரண்டாவது காமிராவை இயக்கத் தயாராகிக் கொண்டிருந்தபோது அவருடன் இருந்த இரு பத்திரிகையாளர்களும் அதே காட்சியைப் படம்பிடிக்க முயன்றுகொண்டிருந்தார்கள். ஆனால் இருவருடைய புகைப்படக் கருவிகளிலும் படச்சுருள் பாக்கியிருக்கவில்லை. வரலாற்றில் நிலைத்து நிற்கும் வாய்ப்பு நிக்குக்கு மட்டுமே கிடைத்தது.

ஒரு வயதான பெண் தன் கையில் எதையோ ஏந்தியபடி ஓடிவந்துகொண்டிருந்தார். நிக் அவரைத்தான் முதலில் படம் பிடித்தார். அருகில் வந்தபிறகு தெரிந்தது, அவர் கவனமாக ஏந்தி வந்தது ஒரு சிறிய மனித உடலை. அதற்குப் பிறகு குழந்தைகள் ஓடிவருவதை அவர் கண்டார். மொத்தம் ஐந்து பேர். அந்த ஐவரில் ஒரு சிறுமியின் கோலமும் ஓலமும் அவர் அடிவயிற்றைக் கலக்கின.

•

'நோங் ஹ¯வா, நோங் ஹ¯வா!' (ஐயோ அதிகம் கொதிக்கிறதே!) என்று கத்தியபடியே அந்தச் சிறுமி என்னை நோக்கி ஓடி வந்து கொண்டிருந்தாள் என்று நினைவுகூர்கிறார் நிக். தனது காமிராவை அணைத்துவிட்டு குழந்தைகளை நோக்கி ஓடினார் நிக். தண்ணீர், தண்ணீர் என்று கத்தினார். சிலர் தண்ணீரைக் கொண்டுவந்தார்கள். உடனடியாக குழந்தைகளை மருத்துவமனைக்குக் கொண்டு செல்ல வேண்டும். குறிப்பாக, கதறிக்கொண்டிருக்கும் இந்தச் சிறுமிக்கு உடனடி சிகிச்சை அவசியம் என்பதை நிக் உணர்ந்தார். நிலைமையைச் சட்டென்று புரிந்துகொண்டு கைவசமிருந்த பிளாஸ்டிக் மழை கோட்டை ஒருவர் அளித்தார். அதைக் கொண்டு அந்தச் சிறுமியின் உடலைப் போர்த்திவிட்டார் நிக்.

அவள் பெயர் ஃபான் தி கிம் ஃபுக் என்பதையும் நிக் அறிந்து கொண்டார். நாங்கள் அழைத்துச்செல்கிறோம் என்று உடனிருந்தவர்கள் சொன்னாலும் நிக்குக்கு மனம் கேட்கவில்லை. அவரும் மருத்துவ மனைக்குச் சென்றார். அதற்குள் கிம் ஃபுக் மயங்கிச் சரிந்துவிட்டார். திடீரென்று நினைவு திரும்பும், பலவீனமாக முனகியபடி மீண்டும் மயக்கத்தில் சென்றுவிடுவார். இவளை மீட்பது சிரமம் என்றார்கள் பரிசோதித்த மருத்துவர்கள். அநேகமாக அவள் இன்னும் சில மணி நேரங்களில் இறந்துபோகலாம் என்று ஒருவரும் இன்னும் சில நிமிடங்கள்தான் என்று இன்னொருவரும் இதோ அவள் இறந்துவிட்டாள் என்று வேறொருவரும் சொன்னார்கள். பிணவறைக்கு எடுத்துச் செல்லும் ஏற்பாடுகள் முடுக்கிவிடப்பட்டன. வண்டியில் வைத்து உருட்டித் தள்ளி உள்ளேயும் கொண்டுபோய்விட்டார்கள்.

•

வாழ்த்துகள்! மிக முக்கியமான ஒரு வரலாற்றுத் தருணத்தை நீங்கள் பதிவு செய்திருக்கிறீர்கள், நிக். வியட்நாம் மீதான அமெரிக்காவின் போர் மனிதத்தன்மையற்றது என்பதை உணர்த்த இந்த ஒரு படம் போதும். இருந்தாலும் இதை வெளியிடமுடியாமல் போனதற்கு வருந்துகிறோம் என்றது அசோசியேட்டட் பிரஸ். அதற்கு அவர்கள் அளித்த காரணம் விவாதத்துக்கு அப்பாற்பட்டதாக இருந்தது. நிர்வாணப் படங்களை வெளியிடுவதில்லை என்பது நம் நிர்வாகத்தின் விதிமுறை. எது தனது படத்தை வேறொரு தளத்துக்குக் கொண்டு சென்றதோ, எது தன்னுடைய படத்தை உண்மையானதாகவும் உக்கிரமானதாகவும் மாற்றியதோ அதுவே அந்தப் படத்துக்கு எதிரானதாகவும் இருந்ததை நிக் உணர்ந்தார்.

ஒருவரும் பார்க்கக்கூடாத ஒரு காட்சியை நான் படம் பிடித்து விட்டேனா என்றால் ஆம். அனைவரும் கண்டே தீரவேண்டிய ஒரு காட்சியா இது என்றால் நிச்சயமாக ஆம். மனிதகுலத்தை வெட்கத்திலும் அவமானத்திலும் தள்ளப்போகும் ஒரு படம் இது. ஒரு கையில் தேநீர் கோப்பையை ஏந்திக்கொண்டு இன்னொரு கையால் செய்தித்தாளைப் பிரித்து வைத்துக்கொண்டு இந்தப் படத்தை நீங்கள் உள்வாங்கிக்கொள்ளமுடியாது. உங்கள் கோப்பையையும் உங்களையும் சேர்த்தே சிதறடிக்கப்போகும் படம் இது. ஒரு சிறுமியின் நிர்வாணத்தை அல்ல, நம்முடைய கூட்டு நிர்வாணத்தைத்தான் இது வெளிச்சம் போட்டுக் காட்டுகிறது. ஆயிரம் கோடி கதிரவனின் ஒளி உங்களை ஊடுருவி உங்கள் செயலற்றத்தன்மையை வெளியில் எடுத்துப்போட்டு பரிகசிக்கப்போகிறது. ஆயிரம் கோடி இரவுகளின் இருளுக்குள் நீங்கள் உங்களைப் புதைத்துக்கொள்ளப்போகிறீர்கள்.

இந்தப் படத்தை ஒருவரும் விரும்பப்போவதில்லை. அதற்காகவேனும் இதை நாம் வெளியிட்டே தீரவேண்டும். நிக் உட்டின் உணர்வுகளை ஏற்றுக்கொண்ட அசோசியேட்டட் பிரஸ் விதிமுறைகளைத் தளர்த்திக் கொண்டு படத்தை அச்சிட்டது. நிக் எதிர்பார்த்ததுதான் நடந்தது. செய்தித்தாளைப் பிரித்தவர்கள் அனைவரும் ஒரு கணம் திகைத்துப் போனார்கள். ஐயோ, இந்தச் சிறுமியிடம் ஆடையே இல்லை! அடுத்த கணம் திகைப்பு, பேரதிர்ச்சியாக மாறியது. கடவுளே, இவளுக்கு என்ன ஆகிவிட்டது? யார் இந்தக் குழந்தை? அவளுடன் இருக்கும் மற்ற நான்கு குழந்தைகள் யார்? நிலத்திலிருந்து வானத்துக்கு எழுந்துசெல்லும் அந்தக் கரும்புகையை உருவாக்கியவர் கள் யார்? சுற்றிலுமுள்ள ராணுவ வீரர்கள் என்ன செய்துகொண்டிருக் கிறார்கள்? என்ன நடந்துகொண்டிருக்கிறது இந்த உலகில்?

ஒரு கணத்துக்கும் குறைவான அவகாசத்தில் நிக் எடுத்த அந்தப் படம் உலகின் ஆன்மாவைப் பற்றிக்கொண்டது. அந்தச் சிறுமியின் நிர்வாணம் காண்போர் அனைவரையும் வீழ்த்தி நிலத்தில் சாய்த்தது. அவளது இடுங்கிய கண்களை நேரடியாகத் தரிசிக்கமுடியாமல் பலர் அவமானத்தில் தலையைக் கவிழ்த்துக்கொண்டனர். கோரமான பல போர்க்காட்சிகளை அவர்கள் கண்டிருக்கிறார்கள், மனம் நொந்து கடந்து சென்றிருக்கிறார்கள். இந்தப் படத்தில் ஒரு சொட்டு ரத்தமில்லை. ஆனால் வாயைப் பிளந்து பீறிட்டு அலறும் குழந்தைகள் ரத்தமும் சதையுமாக இதில் உறைந்துபோய்கிடக்கிறார்கள். அவர்களுடைய ஓலம் காகிதத்தைக் கடந்து நம் செவிகளைத் தாக்கிக் கிழிக்கிறது. நம் நம்பிக்கைகளை, கனவுகளை, பெருமிதங்களைச் சுக்கல் நூறாக உடைத்துப் போடுகிறது. வியட்நாமை அமெரிக்கா என்ன செய்துகொண்டிருக்கிறது என்பதை அந்நாட்டு மக்கள் பலர்

இந்தப் புகைப்படம் வாயிலாகத்தான் முதல்முதலாகத் தெரிந்து கொண்டனர். இது மனிதகுலத்தின் அவமானம் என்றாலும் ஓர் அமெரிக்கனாக நான் கூடுதல் அவமானம் கொள்கிறேன். என்னுடைய நிலத்திலிருந்து சென்ற விமானம்தான் இந்தச் சிறுமியை நிர்வாணப் படுத்தியிருக்கிறது என்பது என்னைக் கூசச் செய்கிறது. ஓர் அமெரிக்கனாகப் பிறந்ததற்கு வெட்கப்படுகிறேன். இது நிச்சயமாக என் போர் அல்ல. இது என் அரசின் அருவெறுப்பூட்டும் பயங்கரவாதச் செயல். இந்தச் சிறுமி என் அரசிடமிருந்துதான் தப்பியோடுகிறாள். இந்தச் சிறுமியின் தோல் உரிந்து விழுவதற்குக் காரணம் என் அரசு. இதை என்னால் அனுமதிக்கமுடியாது. இந்தப் போரை முன்னெடுக்கும் இழிவான ஓர் அரசை அமெரிக்கர்களாகிய நாம் ஒன்றுதிரண்டு எதிர்த்தாகவேண்டும். இந்தப் போரை நாம் நிறுத்தியாகவேண்டும்.

●

பதினான்கு மாத தீவிர கண்காணிப்புக்குப் பிறகு (தோல் மாற்று அறுவை சிகிச்சை உள்பட 17 அறுவை சிகிச்சைகள் மேற்கொள்ளப் பட்டன.) கிம் ஃபுக் பிழைத்துக்கொண்டார். திருமணமாகி இரு குழந்தைகளுடன் தற்சமயம் கனடாவில் வசித்துவருகிறார். விமானத் தாக்குதலில் பங்கெடுத்த அமெரிக்க வீரர் ஒருவர் கிம்மைச் சந்தித்து அவரிடமிருந்து மானசீக மன்னிப்பைப் பெற்றுக்கொண்டார். பல கருத்தரங்கங்களில், சர்வதேச மேடைகளில் கிம் கலந்துகொண்டு உரையாற்றினார். பட்டங்களும் விருதுகளும் அங்கீகாரங்களும் பூக்கொத்துகளும் அவரை நாடி வந்தன. நபாம் குண்டு வீச்சு நடைபெற்று 11 மாதங்கள் கழித்து, 8 மே 1973 அன்று நிக் உட்டுக்கு புலிட்ஸர் விருது அளிக்கப்பட்டது. ஓய்வு பெற்றபிறகு மனைவி, இரு குழந்தைகளுடன் அமெரிக்காவில் வசிக்கிறார். எழுந்து நடந்து வீட்டுக்குத் திரும்பும்வரை தொடர்ச்சியாக கிம்மை மருத்துவமனை யில் சந்தித்து ஆறுதல் அளித்துவந்தார் கிம் உட். இந்த நிமிடம்வரை அவர்கள் இருவரும் தொடர்பில் இருக்கிறார்கள். நபாம் சிறுமி அல்லது வியட்நாம் சிறுமி என்று அழைக்கப்படும் கிம் ஃபுக்கின் படம் வெளிவந்து ஓராண்டு கழித்து அமெரிக்கா தோல்வியுற்ற ஒரு நாடாக வியட்நாமிலிருந்து பின்வாங்கியது.

கடந்த காலத்தை நம்மால் மாற்றமுடியாது. ஆனால் எதிர்காலத்தை மாற்றும் திறன் நம்மிடம்தான் இருக்கிறது என்கிறார் கிம். இப்போதும் என்னைச் சந்திக்க வருபவர்கள் அந்தச் சிறுமியின் படத்தைப்பற்றித் தான் பேசுகிறார்கள். என் வாழ்வோடு அந்தப் புகைப்படம் ஒன்றுகலந்து விட்டது என்று நினைக்கிறேன் என்கிறார் நிக். தவறு. நம் வாழ்வோடு ஒன்றுகலந்துவிட்ட படம் அது.

10. பயங்கரவாதி என்றும் அழைக்கப்பட்டேன்

சுடர்விடும் அறிவும் குழந்தைத்தனமான முகமும் பொங்கி வழியும் உற்சாகமுமாக வலம்வந்த அனுவைப் பிடிக்காதவர்களே யாரும் இருக்கமுடியாது. முகத்தைவிடப் பெரிய கண்ணாடியை அணிந்து கொண்டு எந்நேரமும் புத்தகமும் கையுமாக இருக்கும் இந்தப் பெண், கல்லூரிப் படிப்பை முடித்தபிறகு ஒரு பேராசிரியராகவோ ஆய்வாள ராகவோ எழுத்தாளராகவோ மாறக்கூடும் என்றே அவரை அருகிலிருந்து கண்டவர்கள் அனைவரும் எதிர்பார்த்தனர். சர்வதேச மாநாடுகளிலும் கருத்தரங்குகளிலும் செய்தித்தாள்களிலும் புத்தகங்களின் அட்டையிலும் அனுவை இனி காணமுடியும் என்று அவர்கள் நம்பினர். அனுவும்கூட படித்து முடித்து சிறிது காலத்துக்கு இவர்கள் அனைவரும் கணித்து வைத்திருந்த பாதையில்தான் சென்றுகொண்டிருந்ததுபோல் இருந்தது. எல்லோரும் விரும்பியதுபோல் ஓர் இளம் அறிவுஜீவியாகத்தான் அவர் உருப்பெற்றுக்கொண்டிருந்தார். பிறகு எப்படி அவர் திசை மாறிப் போனார்?

அனுராதா காந்தி என்றோ அனுராதா கண்டி என்றோ அவர் பெயர் இன்று உச்சரிக்கப்படுகிறது. நெருங்கியவர்களுக்கு, அனு. பிறந்தது 28 மார்ச் 1954 அன்று. அம்மா குமுத் ஷன்பக் ஒரு குஜராத்தி. அரசியலில், பொதுப் பணிகளில் அக்கறை கொண்டவர். அப்பா கர்நாடகாவைச் சேர்ந்தவர்; மும்பை உயர் நீதிமன்றத்தில் செல்வாக்கு மிக்க வழக்கறிஞராகப் பணியாற்றியவர். அனு எங்களுடைய முதல் குழந்தை. அவள் பிறந்தவுடன் மானசீகமாக நாங்கள் எங்கள் குழந்தையைப் புரட்சிக்கு அர்ப்பணித்துவிட்டோம் என்று தன் வாழ்க்கை வரலாற்று நூலில் எழுதுகிறார் கணேஷ். இந்த இருவர் மட்டுமல்ல, அனுவின் அம்மா வழி மாமா, அத்தைகள் என்று குடும்பத்தில் பலரும் இந்தியக் கம்யூனிஸ்ட் கட்சியில் உறுப்பினர் களாக இருந்தவர்கள். அனுவின் பெற்றோர் திருமணம் செய்துகொண்டது

மும்பையிலுள்ள கம்யூனிஸ்ட் கட்சி அலுவலகத்தில்தான். அந்த வகையில் அனுவின் முதல் பள்ளிக்கூடம் அவர் வீடுதான்.

அனு ஓர் உற்சாகமான குழந்தை. ஆற்றல்மிக்கவள் என்பது அவளைப் பார்க்கும்போதே தெரிந்துவிடும் என்கிறார் குமுத் ஷன்பக். அமைதியான சுபாவம் என்றாலும் கோபமும் வரும். விலங்குகளை யாராவது துன்புறுத்தினால் கொதித்துப் போய்விடுவாள். வீட்டு வேலை செய்பவர்களை, தொழிலாளர்களை, ஏழைகளை யாராவது பரிகசித்தால் வெடித்துவிடுவாள். அக்காதான் எனக்கு உலகப் பார்வையைக் கற்றுக்கொடுத்தார் என்கிறார் அனுவின் சகோதரர், சுனில் ஷன்பாக். சிறுவயதில் நான் விடுதியில் தங்கி படித்துக் கொண்டிருந்தேன். அப்போது அனு எனக்கு நீள நீளமான கடிதங்கள் எழுதியனுப்புவார். தன்னைச் சுற்றி நிகழும் ஒவ்வொன்றையும் கூர்ந்து அவதானித்து விரிவாக அலசுவது அவர் வழக்கம் என்கிறார் சுனில். பின்னாளில் சுனில் குறிப்பிடத்தக்க ஓர் இடதுசாரி நாடகாசிரியராக உயர்ந்ததற்கு அனுவின் பங்களிப்பு முக்கியமானது.

1970களின் தொடக்கத்தில் அனு மும்பையின் புகழ்பெற்ற எல்ஃபின்ஸ்டோன் கல்லூரியில் சமூகவியல் படித்துக்கொண்டிருந்த போது மகாராஷ்டிராவின் கிராமப்புறப் பகுதிகள் மோசமான பஞ்சத்தை எதிர்கொண்டன. பசியிலும் பட்டினியிலும் வாடி மரித்த ஏழை மக்களின் கதைகளைக் கேள்விப்பட்டு திடுக்கிட்டுப் போனார் அனு. சக மாணவர்களுடன் இணைந்து பாதிக்கப்பட்ட மக்களை நேரில் சென்று சந்தித்து அவர்களுக்கான நிவாரணப் பணிகளில் ஈடுபட ஆரம்பித்தார். ஒரு பஞ்சம் மனிதர்களை என்னவெல்லாம் செய்யும் என்பதை முதல் முறையாக அனு உணர நேர்ந்தது. எலும்பும் தோலுமாகச் சுருங்கிக் கிடந்த உடல்கள் அவரை அதிரச் செய்தன என்றால் அந்நிலையிலும் மரணத்தை எதிர்த்து அவர்கள் நடத்திய போராட்டம் அனுவுக்கு உத்வேகமூட்டுவதாக இருந்தது. வாழ்க்கை என்பதும் போராட்டம் என்பதும் ஒன்றேதானா?

வளமும் வறட்சியும் அருகருகில் வளர்ந்துகொண்டிருப்பது ஒருவரையும் சங்கடப்படுத்துவதில்லை. இருப்பவர்களின் கரம் சற்றே நீண்டு சென்றால் போதும், இல்லாமை மறைய ஆரம்பித்துவிடும். ஆனால் அவ்வாறு நடப்பதில்லை. அது வேறு உலகம், எனக்கும் அதற்கும் தொடர்பில்லை என்று நாகரிக நகரம் குற்றவுணர்வின்றி செல்வத்தைப் பெருக்கிக்கொண்டு போகிறது. வறுமையும் நோயும் மரணமும் பெருகுவதை அந்த உலகம் கண்டுகொள்வதில்லை. நேரமும் இல்லை, விருப்பமும் இல்லை. அப்பாவும் அம்மாவும் ஏன் இடதுசாரி அரசியலைப் பற்றிக்கொண்டிருக்கிறார்கள் என்பது அனுவுக்குப் புரிந்தது.

இந்த உணர்வு தோன்றியதும் அனுவின் புலன்கள் கூர்மையடைந்தன. மகாராஷ்டிரா மட்டுமல்ல, உலகமே கொந்தளிப்பான ஒரு காலகட்டத்தில்தான் தள்ளப்பட்டிருக்கிறது என்பது புரிந்தது. அமெரிக்காவில் வியட்நாம் போருக்கு எதிராக மக்கள் வீதிகளில் திரண்டு குரல் கொடுத்துக்கொண்டிருந்தார்கள். முதலாளித்துவம், நுகர்வு கலாசாரம், அமெரிக்க ஏகாதிபத்தியம் ஆகியவற்றுக்கு எதிராக பல்கலைக்கழக மாணவர்கள் வீரஞ்செறிந்த தொடர் போராட்டங்களை முன்னெடுத்தனர். இசை, பாடல், எழுத்து ஆகிய கலை வடிவங்களைக் கொண்டு மாணவர்கள் அதிகாரத்துக்கும் அடக்குமுறைக்கும் எதிராகக் கொடுத்த குரல் அந்நாட்டைக் கடந்து உலகம் முழுவதிலும் எதிரொலித்தது. சீனா கலாசாரப் புரட்சியால் குலுங்கிக் கொண்டிருந்தது. இந்தப் பின்னணியில் நக்சல்பாரியில் வெடித்துக் கிளம்பிய புரட்சிகரப் பேரலைகள் அனுவின் சிந்தனைகளை முற்றிலுமாக ஆக்கிரமித்துக்கொண்டன. அநீதியை, ஏற்றத்தாழ்வை, அடிமைத்தனத்தை, அடக்குமுறையை எதிர்த்து எளிய மக்கள் போராடும்போது மாணவர்களும் அறிவுஜீவிகளும் அவர்கள் பக்கம் நிற்கவேண்டும். அது அவர்களுடைய சமூகக் கடமை என்பதை இந்நிகழ்வுகள் அவருக்கு உறுதிசெய்தன. அடித்தட்டு மக்கள் ஒன்றுசேர்ந்து குரல் உயர்த்தும்போது பெரும்பலமிக்க அதிகார வர்க்கம் அஞ்சி நடுங்குவதை அனு கண்டார். ஓர் ஒளிக்கீற்றுபோல் அந்த அனுபவம் அவர் மனத்தில் நிரந்தரமாகப் பதிந்துபோனது.

நக்சல்பாரி போராட்டம் காந்தம்போல் அனுவைப் பற்றிக் கொண்டது. ஆயிரக்கணக்கான மாணவர்கள் தங்கள் படிப்பையும் எதிர்காலக் கனவுகளையும் கைவிட்டுவிட்டு கிராமங்களுக்கு அணிவகுத்துச் சென்று மக்கள் பின்னால் அணிதிரண்டதை அவர் கண்டார். நக்சல்பாரி இயக்கத்தால் ஈர்க்கப்பட்டு தொடங்கப்பட்ட ஒரு மாணவர் இயக்கத்தோடு இணைந்து செயல்படும் வாய்ப்பு அவருக்கு அமைந்தது. அவர்களுடன் சேர்ந்து டெல்லியிலுள்ள சேரிப்பகுதிகளில் சுற்றித் திரிந்தார் அனு. மகாராஷ்டிர கிராமப்புறம் பஞ்சத்தின் கோர முகத்தை வெளிப்படுத்தியது என்றால், டெல்லி சேரிகள் சாதி என்னும் கொடூரமான அமைப்பின் முழு உருவத்தையும் அனுவுக்கு வெளிப்படுத்தியது. ஏழைமையை ஒழித்தால் போதாது, சாதி பாகுபாடுகளையும் ஒழித்தால்தான் பெரும்திரளான மக்களுக்கு விடுதலை சாத்தியப்படும் என்பதை அனு உணர்ந்தார். இடதுசாரி அரசியல் நூல்கள் அவருக்கு அறிமுகமானது இந்தச் சமயத்தில்தான். அனுவின் அடுத்தகட்ட பயணத்துக்கு மார்க்சியம் ஒரு கைவிளக்காகத் திகழ்ந்தது.

இதற்கிடையில் சமூகவியல் துறையில் எம்ஃபில் பட்டம் பெற்று, கல்லூரிப் பேராசிரியராக மாறினார் அனு. பாடத் திட்டத்தைக் கடந்து

விரிவாகவும் அழகாகவும் வகுப்புகள் எடுத்த அனு, மாணவர்களுக்குப் பிடித்த பேராசிரியராக இருந்ததில் வியப்பேதும் இல்லை. மற்றொரு அறிவுஜீவியும் நக்சல்பாரி போராளியுமான கோபாட் காந்தியைக் காதலித்து மணம் செய்துகொண்டார். சில ஆண்டுகளுக்குப் பிறகு மும்பையிலிருந்து நாக்பூருக்கு இருவரும் குடிபெயர்ந்தனர். நாக்பூர் பல்கலைக்கழகத்தில் இணைந்து பணியாற்றத் தொடங்கினார் என்றாலும் அரசியலும் களப் பணிகளும் அவரைப் பிடித்து இழுத்துக்கொண்டே இருந்தன. பகுதிநேரப் போராளியாக இருப்பது சாத்தியமில்லை என்பது புரிந்ததும் முழுக்கவே தன்னை இயக்கத்திடம் ஒப்படைத்தார் அனு. இயக்கத் தோழர்களே ஆச்சரியம் கொள்ளும் அளவுக்கு அவருடைய வாசிப்பும் பணிகளும் தீவிரமடைந்தன.

அம்பேத்கர், கார்ல் மார்க்ஸ் இருவரையும் அனு கற்றிருந்தார் என்பதால் இந்தியாவின் தனித்துவமான பிரச்னையான சாதி, உலகம் தழுவிய பிரச்னையான வர்க்கம் இரண்டையும் அவரால் தனித்தனியாகவும் ஒருங்கிணைத்தும் புரிந்துகொள்ள முடிந்தது. ஒரு பக்கம் மாவோயிஸ்ட் இயக்கத்தின் பெண்ணிய முகமாகவும் தலித்திய முகமாகவும் அனு இருந்தார் என்றால் இன்னொரு பக்கம் தலித்தியத்தின் மார்க்சிய முகமாகவும் மார்க்சியத்தின் பெண்ணிய முகமாகவும் அவரால் பிரகாசிக்கமுடிந்தது. சித்தாந்தங்களில் தென்பட்ட போதாமைகளைக் களப்பணிகளைக் கொண்டு நிறைவு செய்துகொள்ளும் ஆற்றல் அனுவிடம் இருந்தது. நூல்களிலிருந்து திரட்டிக்கொண்ட ஒளியை பஸ்தார், தண்டகாரண்யா போன்ற இருள் நிறைந்த கானகப் பிரதேசங்களுக்கு எடுத்துச்சென்று பரப்பியதைப் போல், களப்பணியில் கிடைத்த அனுபவங்களைக் கற்றறிந்த பிரிவினருக்குக் கொண்டுசென்று சேர்த்தார். அந்த வகையில், இரு வேறாகப் பிளவுண்டு கிடந்த இரு உலகங்களையும் ஒருங்கிணைக்கும் அசாத்தியமான ஒரு பெருமுயற்சியில் அனு தன்னைக் கரைத்துக்கொள்ள ஆரம்பித்தார்.

பேனாவை ஒரு வலுவான ஆயுதமாக மாற்றியமைத்தன அனுவின் மெலிந்த விரல்கள். தத்துவத்தையும் நடைமுறையையும் இணைப்பது எப்படி? இந்திய ஜனநாயகம் அனைத்து மக்களையும் உள்ளடக்கியதாக ஏன் இல்லை? தேர்தல் அரசியலைக் கொண்டு ஏன் அடிப்படை மாற்றங்களை ஏற்படுத்தமுடியவில்லை? அரசு யாருக்கான அமைப்பாக நடைமுறையில் இருக்கிறது? நம் அரசியல் தலைவர்கள் கட்டமைத்த நிறுவனங்களால் ஏன் ஏற்றத்தாழ்வைச் சரிசெய்ய முடியவில்லை? ஏன் சாதியை அகற்றமுடியவில்லை? ஏன் கிராம நகர இடைவெளியைக் குறைக்கமுடியவில்லை? அரசால்

முதலாளித்துவத்தைக் கட்டுக்குள் வைத்திருக்கமுடியவில்லையா அல்லது இவர்கள் இருவரும் ஒன்றிணைந்து செயல்படுகிறார்களா? சிறு பத்திரிகைகள், பிரசுரங்கள், ஆய்விதழ்கள், பழங்குடிகளுக்கான வகுப்பறைக் குறிப்புகள் என்று அனு விரிவான பல தளங்களில் மராத்தி, இந்தி, ஆங்கிலம் மூன்றிலும் தொடர்ச்சியாக எழுதினார். Scripting the Change என்னும் தலைப்பில் அவருடைய எழுத்துகளிலிருந்து தேர்ந்தெடுக்கப்பட்ட ஒரு பகுதி பின்னாள்களில் வெளிவந்தது.

அனு போன்ற படித்த, மேல்தட்டு பெண்ணால் நம்மோடு இணைந்திருக்கமுடியுமா என்னும் சந்தேகம் நக்சல்பாரி இயக்கத்துக்கு மட்டுமல்ல, பழங்குடி மக்களுக்கும்கூட தொடக்கத்தில் இருக்கத்தான் செய்தது. ஆனால் அனு இருவரையும் தன்னுடைய தன்னலமற்ற சேவைகளின்மூலமும் அதே குழந்தைத் தனமான புன்னகையின் மூலமும் ஒருசேர வென்றெடுத்தார். நான் கற்றுக்கொடுப்பதற்காக வரவில்லை, உங்களிடமிருந்து கற்கவே வந்திருக்கிறேன்; எனக்கு உங்கள் மொழியை முதலில் கற்றுக்கொடுங்கள் என்று கோண்டு பழங்குடிப் பெண்களின் கரங்களைப் பற்றிக்கொண்டார் அனு. மற்ற சமயங்களில் இயக்கத் தோழர்களுக்கும் ஆர்வமுள்ள பழங்குடி மக்களுக்கும் அரசியல் வகுப்புகள் எடுத்தார். 1997ல் மற்றொரு பஞ்சத்தை அனு காணவேண்டியிருந்தது. இந்தமுறை பஸ்தாரில் நூற்றுக்கணக்கான பழங்குடி மக்கள் பசியால் உயிரிழந்தனர். அதே பகுதியில் வசித்த செல்வந்தர்களின் கிடங்குகளில் தானியங்கள் நிரம்பிவழிந்தபோது, அனுவின் தோழர்கள் அவற்றைக் கைப்பற்றி பழங்குடிகளுக்குப் பிரித்தளித்ததையும் அனு கண்டார். இதுதான் நீதியா என்று கேட்பவர்களுக்கு இந்தக் காடு பற்றியும் தெரியாது, நீதி பற்றியும் தெரியாது என்று நினைத்துக்கொண்டார் அனு.

மலேரியாவின் பிடிக்குள் அனு மீண்டும் மீண்டும் சென்று திரும்பிய காலகட்டமும் இதுவேதான். பத்து கிலோ வரை எடை குறைந்தது. அனுவின் கையெழுத்து முத்து முத்தாக இருக்கும் என்பதால் கையெழுத்துப் பிரசுரங்களையும் அரசியல் முழக்கங்களையும் அவரை எழுத வைத்துதான் தோழர்கள் வாங்கிச் செல்வார்கள். இப்போது அனுவால் ஒரு சொல்லைக்கூட எழுதமுடியாமல் போனது. அரசால் தேடப்படும் ஒரு பயங்கரவாதியாக அனுவும் கோபாட் காந்தியும் மாறியதும் அப்போதுதான். ஒருமுறை பலத்த துப்பாக்கிச் சண்டைகளுக்கு மத்தியில் உயிரைக் கையில் பிடித்தபடி அனு தப்பியோடி வரவேண்டியிருந்தது. துடிப்புடன் ஓடிக்கொண்டிருந்த அனுவால் முதல் மாடியில்கூட ஏறமுடியாத நிலை ஏற்பட்டபோது, அனு நீங்கள் ஓய்வெடுத்துக்கொள்ளுங்கள் என்று உடனிருந்தவர்கள்

கேட்டுக்கொண்டனர். என்னைப் படுக்கையில் முடக்கிப்போட்டு விடாதீர்கள் தோழர்களே என்று புன்னகைத்து மறுத்துவிட்டார் அனு.

'இடையில் சில சமயம் அனு என்னை நாடி வருவாள். உட்கார வைத்து அவள் தலைமுடியைப் பிரித்து எண்ணெய் தடவி வாரிவிடுவேன். ஒரு கட்டத்துக்குமேல் அவள் வருவதும் நின்றுபோய்விட்டது' என்று நினைவுகூர்ந்தார் அனுவின் அம்மா. அனுவுக்கு திடீரென்று வயதாகிவிட்டதைப்போல் இருந்தது. உடல் பெருத்துப்போனது. அதே சமயம் குழந்தைத்தனமான அவள் முகம் மட்டும் மாறவேயில்லை என்கிறார் கோபாட் காந்தி. இதற்கிடையில், இந்தியக் கம்யூனிஸ்ட் கட்சி (மாவோயிஸ்ட்) இயக்கத்தின் மத்திய கமிட்டி உறுப்பினர்களில் ஒருவராக அனு உயர்த்தப்பட்டார். நோய், ராணுவம் இரண்டையும் ஒரே சமயத்தில் எதிர்த்துப் போராடிக் கொண்டிருந்தார் அனு. ஏதேனும் உதவி அல்லது சந்தேகம் கேட்டு அனு, அனு என்று குழந்தைகளும் பழங்குடிப் பெண்களும் முடிவற்று அவரைத் தேடி வந்துகொண்டே இருந்தார்கள்.

ஒரு கட்டத்தில் ஒன்றுமே செய்யமுடியாத அளவுக்குப் பெருங்காய்ச்சல் அனுவை வீழ்த்திப்போட்டபோது, சாக்குபோக்கு எதுவும் சொல்லாமல் மும்பை மருத்துவமனைக்குச் சென்று பரிசோதித்துக்கொண்டு தனது ரத்த மாதிரியையும் கொடுத்துவிட்டு வந்தார் அனு. இந்தமுறை அவரைத் தாக்கியிருப்பது உயிர்க்கொல்லி மலேரியா என்பது கண்டறியப்பட்டது. உடனடியாக அனுவை எச்சரிக்க விரும்பிய மருத்துவமனை அவர் அளித்திருந்த செல்பேசி எண்ணை மீண்டும் மீண்டும் முயன்று பார்த்து ஓய்ந்துவிட்டது. அனுவை அவர்களால் தொடர்புகொள்ளவே முடியவில்லை. காரணம், பாதுகாப்புக் காரணங்களுக்காக அனு அன்று மருத்துவமனையில் கொடுத்திருந்தது தவறான ஓர் எண்ணை. தன் பெயரையும்கூட அவர் மாற்றித்தான் அளித்திருந்தார்.

11 ஏப்ரல் 2008 அன்று ஒரு சருகு போல் அனு தளர்ந்து சரிந்தபோது, தோழர்கள் அவரை அள்ளியெடுத்துக்கொண்டு மருத்துவமனைக்கு ஓடினார்கள். ஆனால் அதற்குள் காலம் கடந்துவிட்டிருந்தது. மறுநாள் தனது 54 வது வயதில் அவர் இறந்துபோனார்.

11. சிறிய விஷயங்களின் கடவுள்

'என்ன செய்யவேண்டுமோ அதைச் செய்கிறேன். எதை எழுத வேண்டுமோ அதை எழுதுகிறேன். இது செய்தால் என்ன கிடைக்கும், அதைச் செய்யாவிட்டால் என்ன கிடைக்கும் என்றெல்லாம் யோசிக்க வேண்டிய அவசியம் நல்லவேளையாக எனக்கு இல்லை. மாறிக் கொண்டிருக்கும் சூழலுக்கு ஏற்றவாறு நான் வினையாற்றுகிறேன். எப்போது ஒரு கட்டுரை எழுதவேண்டும், எப்போது ஒரு நாவல் எழுத வேண்டும் என்பதை நான் மட்டுமே தீர்மானிப்பதில்லை. உன் படைப்பு களில் எது மையமாக இருக்கிறது என்று என்னைக் கேட்டால், நீதி என்றே சொல்வேன். நீதி என்பது பிரமாண்டமான, அழகான, புரட்சிகரமான ஒரு சிந்தனை. அதைத்தான் நான் தேடிக்கொண்டிருக்கிறேன்.'

டெல்லியில் உள்ள அருந்ததி ராயின் வீட்டில் சமையலறையிலும்கூட புத்தகங்களும் பத்திரிகைகளும் நிரம்பி வழிந்துகொண்டிருக்கின்றன. மற்ற இடங்களில் துணிமணிகள். பேட்டி எடுக்க யாராவது வரும்போது மட்டுமல்ல, தன்னைப் புகைப்படம் எடுக்கும்போதுகூட தான் அமர்ந்திருக்கும் அறையையோ தனக்கு முன்னாலுள்ள மேஜையையோ ஒழுங்குபடுத்த அவர் முயற்சி செய்வதில்லை. இங்கே எல்லாமே குப்பையாகவும் அழுக்காகவும்தான் இருக்கும் என்று சிரிக்க மட்டுமே செய்கிறார். சில தினங்களுக்கு முன்பு பசி எடுத்ததால், ஆம்லெட் செய்ய முயற்சி செய்தேன். என்ன செய்தேன் என்று நினைவில்லை. வீடு முழுக்க புகை. பேசாமல் வீட்டைப் பூட்டிக்கொண்டு வெளியில் கிளம்பிவிட்டேன்!

நீங்கள் என்ன எழுதினாலும் கடும் எதிர்ப்புகள் வருகின்றன. தனியாக இருப்பதற்குப் பயமாக இல்லையா என்று கேட்டால் மறுக்கிறார். நான் தனியாக இல்லை. வீதியில் உள்ள வண்டி ஓட்டுநர்களும் சிகரெட் விற்பவர்களும் எனக்குப் பாதுகாப்பாக இருக்கிறார்கள். அவர்கள் போக, நான் நாய்களைப் பெரிதும் நம்புகிறேன். வாசலில்,

மாடிப் படிக்கட்டுகளில் என்று என் வீட்டைச் சுற்றிலும் தெருநாய்கள் உறங்கிக்கொண்டிருக்கின்றன. இவர்களையெல்லாம் கடந்து எனக்கு ஒன்றும் ஆகிவிடாது. என்ன ஒன்று, சிறிது காலம் முன்பு, என் வீட்டை உடைப்பதாக நினைத்துக்கொண்டு, பாவம் இரண்டுமுறை பக்கத்து வீட்டில் கல்லெறிந்து கலாட்டா செய்திருக்கிறார்கள்.

இருபதாண்டு இடைவெளிக்குப் பிறகு வெளிவந்துள்ள அருந்ததி ராயின் இரண்டாவது நாவலின் பெயர், தி மினிஸ்டரி ஆஃப் அட்மோஸ்ட் ஹாப்பினஸ். அஞ்சும் என்னும் திருநங்கையைச் சுற்றிப் பின்னப்பட்டிருக்கிறது இந்நாவல். ஒரு ஹிஜ்ராவான உனக்கு இங்கே இடமில்லை என்று அனைவரும் சொல்லிவிட்டதால் வீட்டிலிருந்து வெளியேறி தன்னையொத்த மற்றவர்களுடன் இணைந்து வாழ்கிறார் அஞ்சும். அவருக்கு 46 வயதாகும்போது குஜராத் கலவரத்தில் சிக்கி மீள்கிறார். இந்த உலகிலிருந்து நான் வெளியேறினாலும் அதன் ஆக்டோபஸ் கரங்கள் என்னை விடுவிக்கப்போவதில்லை என்பதை உணரும் அஞ்சும் தன்னுடைய புதிய இருப்பிடத்தை ஒரு விநோதமான இடத்தில் அமைத்துக்கொள்கிறார். அது ஓர் இடுகாடு. ஜனாத் என்று அதற்குப் பெயரிடுகிறார். இந்த உருது சொல்லின் பொருள் சொர்க்கம். நாளடைவில் இங்கே தீண்டத்தகாதவர்கள், இஸ்லாத்துக்கு மதம் மாறியவர்கள், ஹிஜ்ராக்கள் என்று தொடங்கி சமூகத்தால் ஒதுக்கப்பட்டவர்கள் பலர் அடைக்கலம் புகுகிறார்கள். ஜைநாப் என்னும் குழந்தையும் ஒருநாள் அங்கே கண்டெடுக்கப்படுகிறது. அதை அஞ்சும் தத்தெடுத்து வளர்க்கிறார். அஞ்சுமின் போராட்டத்தோடு சேர்ந்து இந்துத்துவம், வகுப்புவாதம், காஷ்மிர் என்று பல இழைகள் நாவலில் பின்னிப் படர்ந்திருக்கின்றன.

இது அரசியல் நூலா என்றால் ஆம். நாவலா என்றால் ஆம். இரண்டையும் பிரிக்கும் எல்லையைக் கண்டறிவது சிரமமானது. இந்நாவலே எல்லைகளைப் பற்றியதுதான் என்கிறார் அருந்ததி ராய். இதில் வரும் ஒவ்வொரு கதாபாத்திரத்துக்கும் ஓர் எல்லை உண்டு. எதுவரை நான் அல்லது எதுவரை என்னுடையது என்னும் கேள்வி இங்கே முக்கியத்துவம் பெறுகிறது. எந்த எல்லைவரை நீங்கள் அனுமதிக்கப்படுகிறீர்கள் என்பதும் எந்த எல்லைவரை உங்கள் சகிப்புத்தன்மை நீள்கிறது என்பதும்கூட முக்கியமானது. இந்த எல்லைகளைப் பற்றித் தெரிந்துகொள்ளவேண்டுமானால் நீங்கள் ஜனாத்துக்கு வருகை தரவேண்டும். இது சொர்க்கமா என்று தெரியாது. ஆனால் எல்லோருக்கும் நிச்சயம் இங்கே இடமுண்டு என்பதால் அது சொர்க்கமாகத்தான் இருக்கவேண்டும். இந்தச் சொர்க்கம் இறந்த காலத்தின்மீது எழுப்பப்பட்டிருக்கிறது என்பது ஒரு பொருட்டல்ல. காரணம் அது எதிர்காலத்தையே கட்டமைக்கிறது.

இந்த நாவலை அருந்ததி ராய் எழுதி முடித்தபோது, எந்தப் பதிப்பகத்துக்கு உங்கள் நாவலை அளிக்கலாம் என்று கேட்டார் அவருடைய இலக்கிய ஏஜெண்ட். கேட்டுவிட்டுச் சொல்கிறேன் என்று பதிலளித்தார் அருந்ததி ராய். இந்தப் பதிலைக் கேட்டுத் திகைத்துப்போனார் ஏஜெண்ட். உறவினர்கள், நண்பர்கள் என்று யாரிடமும் நீங்கள் எதற்கும் அனுமதி கேட்பதுபோல தெரியவில்லையே ராய்? நீங்களும் நானும் பேசி ஒரு முடிவுக்கு வந்துவிடமுடியும் அல்லவா? ஏற்கெனவே பல விண்ணப்பங்கள் வந்துவிட்டன. ஒவ்வொருவரும் ஒவ்வொரு ராயல்டி தொகையை அளிப்பதாகச் சொல்லியிருக்கிறார்கள். யார் அதிகம் அளிக்கிறார்களோ அவர்களுக்கு புத்தகத்தை அளிப்பதுதானே நடைமுறை? இல்லை, அப்படிச்செய்ய வேண்டாம். என் நாவலில் இடம்பெறும் கதாபாத்திரங்களைக் கேட்டுவிட்டுச் சொல்கிறேன் என்று சில நிமிடங்கள் அமைதியாக இருந்துவிட்டு, தன்னுடைய தேர்வைச் சொன்னார். இருப்பதிலேயே குறைவான தொகையை அளிப்பதாகச் சொன்ன பதிப்பகம் அது. பரவாயில்லை, அவர்களுக்கு அந்தப் பதிப்பகத்தைப் பிடித்து விட்டது. அவர்களிடமே ஒப்படைத்துவிடுங்கள்!

அருந்ததி ராயின் முதல் நாவலுக்கு (காட் ஆஃப் ஸ்மால் திங்ஸ்) உலகம் ஆரவாரமான வரவேற்பை அளித்தது. புக்கர் விருது பெற்ற அந்நாவல் 42 உலக மொழிகளில் மொழிபெயர்க்கப்பட்டு எட்டு மில்லியன் பிரதிகள் விற்பனையாயின. பணம் குறித்த என் கவலைகள் அனைத்தையும் தீர்த்துவிட்ட நாவல் அது. எவ்வளவு ராயல்டி வருகிறது என்று நினைவில்லை என்று சிரிக்கிறார் அருந்ததி ராய். ஆனால் அதை நான் மட்டுமே எடுத்துக்கொள்வதில்லை. அது வேறு வழிகளில் பயன்படுத்தப்பட்டுவருகிறது என்கிறார். முதல் நாவல் வெளிவந்து, அசாதாரணமான புகழ்வெளிச்சத்தில் நீந்திக் கொண்டிருந்த போது, அருந்ததி ராய் நாவல் எழுதுவதை நிறுத்திக் கொண்டார். அப்போது நான் மத்திய தர மக்களின் இதயத்தைக் கவர்ந்திருந்தேன். எல்லா இதழ்களும் அட்டையில் என் புகைப்படத்தை வெளியிட்டிருந்தன. அதற்குப் பிறகு இந்தியா அணுகுண்டு சோதனையை நிகழ்த்தியது. எல்லாமே மாறிப்போனது என்கிறார் அருந்ததி ராய்.

சிரிய கத்தோலிக்க அம்மாவுக்கும் தாழ்த்தப்பட்ட சாதியைச் சேர்ந்த பெங்காலி இந்து அப்பாவுக்கும் பிறந்தவர் அருந்ததி ராய். இரண்டு வயதாகும்போது அவர் பெற்றோரின் திருமணம் முடிவுக்கு வந்துவிட்டது. நானும் அம்மாவும் நெருக்கமாக இருக்கும்போது அணுகுண்டுகளைச் சுமந்துகொண்டு இருக்கும் இரு நாடுகளைப் போல் இருப்போம் என்று அருந்ததி ராய் சிரித்தாலும் தன் வாழ்வில்

ஆழமான தாக்கத்தை ஏற்படுத்தியவர்களுள் அம்மாவும் ஒருவர் என்பதை ஒப்புக்கொள்கிறார். கேரளாவில் பெண்களுக்கான பள்ளியைத் தொடங்கி நடத்தியதோடு மனித உரிமைகளிலும் ஆர்வம் செலுத்திய மேரி ராயின் துணிச்சலும் நம்பிக்கையும் அருந்ததி ராயைப் பாதித்தது. தன்னுடைய எல்லைகளை மற்றவர்கள் நிர்ணயிக்கக் கூடாது என்பதில் தொடக்கத்திலிருந்தே உறுதியாக இருந்தார் அருந்ததி ராய். மனைவி, தாய் போன்ற அடையாளங்கள் காற்றில்லாத ஓர் அறையில் அடைத்து வைத்த உணர்வையே அளித்தன என்று சொல்லி திருமண உறவிலிருந்து வெளியேறிவிட்டார்.

எழுதத் தொடங்கும்போதே சர்ச்சைகளும் தொடங்கிவிட்டன. முதல் நாவலில் 'சமூகத்தைக் கெடுக்கும் கருத்துகள்' இருப்பதாகச் சொல்லி ஐந்து வழக்கறிஞர்கள் இணைந்து வழக்கு தொடுத்தனர். 2002ம் ஆண்டு நர்மதா அணைக்கு எதிராக ராய் குரல்கொடுத்தபோது கைது செய்யப்பட்டு ஒருநாள் சிறையில் அடைக்கப்பட்டார். காஷ்மிர் குறித்த அவருடைய நிலைப்பாட்டுக்காக தேச துரோகக் குற்றச்சாட்டு அவர்மீது சுமத்தப்பட்டது. வழக்குகளும் மிரட்டல்களும் சர்ச்சை களும் என்னைத் தடுத்து நிறுத்துவதில்லை என்கிறார் அருந்ததி ராய்.

அவருக்கு எல்லைகள்மீது நம்பிக்கை இல்லை. வர்க்கம், சாதி, மதம், இனம், பாலினம் போன்ற எல்லைகளை அரசியல் நம்மீது திணிக்கிறது. நீ ஒரு பிராமணன். நீ ஒரு பெண். நீ ஒரு தலித். நீ ஒரு திருநங்கை. நீ ஒரு சேரிவாசி. நீ ஓர் ஓரினப்புணர்ச்சியாளர். இதெல்லாம்தான் உன் அடையாளங்கள், இதெல்லாம்தான் உன் எல்லைகள் என்கிறது நம்மைப் பிளவுபடுத்தும் அரசியல். இந்த அரசியல் மனிதர்களுக்கு எதிரானது என்கிறார் ராய். நான் பாதிக்கப் பட்டவர்களின் பக்கம் நிற்க விரும்புகிறேன். அவர்கள் பலவீனமானவர்களாக இருக்கிறார்கள். அவர்களை எளிதில் நசுக்கி வீசிவிடமுடிகிறது என்பதால் அவர்கள் அச்சத்தில் உறைந்து கிடக்கிறார்கள். எல்லாவற்றுக்கும் மேலாக, அவர்கள் நம்பிக்கையற்றுப் போயிருக்கிறார்கள். அவர்களிடம் சொற்கள் இல்லை. எனவே நான் அவர்களுக்காக எழுதுகிறேன். நான் அவர்கள் பக்கம் நிற்பதால் அதிகாரத்துக்கு எதிராக, அடக்குமுறைக்கு எதிராக, அரசியல்வாதிகளுக்கு எதிராகக் குரல் கொடுக்கவேண்டி யிருக்கிறது. எதிர்ப்புகள் வரத்தானே செய்யும்?

டிரம்பின் அமெரிக்காவாக இருந்தாலும் சரி, மோடியின் இந்தியாவாக இருந்தாலும் சரி. நீதி அச்சுறுத்தலுக்கு உள்ளாகும்போதெல்லாம் அருந்ததி ராய் எழுதத் தொடங்கிவிடுகிறார். சரி, இருவரில் யார் ஆபத்தானவர் என்று கேட்கப்பட்டபோது அவர் அளித்த பதில் இது. இந்தியாவில் இஸ்லாமிய சமூகத்தினர் தாங்கள் ஒட்டுமொத்தமாக கெட்டோவில் அடைக்கப்பட்டிருப்பதாக நினைக்கிறார்கள். மக்கள்

தெருக்களில் வைத்து அடித்தே கொல்லப்படுகிறார்கள். அரசாங்கத்தை யார் விமரிசிக்கிறார்களோ அவர்களுக்கு எதுவும் நேரலாம் என்பதே இன்றைய நிலையாக இருக்கிறது. வன்முறை நிகழ்வுகள் அனைவரையுமே அச்சத்தில் தள்ளியிருக்கிறது. டிரம்பைவிடவா மோடி ஆபத்தானவர் என்று நீங்கள் கேட்கிறீர்கள். ஆம், அப்படித்தான் நான் கருதுகிறேன். டிரம்ப் குறித்து அங்குள்ள நீதிமன்றமும் ஊடகமும் மற்ற அமைப்புகளும் கவலைப்படுகின்றன. ஆனால் இந்தியாவிலோ அமைப்புகள் அனைத்தும் மோடியிடம் சரணடைந்துவிட்டன.

அடிப்படையில் நான் வன்முறையை எதிர்க்கிறேன் என்கிறார் அருந்ததி ராய். செயலளவில் மட்டுமல்ல சிந்தனையளவிலும். சாதியமைப்பு என்பதும் வன்முறைதான். மேலே உள்ளவர்கள் கீழிருப்பவர்களை ஒடுக்குகிறார்கள். அதற்கான அதிகாரத்தையும் நியாயத்தையும் சாதியமைப்பு அவர்களுக்கு வழங்குவதால் அந்த அமைப்பை அவர்கள் பாதுகாக்க விரும்புகிறார்கள். பெண்கள்மீதான அதிகாரத்தை ஆண்கள் தக்க வைத்துக்கொள்ள விரும்புகிறார்கள். மக்கள்மீதான அதிகாரத்தை அரசு தக்க வைத்துக்கொள்கிறது. இதில் வலது, இடது பேதங்கள் எனக்கில்லை.

அருந்ததி ராயைப் பொருத்தவரை அரசியல் இல்லாத படைப்பு என்றொன்று இல்லை. நீங்கள் ஒரு பாலிவுட் கதையை எழுதுகிறீர்கள் என்று வைத்துக்கொள்வோம். அது ஒரு காதல் கதை. வெள்ளைத் தோல் கொண்ட இருவர் படம் முழுக்கக் காதலிக்கிறார்கள், அவ்வளவுதான். இருந்தும், இது அரசியலற்ற படம் என்று சொல்லிவிடமுடியுமா? இந்த இரு காதலர்களும் ஏன் வெள்ளைத் தோல் கொண்டவர்களாக இருக்கிறார்கள்? அவர்கள் ஏன் சராசரி இந்தியர்களைவிட மாறுபட்டிருக்கிறார்கள்? ஏன் இந்தப் படத்தில் அவர்களுடைய சமூகம் தென்படவில்லை? ஏன் இந்தப் படத்தில் சாதி இல்லை? நம்மைப் பாதிக்கும் எதுவொன்றைப் பற்றியும் ஏன் இந்தப் படம் பேசவில்லை? இந்தக் கேள்விகளில் அரசியல் இல்லையா? காஷ்மிரில் பள்ளிக்கூடக் குழந்தைகள் ஏன் கற்களைச் சுமந்து கொண்டிருக்கிறார்கள்? சத்தீஸ்கரில் பெண்களின் கரங்களில் ஏன் துப்பாக்கிகள் இருக்கின்றன? ஐயோ வன்முறை கலாசாரம் பெருகிவிட்டது என்று கூச்சலிடாதீர்கள். ஏன் இப்படி நடக்கிறது என்று கேளுங்கள். இப்படியொரு நிலை குழந்தைகளுக்கும் பெண்களுக்கும் ஏன் ஏற்படவேண்டும்? எது அல்லது யார் அவர்கள் கையில் கற்களையும் துப்பாக்கிகளையும் திணித்தது?

தெரிந்துகொள்ள காஷ்மிருக்குச் சென்று உரையாடினார் அருந்ததி ராய். சத்தீஸ்கரின் காடுகளுக்கும் இந்தக் கேள்விகளே அவரை இழுத்துச் சென்றது. பிரிவினைவாதிகள் என்றும் கலகக்காரர்கள் என்றும் தேச

துரோகிகள் என்றும் மாவோயிஸ்டுகள் என்றும் தூற்றப்பட்டவர்களிடம் அருந்ததி ராய் உரையாடினார். எனவே பிரிவினைவாதி என்றும் கலகக்காரி என்றும் தேசத் துரோகி என்றும் மாவோயிஸ்டு என்றும் அழைக்கப்படுகிறேன் என்கிறார் ராய்.

அருந்ததி ராயின் எழுத்துகளை மேலோட்டமாகப் பார்வையிடும் ஒருவருக்குக்கூட அவர் ஓர் இலக்கியவாதியாக அல்ல, அரசியல் வாதியாகவே பெரிதும் தோற்றமளிப்பார். இதை அருந்ததி ராயும் உணர்ந்தே இருக்கிறார். என்னைச் சுற்றி நடக்கும் அநியாயங்களை உடனுக்குடன் என்னால் பதிவு செய்யமுடிகிறது. உடனடியாகச் சொல்லியே தீரவேண்டிய விஷயம் அது என்பதால் தடையின்றி என்னால் எழுதமுடிகிறது. மலையிலிருந்து பாய்ந்து விழும் அருவியைப் போல் சொற்கள் எல்லாவற்றையும் உடைத்துக்கொண்டு உருண்டோடி வருகின்றன. ஆனால் நாவல் என்று வரும்போது நிதானம் வந்துவிடுகிறது. சத்தீஸ்கரில் நடப்பதை உடனுக்குடன் சொல்லியாக வேண்டும். இந்துத்துவ அபாயத்தை உடனே சொல்லவேண்டும். பாசிசம் உங்களை வீழ்த்தவருகிறது என்பதைக் கத்திச் சொல்ல வேண்டும். ஆனால் ஒரு கதையை நீங்கள் நிதானமாகச் சொன்னால் போதும். ஒவ்வொரு சொல்லும் உங்களிடம் வந்துசேரும்வரை நீங்கள் காத்திருக்கவேண்டும். ஒரு கதாபாத்திரம் உருத்திரண்டு உங்கள் மனம் முழுக்க நிறைந்துகொள்ள அவகாசம் தேவைப்படும். அந்த அவகாசத்தை அளிக்க நான் தயாராக இருக்கிறேன்.

வாழ்க்கையில் எனக்குப் பெரிதாக குறிக்கோள் எதுவும் இல்லை என்கிறார் அருந்ததி ராய். நான் எங்கும் செல்ல விரும்பவில்லை. எனக்கு வேறு எதுவும் வேண்டாம். யோசித்துப் பார்த்தால் இதுதான் நிஜமான சுதந்தரமோ என்று நினைக்கத் தோன்றுகிறது. எனக்குப் பரிசுகளோ விருதுகளோ தேவையில்லை. பணம் தேவையில்லை. நான் உணர்வுபூர்வமானவள். கோபப்படுகிறேன். சீறுகிறேன். துடிக்கிறேன். இதெல்லாம் இல்லாவிட்டால் நான் ஒரு ரோபாவாக மாறிவிடுவேன் என்று அஞ்சுகிறேன். எனவே, எழுதுகிறேன்.

12. ஒரு கவிதையைக் கொல்வது எப்படி?

அவளுடைய உடல் பூமியில் கிடத்தப்பட்டிருந்தது. முகத்தில் புன்னகை. சாதித்துமுடித்தபிறகு தோன்றுமே, அப்படியொரு புன்னகை. தொளதொளப்பான ஒரு பெரிய அங்கியை அவள் அணிந்திருக்கிறாள். வெறுமையான கால்கள். நீண்ட பல பயணங்களை மேற்கொண்ட பிறகு இப்போதுதான் அவை ஓய்ந்து கிடக்கின்றன. அவளுக்கு அருகில் சுருண்டுகிடக்கும் பாம்புகள்போல் குழந்தைகளின் சடலங்கள் ஒட்டிக் கிடக்கின்றன. இவர்கள் என் குழந்தைகள்; நான்தான் அவர்களை உலகுக்கு வழங்கினேன்; நானே திரும்பவும் எடுத்துக்கொள்கிறேன் என்று அந்தப் பெண்ணின் உதடுகள் முணுமுணுப்பதுபோல் ஒரு பாவனை. நிலா கவனித்துக் கொண்டிருக்கிறது. கவனித்துக்கொண்டு அப்படியே நிற்கிறதே ஒழிய, வருத்தப்படுவதுபோல் இல்லை. நிறைய பார்த்துப் பழகிவிட்டது போலும்.

குறைபாடுகள் ஏதும் அற்ற, முழுநிறைவான ஒரு பெண்ணின் உடலை எட்ஜ் (விளிம்பு) என்னும் தனது கவிதையில் வர்ணிக்கிறார் சில்வியா பிளாத். அந்தப் பெண்ணை மரணம்தான் குறைபாடுகளிலிருந்து விடுவித்து, அவள் வாழ்வையும் பிறப்பின் நோக்கத்தையும் நிறைவடையச் செய்திருக்கிறது. ஆனால் அந்த மரணத்தையும்கூட அவள் போராடியே பெறவேண்டியிருந்தது; புகழைப்போல. எனது வார்த்தைகளைக் கொண்டு என் கவிதைகளை எழுதிக்கொள்வதைப் போல் என்னை நிறைவு செய்துகொள்ள மரணத்தை நானே வரவழைத்துக்கொள்ளவேண்டியிருந்தது. தற்கொலை என்று இதனைக் கொச்சைப்படுத்தாதீர்கள். கோழைத்தனமான செயல் என்று வெறுப்பையும் சினத்தையும் உமிழாதீர்கள். என் மரணத்தைப் பற்றித் தீர்ப்பெழுதுவதற்கு முன்பு ஒருநிமிடம் யோசியுங்கள். என்னைப் பற்றி என்ன தெரியும் உங்களுக்கு?

சில்வியா பிளாத்தின் கவிதைகளில் மரணத்தின் வாசத்தைப் போலவே நேசத்தின் வாசமும் நிறைந்துகிடக்கிறது. ஒருவர் விடாமல் அனைவரையும் நான் நேசிக்கிறேன் என்று தனது டைரியில் எழுதினார் சில்வியா பிளாத். என்னைச் சுற்றிலுமுள்ள ஒவ்வொரு கதையையும், ஒவ்வொரு சம்பவத்தையும், உரையாடலின் ஒவ்வொரு பகுதியையும் நான் நேசிக்கிறேன். அவை எனக்கான கச்சாப்பொருள். ஒருவர் விடாமல் எல்லோரையும்போல நான் இருந்துபார்க்க விரும்புகிறேன். ஊனமுற்ற ஒருவரைப்போல், இறந்துகொண்டிருக்கும் ஒரு மனிதரைப் போல், ஒரு பாலியல் தொழிலாளியைப்போல் என்னாலும் இருக்க முடியுமா? அவர்களைப்போல் சிந்தித்து, அவர்களைப்போல் உணர்ந்து, அவர்களைப்போல் வாழ்ந்து பார்த்து, எழுதமுடியுமா? ஆசைதான். ஆனால் என்னால் எல்லோராகவும் இருக்கமுடியாது என்பது தெரிகிறது. எனக்கு ஒரேயொரு வாழ்க்கை மட்டுமே இருக்கிறது. அதை மட்டுமே நான் வாழமுடியும். அதை நான் மட்டுமே வாழ்ந்தாகவேண்டும்.

அளவுகடந்த நேசத்துடன் மலர்ந்த சில்வியா பிளாத்தை அந்த ஒரே ஒரு வாழ்க்கை ஏன் மூர்க்கத்தனமாக அலைக்கழிக்கவேண்டும்? இந்தக் கேள்விக்கான விடையை சில்வியாவின் கவிதைகளிலும் நினைவுக்குறிப்புகளிலும் தேடலாம்தான். எளிமையான அழகுடன் மிளிரும் அந்த எழுத்துகள் நம்மை வரவேற்று, அருகில் இழுத்துக் கொள்வதும் உண்மைதான். ஆனால் இழுத்துக்கொண்டபிறகு ஒரு பெரும் இருள் நம்மைச் சூழ்ந்துகொண்டுவிடுகிறது.

எட்டு வயது முதல் 24 வயது வரை சில்வியா பிளாத் எழுதிய, இதுவரை வெளிவராத பல கடிதங்களைக் கொண்ட முதல் தொகுப்பு சமீபத்தில் வெளிவந்திருக்கிறது. ஆயிரம் பக்கங்களைக் கடந்து நிற்கும் அந்தப் புத்தகம் நியாயப்படி அதன் உள்ளடக்கத்துக்காகத்தான் கொண்டாடி வரவேற்கப்பட்டிருக்கவேண்டும். ஆனால் அதன் அட்டைப்படம் காரணமாக, தவிர்த்திருக்கவேண்டிய ஒரு சர்ச்சையில் சிக்கிக் கொண்டது. அமெரிக்கப் பதிப்பில் பிரச்னை எதுவுமில்லை. கோட் அணிந்து, புன்னகையுடன் கேம்பிரிட்ஜுக்கு அருகில் நிற்கும் சில்வியா பிளாத்தின் படம் அதன் அட்டையில் இடம்பெற்றிருந்தது. சிக்கல் பிரிட்டிஷ் பதிப்பில்தான். மணல் பரப்பில் சில்வியா பிளாத் வெள்ளை நிற நீச்சலுடையில் கால்களை மடக்கி அமர்ந்திருக்கும் முழுவண்ணப் படம் அட்டையில் இடம்பெற்றிருக்கிறது. பலர் வெடித்துவிட்டார்கள். சில்வியாவின் எழுத்துகளைவிடவும் அவருடைய உடல் முக்கியமானதாக மாறிவிட்டதா? ஒரு நட்சத்திரத்தைப்போல் பிரகாசித்தாலும் சில்வியாவை ஓர் கவர்ச்சியான இளம் பெண்ணாக மட்டுமே அடையாளப்படுத்த விரும்புகிறீர்களா? ஓர் இலக்கிய மேதையை அறிமுகப்படுத்தும் முறை இதுதானா?

இந்த அச்சம் சில்வியா பிளாத்துக்குமே இருந்திருக்கிறது. ஒரு கவிதையையும் கதையையும் கவிதையாகவும் கதையாகவும் அணுகாமல், அதை எழுதியவர் யார் என்பதைப் பொருத்து ஆணுக்கொரு அளவுகோலும் பெண்ணுக்கு இன்னொன்றும் வைத்து மதிப்பிடும் வழக்கத்தை இந்த உலகம் விட்டொழிக்கப்போவதில்லை என்பதை அவர் உணர்ந்திருந்தார். தன் படைப்புகள் நேர்மையாக மதிப்பிடப்படும் என்று அவர் நம்பத் தயாராகயில்லை. எனவே என் எழுத்துகளை நானே சுயபரிசீலனை செய்துகொள்வேன், அது போதும் எனக்கு என்றார் அவர். யாருடைய தலையசைப்புக்காகவும் காத்திருந்து நேரத்தை நான் வீணாக்கப்போவதில்லை. நான் எனக்கு நேர்மையாக இருந்தால் போதும். என் நேர்மை என் கவிதைகளிலும் இருக்குமாறு பார்த்துக்கொண்டால் அது போதும்.

சில்வியா பிளாத் இரு உலகங்களில் வாழ்ந்து வந்தார். முதல் உலகம் என்பது ஒரு கவிஞராக அவரே படைத்துக்கொண்டது. அங்கே அனைத்தும் அவருடைய கட்டுப்பாட்டில் இருந்தது. இரண்டாவது, குடும்பம். இங்கே எதுவும் அவருடைய கட்டுப்பாட்டில் இல்லை. மாறாக, அந்த உலகம் அவரை கட்டுப்படுத்தி வைத்திருந்தது. இந்த இரண்டு உலகங்களும் ஓயாமல் ஒன்றோடொன்று மோதிக் கொண்டிருந்தன. சில்வியா, நீ எனக்கு முழுமையாக வேண்டும். என்னை வளர்த்தெடு, என்னைச் செழிப்பாக்கு, நான்தான் காலத்திடம் போராடி உன்னை என்றென்றும் வாழவைக்கப்போகிறேன் என்றது எழுத்துலகம். அம்மா, எனக்கு நீ வேண்டும். என்னைவிட்டு நொடிப்பொழுதும் நீங்கிச்சென்றுவிடாதே என்று அவருடைய இரு குழந்தைகளும் சில்வியாவின் மெலிந்த கரங்களை மாறி மாறிப் பிடித்து இழுத்துக்கொண்டிருந்தார்கள். கவிதைகளா, குழந்தைகளா? யாருக்கு நான் அதிகம் தேவைப்படுகிறேன்? அல்லது, எனக்கு யார் அதிகம் தேவைப்படுகிறார்கள்?

இப்படியொரு மோதல் வந்துவிடக்கூடாது என்றுதான் இளம் வயதில் ஆசைப்பட்டார் சில்வியா பிளாத். 'என்னுடைய பதினேழு வயதை நான் என்றென்றும் பத்திரப்படுத்திக்கொள்ள விரும்புகிறேன். ஒவ்வொரு நாளும் விலைமதிப்பு மிக்கது. நேரம் ஓடிக்கொண்டிருப்பது கவலையளிக்கிறது.' சிறிது காலம் கழிந்து மீண்டும் ஒரு பதிவு. 'எனக்குத் திருமணம் செய்து வைத்துவிடுவார்களோ என்று அஞ்சுகிறேன். தினமும் மூன்று வேளை உணவு சமைப்பதிலிருந்து எனக்கு விடுதலை வேண்டும். திரும்பத் திரும்பச் செய்யும் அன்றாடப் பணிகளிலிருந்தும் எனக்கும் விடுதலை தேவை.'

வாழ்க்கை ஒருவரையும் விடுவிப்பதில்லை என்பதை அவர் உணர்ந்த போது அவர் இதுவரை கண்டுவந்த கனவுகள் ஒவ்வொன்றாக

வண்ணமிழக்கத் தொடங்கின. சில்வியா பிளாத் முதலில் தற்கொலைக்கு முயன்றது அவர் கல்லூரியில் படித்துக்கொண்டிருந்த 1950ம் ஆண்டில். அப்போது அவர் வாசிப்பிலும் எழுத்திலும் மூழ்கிக்கிடந்தார். பெண்கள் பத்திரிகை ஒன்று வெளியிட்டிருந்த சிறுகதைப் போட்டி அறிவிப்பைப் பார்த்து கதையொன்றை எழுதி அனுப்பினார். அந்தக் கதை பரிசுக்குத் தேர்ந்தெடுக்கப்பட்டதோடு இதழின் ஆசிரியர் குழுவில் இணைந்து பணியாற்றும் வாய்ப்பும் அளிக்கப்பட்டது. ஒருநாள், நம் ஊருக்கு டைலான் தாமஸ் வருகிறார், அவரைச் சந்திக்க யாரெல்லாம் வருகிறீர்கள் என்று ஆசிரியர் கேட்டபோது சில்வியா பிளாத் மகிழ்ச்சியின் உச்சிக்கே சென்றுவிட்டார். டைலான் அவருக்குப் பிடித்தமான ஒரு கவிஞர். ஆனால் சில காரணங்களால் குறிப்பிட்ட நேரத்தில் குறிப்பிட்ட இடத்துக்கு அவரால் போய் சேரமுடியவில்லை. மனம் உடைந்த சில்வியா, டைலான் தாமஸ் தங்கியிருந்த ஓட்டலுக்கு அருகில் இரண்டு நாள்கள் சுற்றித் திரிந்து பார்த்தார். ஆனால் அவர் தென்படவேயில்லை. சில வாரங்கள் கழித்து சில்வியா தன் கால்களைக் கீறிக்கொண்டார். உயிரைப் போக்கிக் கொள்ளும் அளவுக்கு துணிச்சல் என்னிடம் இருக்கிறதா என்று பார்த்தேன் என்றார்.

ஆகஸ்ட் 1953ல் மீண்டும் தற்கொலைக்கு முயன்றார் பிளாத். இந்த முறை, தன்னுடைய அம்மாவின் தூக்க மாத்திரைகளை எடுத்து விழுங்கிவிட்டு வீட்டுக்கு அடியில் ஊர்ந்துசென்று படுத்துக் கொண்டார். சாப்பிட்டது அனைத்தும் வெளியில் வந்துவிட்டது. சோர்ந்துபோய் மூன்று நாள்கள் படுத்துக் கிடந்தார். (இருள் என்னை நிரந்தரமாக விழுங்கிவிட்டது, எல்லாம் முடிந்துவிட்டது என்று நினைத்திருந்தேன்!) அவரைக் கண்டெடுத்து மருத்துவமனையில் சேர்த்தார்கள். ஆறுமாத காலம் அவருக்கு உளவியல் சிகிச்சைகள் அளிக்கப்பட்டன. மின்சார அதிர்ச்சியும் கொடுத்துப் பார்த்தார்கள். அனைவரையும் திகைப்பில் ஆழ்த்தி தேறி வந்ததோடு உயர்ந்த மதிப்பெண்களையும் பெற்று கல்லூரியிலிருந்து வெளிவந்தார் சில்வியா பிளாத்.

இந்த அனுபவங்களை 'தி பெல் ஜார்' என்னும் நாவலில் பதிவு செய்திருக்கிறார் பிளாத். அவர் எழுதிய ஒரே நாவல் இது. சோவியத் உளவாளிகள் என்று குற்றம்சாட்டப்பட்ட ஜூலியஸ் ரோஸன்பர்க், ஈதல் ரோஸன்பர்க் இருவருக்கும் அமெரிக்க அரசு மரண தண்டனை அளிப்பதிலிருந்து இந்நாவல் தொடங்குகிறது. இந்த மரணங்கள் ஏனோ சில்வியா பிளாத்தை மிகவும் பாதித்தன. என்னைப்போலவே அவர்கள் உடலிலும் மின்சாரம் பாய்ச்சப்பட்டிருக்கிறது; நான் பிழைத்துக்கொண்டேன். அவர்கள் இறந்துவிட்டார்கள் என்று அவர் நினைத்திருக்கலாம். வெளியில் வந்தால், வீட்டுக்குச் சென்றால்,

உண்ண அமர்ந்தால், படித்தால், நண்பர்களுடன் பேசினால், என்ன செய்தாலும் அந்த இருவருடைய உடல்களும் என் நினைவுகளில் தேங்கி மிதந்துகொண்டிருக்கின்றன என்று நாவலில் எழுதினார் சில்வியா பிளாத்.

கவிதைகளில் தன்னைப் புதைத்துக்கொள்ளமுடியுமா என்று பரிசோதித்துப் பார்த்தார் சில்வியா பிளாத். தன்னுடைய காதலை, ஏக்கத்தை, சோகத்தை, நம்பிக்கையை, தேடலைச் சொற்களில் கடத்திவிட்டு எதுவுமே நடக்காததுபோல் வாழ்ந்து பார்க்கலாமா என்று முயன்றார். என்னாலும் இயல்பாக வாழமுடியும் என்று பலமுறை சொல்லிப் பார்த்ததோடு அதை நம்பவும் முயன்றார். அப்போது அவர் எழுதிய கவிதைகளில் காதலும் இழப்பும் ஒளியும் இருளும் மரணமும் வாழ்வும் அபூர்வமானமுறையில் ஒன்று கலந்திருந்தன. தனிப்பட்ட அனுபவங்கள் மட்டுமல்ல புறச்சூழலும் அவருக்கு அழுத்தத்தையே கொடுத்தது. உதாரணத்துக்கு, உலக நாடுகள் போட்டிப்போட்டுக்கொண்டு ஆயுத பலத்தை வளர்த்துக் கொள்வது அவரைப் பாதித்தது. அணு ஆயுதம் அவரை நிம்மதியிழக்கச் செய்தது. ஒரு நாடு இன்னொன்றின்மீதும் ஒரு மனிதன் இன்னொருவர் மீதும் ஏன் மேலாதிக்கம் செலுத்த நினைக்கவேண்டும் என்று அவரால் புரிந்துகொள்ளமுடியவில்லை.

கணவரும் சக கவிஞருமான டெட் ஹ்யூக்ஸ் அவரைக் கைவிட்டு விட்டு இன்னொரு பெண்ணுடன் இணைந்து வாழ ஆரம்பித்தபோது சில்வியா முற்றிலுமாக உடைந்துபோனார். மனச்சிதைவு அவரை ஆயிரம் கரங்களுடன் முழுமையாகப் பற்றிக்கொண்டது. இருள். இருள். இருள். தன்னை மட்டுமல்ல முழு உலகையுமே இருள் வென்றெடுத்துவிட்டது என்று அவர் நம்பத் தொடங்கினார். கனவுகள் உதிர்ந்துசெல்ல ஆரம்பித்தன. உறக்கம் தொலைந்து போனது. மருத்துவரிடம் சென்று மாத்திரைகள் வாங்கிக்கொண்டார். மீண்டும் கவிதையை நாடினார். நான் வாழ்வின் அடியாழம்வரை சென்று பார்த்துவிட்டேன். நீ பார்த்திருக்கமாட்டாய், எனவே நீ அச்சப்படுகிறாய். எனக்கு அச்சமில்லை. மோசமானவை என்று சொல்லத்தக்க அனைத்தும் எனக்குப் பழகிவிட்டன என்று எழுதினார் சில்வியா. காதலை நீ இன்னமும் நம்புகிறாய் என்பது வியப்பளிக்கிறது என்று இன்னோரிடத்தில் எழுதினார். காதல் ஒரு நிழல். நீ கதறியழுதாலும் அது உயிர்பெற்று எழுாது. காதல் உன்னை மீட்கப்போவதில்லை. என்னை எப்படி அது கைவிட்டதோ அப்படியே உன்னையும் அது கைவிடும்.

சில்வியாவின் பிற்கால கவிதைகளிலும் டைரி குறிப்புகளிலும் இருள் ஒரு தடிமனான பாம்புபோல் அவர் கால்களைச் சுற்றிப்

படர்ந்திருப்பதைப் பார்க்கமுடிகிறது. இன்று மிகுதியான மனச்சோர்வை உணரமுடிகிறது. ஒரு வார்த்தைகூட எழுதமுடியவில்லை. கடவுள்கள் துன்புறுத்துகிறார்கள். தனிமையில் ஒதுக்கப்பட்டவள் போல் உணர்கிறேன். உணரும் ஆற்றலை இழந்துவிட்டதுபோல் இருக்கிறது. நான் பாதிக்கப்பட்டிருக்கிறேன். என் மனம் என்னைக் கொன்று தின்றுகொண்டிருக்கிறது. நான் கொஞ்சம் கொஞ்சமாகச் சிதைந்துகொண்டிருக்கிறேன்.

முப்பது வயது சில்வியா பிளாத் தனது அடுத்த தற்கொலை முயற்சியை 11 பிப்ரவரி 1963 அன்று மேற்கொண்டார். குழந்தைகளுக்கு ரொட்டியும் பாலும் எடுத்து வைத்துவிட்டு அவர்களிருந்த அறையைப் பூட்டினார். கதவுகளுக்குக் கீழுள்ள இடைவெளியைப் போக்க துணிகளைப் பரப்பி வைத்து அழுத்தினார். அது போதாதென்று, டேப் எடுத்துவந்து ஒட்டினார். நிதானமாக அருகிலுள்ள சமையலறைக்குச் சென்று தனது தலையை அடுப்பில் நுழைத்து, எரிவாயுவைத் திறந்துவிட்டார்.

சில்வியாவை அறிந்திருந்த பலரும் உடனடியாக டெட்மீது ஆத்திரம் கொண்டனர். சில்வியாவின் கல்லறை வாசகத்தில் இடம்பெற்றிருந்த ஹ்யூக்ஸ் என்னும் பெயரை அவர்கள் சேதப்படுத்தி அழித்தார்கள். சில்வியாவுக்கு இனி டெட் ஹ்யூக்ஸின் பெயர் தேவைப்படாது. இவர் சில்வியா பிளாத் மட்டுமே என்று முழங்கினார்கள். டெட்டும் உடைந்துதான் போனார். சில்வியா இறுதிக்காலத்தில் எழுதிய கவிதைகளைத் தொகுத்து வெளியிடும் பொறுப்பு இப்போது அவரிடம் வந்திருந்தது. தன்னுடைய மனைவியின் மேதமையை நிலைநாட்டும் அற்புதமான அந்தக் கவிதைகளை அவர் தாமதமின்றி வெளியிட விரும்பினார். அதே சமயம், சில்வியாவின் கவிதைகள் வெளிவந்தால் அவருக்கு தான் இழைத்த துரோகமும் உண்டாக்கிய ரணமும் தெரிந்துவிடும் என்பதை டெட் அறிந்திருந்தார். சில்வியாவின் கவிதைகள் எனக்கு எதிரானவை. என்னைக் குற்றம் சுமத்துபவை. ஆனால் பாதகமில்லை. அவை வெளிவந்தே தீரவேண்டும் என்றார் டெட். முற்றிலும் எதிர்பாராத வகையில் இன்னொரு பெருந்துயரத்தை டெட் எதிர்கொள்ளவேண்டியிருந்தது. அவர் சில்வியாவைவிட்டுப் பிரிய காரணமாக இருந்த அசியா வெவில் ஆறு ஆண்டுகள் கழித்து சில்வியாவின் வழியைப் பின்பற்றி அதேபோல் தற்கொலை செய்துகொண்டார்.

சில்வியா தனது மரணத்துக்குப் பிறகு உயிர் பெற்று எழுந்துவந்தார். இப்போது அவருக்கு இறக்கைகள் முளைத்திருந்தன. இலக்கிய உலகம் ஆராதிக்கும் தேவதைகளில் ஒருவராக அவர் மாறியிருந்தார். இறந்து இருபதாண்டுகளுக்குப் பிறகு அவருடைய கவிதைகள்

புலிட்ஸர் விருதை வென்றன. அவருடைய ஒவ்வொரு சொல்லையும் நெஞ்சோடு அள்ளி அணைத்துக்கொள்ள ஒரு பெருங்கூட்டம் துடிதுடித்தது. அவரைப் புதிது புதிதாகக் கண்டடைபவர்களின் எண்ணிக்கை முடிவற்று வளர ஆரம்பித்தது. சில்வியா, உன் அருமை தெரியாமல் உன்னை இழந்துவிட்டோம். திரும்பி வா என்று இவர்கள் இறைஞ்சுகிறார்கள்.

மரணம் அழகானது என்கிறார் சில்வியா பிளாத். மிருதுவான, பழுப்பு தரையில் தலை சாய்த்துப் படுத்திருக்கவே நான் விரும்புகிறேன். புற்கள் எனக்கருகில் மெலிதாக அசைந்துகொண்டிருக்கின்றன. நான் அமைதியைக் கவனித்துக்கொண்டிருக்கிறேன். காலம் மறைந்து விட்டது. நேற்று என்றொன்று இருந்ததில்லை. நாளை என்று எதுவும் இராது. வாழ்வை நான் மன்னித்துவிட்டேன். நான் அமைதியாகி விட்டேன்.

13. ஒரு புத்திரனால் கொல்லப்படுவேன்

உயிர் பிழைக்க பலரும் இலங்கையிலிருந்து தப்பிப் பிழைத்துச் சிதறியோடிக்கொண்டிருந்தபோது தனது மூன்று மாத பிரிட்டன் பயணத்தைப் பாதியில் நிறுத்திவிட்டு அவசரமாக வீடு திரும்பினார் ராஜனி திராணகம. உனக்கென்ன பைத்தியமா என்று கோபித்துக் கொண்டவர்களுக்கு ராஜனி நிதானமாகப் பதிலளித்தார். 'மருத்துவ மனைகளில் மருத்துவர்கள் இல்லை. பல்கலைக்கழகங்களில் ஆசிரியர்கள் இல்லை. அனைத்தையும் போர் நாசப்படுத்திவிட்டது. கட்டடங்கள் இடிந்துகிடக்கின்றன. அவற்றை மீண்டும் கட்டியெழுப்புவதற்குப் பொறியியலாளர்களோ தொழிலாளர்களோ இல்லை. வயதானவர்களும் நோயுற்றவர்களும் கவனிப்பாரற்று மடிந்துகொண்டிருக்கிறார்கள். இறந்தவர்களைப் புதைக்கவும் புத்திரர்கள் இல்லை. நான் மட்டும் ஆய்வுப் படிப்பை முடித்துவிட்டு என்ன சாதிக்கப்போகிறேன்?'

இலங்கை திரும்பி இரு வாரங்கள் மட்டுமே ராஜனி உயிருடன் இருந்தார். அது ஒரு வியாழக்கிழமை. 21 செப்டெம்பர் 1989. திருநெல்வேலியிலிருந்த யாழ்ப்பாணப் பல்கலைக்கழகத்தின் உடற்கூற்றியல் விரிவுரையாளராகப் பணியாற்றிக்கொண்டிருந்தார் ராஜனி. மாணவர்களுக்கான இறுதிநாள் தேர்வு அன்றுதான் நடைபெற்று முடிவடைந்திருந்தது. சைக்கிளை எடுத்துக்கொண்டு புறப்பட்டார் ராஜனி. உடலைப் பாதிக்கும் கிருமிகளோடு சேர்த்து சமூகத்தைப் பாதிக்கும் கிருமிகள் குறித்தும் 'மெடம்' எங்களுடன் வகுப்பறையில் விவாதிப்பதுண்டு என்கிறார் ராஜனியிடம் பாடம் பயின்ற மாணவர் ஒருவர். ராஜனியின் வகுப்புகள் எப்போதும் உற்சாகம் நிறைந்ததாக இருக்கும். அவருடைய பரந்த அறிவையும் ஆழமான சமூக உணர்வையும் நாங்கள் தினமும் கண்டோம். பாடப் புத்தகங்களைக் கடந்து திரைப்படங்கள், நாவல்கள், கவிதைகள், உலக அனுபவங்கள் என்று சகலவற்றையும் மளமளவென்று எம்முன்

எடுத்துச் சொல்வார் என்று கண்ணீருடன் நினைவுகூர்கிறார் அவர். 'அன்றைய தினம் எங்கள் மெடம் தனது சைக்கிளில் வளாக பிரதான வாசல் வழியாக வீதிக்கு இறங்கியதுமே அவரை சைக்கிளில் பின் தொடர்ந்த கொலையாளி அவரது தலையின் வலப்பக்கத்தில் முதல் வேட்டைத் தீர்த்தான். பின்னர் அவர் கீழே விழுந்ததும் இன்னும் இரண்டு தடவைகள் அவர் தலையில் சுட்டுவிட்டுச் சென்றான்.'

ஒரு தமிழ் கிறிஸ்தவக் குடும்பத்தில் 23 பிப்ரவரி 1954 அன்று பிறந்தார் ராஜனி. (ரஜினி அல்லது ராஜினி என்றும் அழைக்கப்படுவதுண்டு). மூன்று சகோதரிகள். யாழ்ப்பாணத்தில் ஆரம்பக் கல்வி முடித்துக் கொண்டு, கொழும்புப் பல்கலைக்கழகத்தில் மருத்துவப் படிப்பில் இணைந்துகொண்டார். சக மாணவரான தயாபால திராணகம என்பவரைத் தனது 23வது வயதில் திருமணம் செய்துகொண்டார். அவர் ஒரு சிங்கள பௌத்தர் என்பது ராஜனி தரப்பில் பலரையும் அதிர்ச்சியில் தள்ளியது. போயும் போயும் நம் இனத்துரோகி ஒருவனையா நீ மணம் செய்துகொள்ளவேண்டும் என்று அவர்கள் கடுகடுத்தபோது ராஜனி அலட்டிக்கொள்ளவில்லை. வேறு எவரையும் விட சிங்களப் பேரினவாதத்தைத் தீவிரமாக எதிர்த்துவந்தவர் தயாபால. இலங்கை அரசால் சிறை பிடிக்கப்பட்டவரும்கூட.

நர்மதா, ஷரிகா என்று இரு பெண் குழந்தைகள் பிறந்தனர். 'ராஜனியை நான் உயிருக்கு உயிராகக் காதலித்தேன். ஆனால் மேல் தோற்றத்தில் எங்களுடையது பொருத்தமற்ற இணைப்பாகவே பலருக்கும் தோன்றியது' என்கிறார் தயாபால. சாதி, மதம், பொருளாதாரப் பின்னணி, கலாசாரம், இனம் அனைத்தும் வேறு வேறாக இருந்தன. ராஜனி நடுத்தரக் குடும்பத்தைச் சேர்ந்தவர். யாழ்ப்பாணத்தில் பிறந்து, வளர்ந்தவர். தயாபால தெற்கில் வளர்ந்தவர். மிகவும் ஏழைமையான விவசாயக் குடும்பம். 'செருப்புகூட இல்லாமல் வெறும் கால்களால் தான் நான் பல மைல் தள்ளியுள்ள பள்ளிக்கு நடந்துசெல்வேன். என்னுடைய பின்னணியை நான் விவரிக்க ஆரம்பித்தபோது ராஜனி மிகவும் கலங்கிவிட்டார். அவருடைய உணர்வுகள் பாதிக்கப்படக் கூடாது என்பதற்காக ஒரு கட்டத்துக்குமேல் நான் என்னைப்பற்றி அதிகம் சொல்லாமல் விட்டுவிட்டேன். ராஜனி எப்போதும் என்னை அரவணைத்தும் பாதுகாத்தும் வந்தார். அவருடைய குடும்பத்தினராக இருந்தாலும் சரி, நண்பர்களாக இருந்தாலும் சரி; என்னுடைய பின்னணி குறித்து யார் என்ன பேசினாலும் ராஜனிதான் எனக்கு உதவிக்கு வருவார்' என்கிறார் தயாபால.

அவர்களுடைய அரசியல் பார்வையும்கூட வேறானதாகவே இருந்தது. 'நான் மார்க்சிய லெனினியத்தின்மீது ஆழ்ந்த பற்று கொண்டிருந்தேன். ராஜனியோ தம் மக்களுக்கு சமூக நீதி விரைந்து கிடைக்கவேண்டு

மானால் விடுதலைப் புலிகள் போன்ற போராளிகள்மூலமாகவே அது சாத்தியப்படும் என்று நம்பிக்கொண்டிருந்தார். இந்த நம்பிக்கைதான் அவரைத் தொடக்கத்தில் புலிகளின் ஆதரவாளராக இருக்க வைத்தது. பிற நாடுகளைப் போலவே இங்கும் புலிகள்மூலமாக ஒரு புரட்சிகர மாற்றம் ஏற்படும் என்று அவர் நம்பினார்.' ஆனால் தயாபாலவுக்கு அத்தகைய கற்பனாவாத நம்பிக்கைகள் இல்லை. 'விடுதலைப் புலிகள் ஆயுதம் தரித்த ஒரு சிறு குழுவாக மட்டுமே அப்போது இருந்தனர். ராஜனிக்கு அவர்களுடைய சித்தாந்தத்தின்மீது மிகுந்த ஈர்ப்பு இருந்தது. நள்ளிரவில்கூட எழுந்துசென்று காயப்பட்ட தமிழ்ப் போராளிகளுக்கு அவர் சிகிச்சையளித்து வந்தார். நான் ஒருபோதும் தடுத்ததில்லை.'

ராஜனி கொல்லப்பட்ட தினத்தன்று தயாபால தன் குடும்பத்தை விட்டுப் பிரிந்து அரசியல் பணியில் ஈடுபட்டிருந்தார். 'என்னுடைய இரு மகள்களையும் இரு கைகளில் பிடித்துக்கொண்டு ராஜனி அடக்கம் செய்யப்பட்டிருந்த அவருடைய குடும்பக் கல்லறைக்கு நடந்துசென்றேன். என் வாழ்வில் மறக்கமுடியாத மிகக் கடினமான நடைப்பயணம் அது. ராஜனியோடு சேர்ந்து என் வாழ்வின் மகிழ்ச்சியும் முடிவுக்கு வந்துவிட்டது. தாயற்றுக் கிடந்த பல இலங்கை குழந்தைகளோடு என் குழந்தைகளும் அன்று சேர்ந்துகொண்டனர்... இலங்கை காவல் துறையின் கொடூரமான துன்புறுத்தல்களுக்கு நான் ஆளாகியிருக்கிறேன். என் குடும்பத்தில் நான்தான் போருக்குப் பலியாவேன் என்று நினைத்துக்கொண்டிருந்தேன். எனக்குப் பிறகு நீதான் குழந்தைகளைக் கவனித்துக்கொள்ளவேண்டும் என்றுகூட ராஜனியுடனும் கலந்து பேசியிருந்தேன். இப்படி நினைக்கும் என்று நான் நினைக்கவில்லை.'

கணக்கற்ற தமிழர்களின் கொலைகள்போல் ராஜனியின் படுகொலையும் விசாரிக்கப்படவில்லை என்றாலும் விடுதலைப் புலிகளையே பெரும்பாலானோர் குற்றம்சாட்டினர். இனவாதப் போர் குறித்தும் புலிகள் அமைப்பு குறித்தும் விரிவாக பல கட்டுரைகள் எழுதியிருக்கும் டி.பி.எஸ். ஜெயராஜின் பார்வையும் இதுவேதான். ராஜனியுடன் ஒன்றாக யாழ்ப்பாணக் கல்லூரியில் பயின்றவர் இவர். ராஜனியைப் போலவே தொடக்கத்தில் புலிகள்மீது ஈர்ப்பு கொண்டிருந்தவர். 'ராஜனி அறிவியல் துறையில் படித்துக்கொண்டிருந்தார், நான் கலைத் துறை. ராஜனியின் சகோதரிதான் எனக்கு நெருக்கமான தோழியாக இருந்தார். மற்றபடி ராஜனியோடு நல்லுறவு இருந்தது. ராஜனியின் படுகொலைக்கு ஒருவரும் உரிமை கோரவில்லை. ஆனால், ராஜனியிடம் பாடம் பயின்ற இரு மாணவர்கள் அளித்த தகவல்களின் அடிப்படையில் புலிகளின் புலனாய்வுக் குழுவைச் சேர்ந்தவர்கள் தான் ராஜனியைச் சுட்டுக்கொன்றார்கள் என்பதுதான் பொதுவாக ஒப்புக்கொள்ளப்பட்ட உண்மை' என்கிறார் ஜெயராஜ்.

புலிகளிடமிருந்து முதலில் விலகியவர் ராஜனிதான். '1988 மத்தியில் நான் கடைசியாக ராஜனியைச் சந்தித்தபோது நீண்டநேரம் அரசியல் குறித்து விவாதித்துக்கொண்டிருந்தோம். அப்போது நான் எழுதிக் கொண்டிருந்த சில கட்டுரைகள் குறித்து அவர் விமரிசனங்களை முன்வைத்தார். நான் விடுதலைப் புலிகளுக்கு ஆதரவாக எழுதிக் கொண்டிருப்பதாக அவர் கருதினார்' என்கிறார் ஜெயராஜ். விடுதலைப் புலிகளிடமிருந்து யாழ்ப்பாணத்தை மீட்பதற்காக இந்திய அமைதி காக்கும் படை 1987 பிற்பகுதியில் பவான் நடவடிக்கை என்னும் பெயரில் ராணுவத் தாக்குதலை மேற்கொண்டது. பவான் என்றால் வலிமையான காற்று. ஆனால் பனை மரத்தை அந்தக் காற்றால் ஒன்றும் செய்துவிடமுடியாது என்று தன்னுடைய கட்டுரையொன்றில் குறிப்பிட்டார் ஜெயராஜ். தீவிரமாக காற்று வந்து மோதும்போது பனை காற்றுக்கேற்றவாறு அசைந்துகொடுத்து ஆடும். சில சமயம் உடைந்து விழும். வேரோடு சாய்ந்துவிழவும் செய்யும். ஆனால் ஒருபோதும் பனையைக் காற்றால் வளைக்க முடியாது. விடுதலைப் புலிகள் பனை மரத்தை ஒத்தவர்கள். அவர்களை ஒருபோதும் வளைத்து சரணடைய வைக்கமுடியாது. இதை ஜெயராஜ் விவரித்தபோது ராஜனி வலுவாக மறுத்திருக்கிறார். 'இல்லை, பனை மரம் முறிந்துவிட்டது.'

இலங்கை ஏன் ஒரு பிளவுண்ட தீவாக இருக்கிறது என்பதற்கான ஆதாரங்களைத் தொகுக்கத் தொடங்கினார் ராஜனி. சுயநிர்ணயத்துக் கான போராட்டம் சுயநிர்மூலத்துக்கான போராட்டமாக எப்படி மாறியது என்பதையும் அதற்கான காரணகர்த்தாக்கள் யாவர் என்பதையும் இந்நூலின்மூலம் ராஜனி தெரிந்துகொள்ள விரும்பினார். மூன்று பிரதான குற்றவாளிகளை அவரால் அடையாளம் காணமுடிந்தது. முதல் குற்றவாளி, சிங்களப் பேரினவாத அரசு. இரண்டாவது, அமைதியை ஏற்படுத்துவதாகச் சொல்லி உள்நுழைந்து பேரழிவை ஏற்படுத்திய இந்திய ராணுவம். மூன்றாவது, விடுதலை என்னும் பெயரால் வன்முறையை வளர்த்தெடுத்த விடுதலைப் புலிகள். 1987 இறுதியில் மேலும் மூவருடன் இணைந்து தொகுக்கப் பட்ட இந்நூல் ராஜனியின் மரணத்துக்குப் பிறகே வெளிவந்தது. தலைப்பு, 'முறிந்த பனை'.

புலிகளிடமிருந்து திட்டவட்டமாக விலகிச் சென்றாரே தவிர போராடுவதை நிறுத்திக்கொண்டதில்லை ராஜனி. பிரச்னையிலிருந்து விலகிச் செல்லுதல் என்னும் வழக்கம் அவரது குருதியிலேயே இருந்ததில்லை என்றே அவரை அறிந்தவர்கள் குறிப்பிடுகிறார்கள்.

போர்ச்சூழலில் யாழ்ப்பாணப் பல்கலைக்கழகத்தில் இருந்து பேராசிரியர்கள் பலரும் தப்பியோடிவிட்ட நிலையில், தனியொருவராக அனைத்து வகுப்புகளையும் ராஜனி கவனித்துக்கொண்டது மற்றொரு எடுத்துக்காட்டு. பல சமயங்களில் ஒரு வாரத்துக்கு 48 மணி நேரங்களுக்கும் அதிகமாக அவர் பாடங்கள் எடுக்கவேண்டியிருந்தது. இதற்கிடையில் பல்கலைக்கழக ஆசிரியர்களை ஒருங்கிணைத்து மனித உரிமைக் குழுவொன்றையும் அவர் அமைத்தார். மனித உரிமைப் போராளியாகவும் பெண்ணியவாதியாகவும் ராஜனி தன்னை வளர்த்தெடுத்துக்கொண்டார்.

அவரது எழுத்து, இயக்கம், சிந்தனைகள் அனைத்திலும் பெண்களே பிரதானமாக இருந்தார்கள். போர்க்காலங்களில் பெண்களுக்கு எதிராக இழைக்கப்படும் பாலியல் கொடுமைகளையும் வன்முறைகளையும் எதிர்த்து ஒரு நாடகத்தை இயற்றி, அதில் நடிக்கவும் செய்தார். போர் என்பது ஆதிக்கம், அதிகாரம், வன்முறை ஆகியவற்றோடு தொடர்பு கொண்டிருக்கிறது என்பதால் அது தவிர்க்கவியலாதபடி பெண்களுக்கு எதிரானதாகவும் இருக்கிறது. நிலத்தைப்போல் பெண்ணுடலும் ஓர் உடைமையாகப் பார்க்கப்படுகிறது, ஆக்கிரமிக்கப்படுகிறது. ஒரு பெண்ணின் உடல், உள்ளம் இரண்டையும் போர் எப்படிச் சீரழிக்கிறது என்பதை விரிவான தரவுகளோடு ராஜனி ஆவணப்படுத்தினார். முறிந்த பனையிலுள்ள அந்தப் பகுதிக்கு அவர் இட்டிருந்த தலைப்பு, 'அக்கா, அழுவதற்கு இனி என்னிடம் கண்ணீர் இல்லை.'

போரில் பங்கேற்ற அனைவரையும் கூர்மையாக விமரிசிக்கும் நூல் என்பதால் சம்பந்தப்பட்ட ஒருவருக்குமே பிடிக்காத நூலாக அது மாறிப்போனது. அவ்வாறு இருப்பதினாலேயே, சுட்டெரிக்கும் நேர்மையான நூலாக அதனை ஏற்பவர்களும் உள்ளனர். மக்களைக் கொல்வதன்மூலம் கிடைக்கும் விடுதலை முழு விடுதலையாகாது என்று ராஜனி நம்பினார். 'நீங்கள் எத்தனை பலமிக்கவராக வேண்டுமானாலும் இருந்துகொள்ளுங்கள். நீங்கள் உயர்த்திப் பிடிக்கும் பதாகையின் நிறம் என்னவாக வேண்டுமானாலும் இருக்கட்டும். உங்கள் உதடுகள் எத்தகைய உயர்ந்த உண்மையை உச்சரித்தாலும் கவலையில்லை. நீங்கள் மக்களை மதியாதவராக, அவர்களைத் துன்புறுத்துபவராக, அவர்களுடைய சடலங்கள் பெருகுவதைப் பொருட்படுத்தாதவராக இருந்ததால் உங்கள் பலமும் சித்தாந்தமும் உண்மையும் எம்மக்களுக்குப் பயனற்றவை' என்றார் ராஜனி.

துப்பாக்கியை ஏந்தியிருக்கும் கரம் யாருடையது என்பதை ராஜனி பொருட்படுத்தவில்லை; அந்தக் கரத்தால் பாதிக்கப்படுகிறவர்கள் யார் என்பதை மட்டும் கரிசனத்துடன் பார்த்தார். இலங்கையை உலுக்கிய ஜூலை 1983 கலவரத்தைத் தொடர்ந்து ராஜனி புலிகளை

வெளிப்படையாக விமரிசிக்க ஆரம்பித்திருந்தார். தமிழர்களின் விடுதலைப் போராட்டத்தை முன்னெடுத்த ஓர் அரசியல் சித்தாந்த இயக்கம் இப்போது ராணுவப் பலத்தின்மீது மட்டுமே நம்பிக்கை கொண்ட ஒரு பெருங்குழுவாக மாறிவிட்டது என்று மனம் வருந்தினார். மக்களை ஒருங்கிணைத்து, மக்களோடு நின்று, அவர்களையும் இணைத்துக்கொண்டு போராட வேண்டிய புலிகள் மக்களிடமிருந்து வெகு தூரம் விலகிவந்துவிட்டனர். இயக்கத்தின் செயல்பாடுகளில் மக்களுக்கு எந்தப் பங்கும் இல்லை என்றாகி விட்டது. நீங்கள் ஒதுங்கியிருங்கள், நாங்கள் பார்த்துக்கொள்கிறோம் என்று புலிகள் அவர்களைப் புறந்தள்ளிவிட்டார்கள். தங்களுடைய விடுதலைப் போராட்டத்தில் தாங்களே கலந்துகொள்ளமுடியாத துர்பாக்கிய நிலைக்கு மக்கள் தள்ளப்பட்டுவிட்டார்கள். இது புலிகளின் பெருந்தவறு என்கிறார் ராஜனி.

தனக்கேற்ற ஓர் அரசியல் இயக்கம் இருக்கவில்லையே என்று அவர் வருந்தவில்லை. தன்னையே அத்தகைய ஓர் இயக்கமாக ராஜனி மாற்றிக்கொண்டார். குடும்பம் வேறு, அரசியல் வேறு என்று அவர் பிரித்துப் பார்த்ததில்லை. தன்னுடைய மருத்துவப் படிப்பின் ஒரு பகுதியாக பிரிட்டனில் மூன்றாண்டுகளை அவர் கழித்தபோதும்கூட இனவெறிக்கு எதிராகப் போராடிக்கொண்டிருந்த அமெரிக்கப் பெண் களுடன் உணர்வுபூர்வமாகத் தன்னை ஒருங்கிணைத்துக் கொண்டார். ஒரு பக்கம் புலிகள் ராணுவக் கட்டமைப்பைப் பலப்படுத்திக் கொண்டிருந்தபோது ராஜனி ஆதரவற்ற பெண்களுக்காக பூரணி என்னும் அமைப்பைக் கட்டமைக்கும் பணியில் இறங்கியிருந்தார். விடுதலைக்கு ஆயுதமே தீர்வு என்னும் நம்பிக்கையை புலிகள் உறுதியாகப் பற்றிக்கொண்டு நின்றபோது, ஆயுதத்திடமிருந்தும் சேர்த்தேதான் நாம் விடுதலை பெறவேண்டியிருக்கிறது என்று வாதிட்டார் ராஜனி.

'நான் ஏதாவது வாய் திறந்து பேசிவிடுவேனோ, எதையாவது எழுதி ஆபத்தில் மாட்டிக்கொண்டுவிடுவேனோ, குழந்தைகளுக்கு ஏதாவது ஆகிவிடுமோ என்றெல்லாம் அம்மா மிகவும் கவலைப்படுகிறார்' என்று ஒரு கடிதத்தில் எழுதினார் ராஜனி. 'நான் வாழும் சூழலைப் பார்க்கும்போதே எனக்கே பயமாகத்தான் இருக்கிறது!' ராஜனி இனி இல்லை என்னும் உண்மையை அவர் அம்மாவால் நீண்டகாலத்துக்கு ஏற்றுக்கொள்ளவே முடியவில்லை. 'உன் பெண்ணுக்கு அறிவில்லை. அவள் வேலையை மட்டும் பார்த்துக்கொண்டு போயிருந்தால் இப்படி ஆகியிருக்குமா என்று கேட்கிறார்கள். என்ன செய்வது? மற்றவர்களின் துன்பத்தைப் பார்த்தபிறகு அவளால் இயல்பாக இருக்கமுடிந்ததில்லை. இளைஞர்கள் துப்பாக்கி ஏந்திச் செல்வதை

அவளால் சகித்துக்கொள்ளமுடியவில்லை. எல்லாக் கொலைகளும் தவறு என்றே அவள் சொல்வாள். யார் செய்தாலும், என்ன நோக்கத்துக்காகச் செய்தாலும் அது தவறுதான் என்பாள். இப்போது என் குழந்தையை நான் இழந்துவிட்டேன். அவள் குழந்தைகள் தாயை இழந்துவிட்டார்கள்.'

ராஜனி புலிகளால் கொல்லப்படவில்லை, இதில் சதி உள்ளது என்று சொல்பவர்களும் இருக்கிறார்கள். யாரால் கொல்லப்பட்டார் என்பதில் வேண்டுமானால் இப்படிச் சில மாற்றுக் கருத்துகள் இருக்கலாம். ஆனால் ராஜனி ஏன் கொல்லப்பட்டார் என்பதற்கான காரணங்கள் ஒருவராலும் மறுக்க இயலாதவை. ராஜனி திராணகம சுயமாகச் சிந்திக்கக்கூடியவராகவும் அச்சமின்றி தன்னை வெளிப் படுத்திக்கொள்பவராகவும் இருந்தார். சார்பு எடுக்காமல் விலகிநின்று அனைத்தையும் அவதானிக்க முயன்றார். நான் மதிக்கும் கொள்கையாயிற்றே என்று மயங்காமல் கசந்தாலும் பரவாயில்லை என்று உண்மை பேசினார். நேர்மையாக இருந்தார். அவருடைய சொற்கள் பலரைச் சங்கடப்படுத்தின. அவருடைய நிலைப்பாடுகள் புனித பிம்பங்களைக் கலைத்தன. அவருடைய தேடல் பலரை எரிச்சலடைய வைத்தது. அவருடைய இருப்பு பலரைப் பிரச்னைக்குரிய தாக மாறியது. எனவே கொல்லப்பட்டார்.

'விடுதலைப் புலிகள் இழைத்த தவறுகள் குறித்து எப்போதெல்லாம் உரையாடல் நடைபெறுகிறதோ; இலங்கையில் நடைபெற்ற ஆண்மைமிக்க ஆயுதப் போராட்டத்துக்குப் பலியான பெண்கள்மீது நம் கவனம் எப்போதெல்லாம் திரும்புகிறதோ; தமிழர் விடுதலைப் போராட்டம் கொடுமையான முறையில் தோல்வியடைந்தது குறித்த எப்போதெல்லாம் நாம் விவாதித்திருக்கிறோமோ அப்போதெல்லாம் ராஜனியின் நினைவுகள் நமக்கு வந்துவிடுகின்றன' என்கிறார் டி.பி.எஸ். ஜெயராஜ். 'இலங்கையில் ஜனநாயகம் மலரவேண்டு மானால் ராஜனியைக் கொன்றவர்கள் தங்களுடைய அரசியல் தவறை உணரவேண்டும்' என்கிறார் தயாபால திராணகம. ஆனால் தவறிழைத்தவர்களை மட்டுமல்ல, மெய்யுணர்வுடன் போராடியவர் களையும் சேர்த்தே வாரிச்சுருட்டி விழுங்கிவிட்டது இலங்கை.

'ராஜனி, ராஜனி தானே நீ?' என்று பெயரிட்டு அழைத்தபோது மெடம் தன்னுடைய சைக்கிளை நிறுத்திவிட்டுத் திரும்பிப் பார்த்திருக்கிறார். துப்பாக்கியைக் கண்டதும் இரு கைகளையும் கொண்டு தன் நெற்றியை மறைத்துக்கொண்டார் என்கிறார் சம்பவத்தை நேரில் கண்ட மாணவர் ஒருவர். வெறும் கைகளால் தோட்டாக்களைத் தடுத்துநிறுத்திவிடமுடியும் என்று குழந்தைத்தனமாக நம்பிய அதே

ராஜனிதான் தன் முடிவைத் துல்லியமாகக் கணித்தும் வைத்திருந்தார். நண்பர் ஒருவருக்கு ராஜனி எழுதிய இறுதிக் கடிதத்தில் பின்வரும் வாசகங்கள் இடம்பெற்றிருக்கின்றன. 'என்றாவது ஒருநாள் ஒரு துப்பாக்கி என்னை அமைதியாக்கிவிடும். ஆனால் அது வேற்று மனிதன் ஒருவனால் ஏந்தப்படுவதாக இருக்காது. மாறாக எனது வரலாற்றைப் பகிர்ந்துகொள்ளும், இச்சமூகத்தில் வாழும் ஒரு பெண்ணின் கருவறையில் இருந்து பிரசவிக்கப்பட்ட ஒரு புத்திரனால் ஏந்தப்படும் துப்பாக்கியாகவே அது இருக்கும்.'

14. ஒரு வெள்ளை காதல்

இந்தியா எப்படி பிரிட்டனின் காலனிநாடாக மாறியது என்பது குறித்தும் ஆதிக்கத்தை உடைத்தெறிந்து எப்படி இந்தியா தன்னை விடுவித்துக்கொண்டது என்பது குறித்தும் எண்ணற்ற பதிவுகள் வெளிவந்துவிட்டன. ஆனால் பிரிட்டனும் இந்தியாவும் எப்படி ஒன்றோடொன்று உரையாடிக்கொண்டன; அந்த உரையாடல் எத்தகைய மாற்றங்களை இரு நாடுகளையும் சேர்ந்தவர்களிடம் ஏற்படுத்தின என்பது விரிவாக விவாதிக்கப்படவில்லை. ஃபேனி மார்க்ஸ் ஒரு முக்கியமான எழுத்தாளராக உயர்வது இந்த இடத்தில் தான். பிரிட்டனும் இந்தியாவும் உரையாடிக்கொண்டதை அருகிலிருந்து கேட்டு எழுதியவர் அவர். காதுகளை மட்டுமல்ல மனதையும் திறந்து வைத்துக்கொண்டு அவர் செய்துள்ள பதிவு நேர்மையானது மட்டுமல்ல, அசாத்தியமானதும்கூட.

ஃபிரான்செஸ் சூஸன்னா ஆர்ச்சர் எனும் ஃபேனி, 8 டிசம்பர் 1794 அன்று வடக்கு வேல்ஸ் பகுதியில் பிறந்தார். 'அழகான, திறமையான பெண்' என்று வர்ணிக்கப்பட்ட ஃபேனி, தனது 27வது வயதில் சார்லஸ் கிராஃபோர்ட் பார்க்ஸ் என்பவரைத் திருமணம் செய்துகொண்டார். சார்லஸுக்கு கிழக்கிந்திய கம்பெனியில் எழுத்தராகப் பணி நியமனம் கிடைத்ததைத் தொடர்ந்து, நவம்பர் 1822ல் இருவரும் கல்கத்தா வந்தடைந்தனர். நிறுத்தங்கள் ஏதுமின்றி ஐந்தரை மாதங்கள் நீண்டுசென்ற களைப்பூட்டும் கப்பல் பயணம் அது.

முதல் பார்வையிலேயே இந்தியாவைக் காதலிக்கத் தொடங்கி விட்டார் ஃபேனி. 'இங்கு நிலவும் மிதமான குளிர் என்னை ஈர்த்து விட்டது. இதைவிட மகிழ்ச்சியளிக்கக்கூடிய இன்னொரு நாடு இந்த உலகில் இருக்கிறதா?' சௌரிங்கியில் பெரிய வீடு வாடகைக்குக் கிடைத்தது. கூப்பிட்ட குரலுக்கு ஓடிவர பணியாளர்கள். அழகிய தோட்டம். இதையெல்லாம் பிரிட்டனில் நினைத்தாவது பார்க்க

முடியுமா? மேம்சாஹிப் என்று எவ்வளவு குழைகிறார்கள்? ஐரோப்பாவில் வாழும் ஒரு சராசரி பெண்கூட இந்தியாவில் காலடி எடுத்து வைத்தால் ஒரு ராணியைப்போல் வாழலாம் என்று சொல்லப்படுவது சரிதான்போல!

சார்லஸுக்கு அலுவலகத்தைத் தவிர வேறு எதிலும் ஆர்வமில்லை என்பதால் அவரால் தன் மனைவியை வெளியில் எங்கும் அழைத்துச் செல்லமுடியவில்லை. மாலை நேரங்களில் ஃபேனி காலாற வெளியில் சுற்றிவந்தார். குதிரைமீது தாவியேறி கிராமப்புறங்களை வலம் வருவதும் உண்டு. மற்றபடி உண்டு, உறங்கி பொழுதைக் கழிப்பதுதான் ராஜ வாழ்க்கையா? அலுத்துப்போன ஃபேனி, தன்னைச் சுறுசுறுப்பாக வைத்துக்கொள்ள இந்தி, சமஸ்கிருதம் இரண்டையும் கற்க ஆரம்பித்தார். விரைவில் குளிர் மறைந்து கடும் சூடு வதைக்க ஆரம்பித்தது. இந்தியா முடிவில்லா மகிழ்ச்சியை மட்டுமே அள்ளித் தரும் ஒரு தேவதை உலகம் அல்ல என்பதைப் புரிந்துகொள்ள ஃபேனிக்கு அதிக காலம் பிடிக்கவில்லை. ஆனால் இந்தப் புரிதல் எந்தவகையிலும் இந்தியாமீதான அவருடைய ஈர்ப்பைக் குறைக்கவில்லை. மாறாக, அதிகரிக்கவே செய்தது. சார்லஸ் அவர் வேலையைப் பார்த்துக் கொள்ளட்டும். நான் இந்நாட்டின் நீள, அகலங்களைச் சுற்றித் திரிந்து அப்படி இங்கே என்னதான் இருக்கிறது என்பதைக் கண்டறியப் போகிறேன் என்று முடிவெடுத்தார். அடுத்த இருபத்து நான்கு ஆண்டுகளில் ஃபேனி இங்கே மேற்கொண்ட பயணங்கள் அவரை அடியோடு மாற்றியமைத்தன.

ஃபேனிக்கு முன்பும் பின்பும் பல ஐரோப்பியர்கள் இந்தியாவின் மூலை முடுக்குகளையெல்லாம் வலம் வந்திருக்கிறார்கள்; தங்களுடைய அனுபவங்களை விரிவாகவே பதிவும் செய்திருக்கின்றனர். ஆனால் அவர்களில் பெண்களின் எண்ணிக்கை மிகவும் குறைவு. அந்தக் குறைவான பதிவுகளிலிருந்தும்கூட ஃபேனியின் பார்வை பெருமளவில் மாறுபட்டு தனித்துவத்துடன் நிற்கிறது. எடுத்துக்காட்டுக்கு, கவர்னர் ஜெனரல் ஆக்லாண்ட் பிரபுவின் சகோதரியான ஃபேனி ஈடன் தன் சகோதரியான எமிலி ஈடனுடன் இணைந்து இந்தியாவுக்கு வந்திருந்தார். ஃபேனி ஈடனின் பயண நூல் (டைகர்ஸ், தர்பார்ஸ் அண்ட் கிங்ஸ்) அவருடைய மரணத்துக்குப் பிறகு பதிப்பிக்கப்பட்டது என்றாலும் தொடர்ந்து அச்சில் இருந்துவருகிறது. எமிலி ஈடனின் 'அப் தி கண்ட்ரி' என்னும் பயண நூல் தலைசிறந்த காலனிய பிரிட்டிஷ் பதிவுகளில் ஒன்றாக நீண்டகாலத்துக்குக் கருதப்பட்டது. ஆனால் ஃபேனியின் பயணக்குறிப்புகளோ வெளிவந்த பிறகு மறுபதிப்பே செய்யப்படவில்லை. சில ஆண்டுகளுக்கு முன்பு, பிரபல வரலாற்றாசிரியர் வில்லியம் டால்ரிம்பிள் தனக்குக் கிடைத்த ஒரு பிரதியைப் படித்துப் பார்த்து பிரமிப்புடன் ஒரு நீண்ட அறிமுகமும்

எழுதி, Begums, Thugs and White Mughals எனும் தலைப்பில் சற்றே சுருக்கி வெளியிட்டுள்ளார்.

இதன் பொருள், இந்தியாவை உளமாற நேசித்த ஃபேனியை இத்தனை காலமாக நாம் மறந்திருந்தோம் என்பதுதான். ஃபேனி அவர் காலத்திலேயேகூட அறியப்படாதவர்தான். ஈடன் சகோதரிகளைப் போலன்றி, தன்னை அதிகம் வெளிப்படுத்திக்கொள்ளாதவராக, எளிமையானவராக அவர் இருந்திருக்கிறார். அவர்களிடம் இருந்த செழிப்போ செல்வாக்கோ ஃபேனியிடம் இருந்தது கிடையாது. சமூகப் படிநிலையிலும் ஃபேனி அவர்களுக்குப் பல படிகள் கீழே இடம்பெற்றிருந்தார். அதன் காரணமாகவும் ஃபேனியைச் சந்திக்கும் தருணங்களில் ஈடன் சகோதரிகள் அவரைச் சற்று இளக்காரமாக நடத்துவது வழக்கம். வாரணாசியில் ஃபேனியைக் கண்ட ஃபேனி ஈடன் அளிக்கும் குறிப்பு அதைத்தான் உணர்த்துகிறது. 'நானும் உங்களைப் போன்ற ஒரு பெண்தான் என்று திருமதி. ஃபேனி பார்க்ஸ் அழுத்தமாக வலியுறுத்துகிறாள். ஆனால் அதை ஏற்கமுடியவில்லை. அவள் ஒரு காலத்தில் அழகானவளாக இருந்திருக்கலாம்; அந்த அழகு இப்போது கொஞ்சம்தான் எஞ்சியிருக்கிறது. அவள் அளவுக்கதிகமாகப் பெருத்துப் போயிருக்கிறாள். எங்களுக்கு இடையிலான உறவு எப்படியோ முறிந்துபோய்விட்டது.'

மிக முக்கியமாக, ஈடன் சகோதரிகளைப்போல் பரிவாரமும் படையும் சூழ ஃபேனி பயணங்கள் மேற்கொண்டதில்லை. மூட்டை முடிச்சுகளைக் கட்டிக்கொண்டு கிளம்பிவிடுவார். நம்மைப் போன்ற நாகரிகப் பெண்கள் தனியாகப் பயணம் செய்வது சரியில்லை என்று பல சீமாட்டிகள் கரிசனத்தோடு அவருக்கு அறிவுறுத்தியிருக்கிறார் கள். மேம்சாஹிப், இது தக்கர்களும் ஆட்கொல்லி புலிகளும் நடமாடும் பகுதி. உங்கள் கணவரை அழைத்துக்கொண்டு வந்திருக்கலாமே என்று இந்தியர்களுமேகூட ஃபேனியை மாற்ற முயற்சித்திருக்கிறார்கள். ஒருநாள் வனப்பகுதிக்கு அருகில் பல்லக்கில் சென்று கொண்டிருந்தபோது, நிலவொளியில் ஒரு புலி தென்பட்டது. சில நிமிடங்கள் அனைவரும் நின்றனர். அந்தப் புலி அங்குமிங்கும் பார்வையைச் சூழலவிட்டுவிட்டு சோம்பலுடன் கடந்து சென்று விட்டது. ஆட்கொல்லியாவது புலியாவது, ஃப்பூ என்று சிரித்துக் கொண்டார் ஃபேனி. தனியாகச் சுற்றித் திரியும் தன்னைக் கண்டு கவலைப்படும் அனைவருக்கும் ஃபேனி அளிக்கும் ஒரே பதில், 'நான் சுதந்தரமாக இருக்க விரும்புகிறேன்' என்பதுதான். இந்தியாவில் மகிழ்ச்சியாக இருப்பதற்கு இரண்டு விஷயங்கள் தேவை என்கிறார் ஃபேனி. 'ஒரு நல்ல அரேபிய குதிரை, ஒரு நல்ல கூடாரம். இவை இருந்துவிட்டால் எதற்கும் அச்சப்படத் தேவையில்லை.'

ஃபேனியின் ஆரம்பகாலப் பயணங்கள் அனைத்தும் அழகைத் தேடியே அமைந்திருந்தன. ஏரிகள், மலைகள், செடி கொடிகள், மரங்கள், புல்வெளிகள், மாளிகைகள், மலர்கள், திருவிழாக்கள், கடை வீதிகள், குழந்தைகள் என்று பார்த்துப் பரவசம் அடைந்தார். ஒரு கட்டத்தில் அவருடைய தேடல் விரிவடையத் தொடங்கியது. இந்தியாவின் வரலாறு, கலாசாரம், வாழ்க்கைமுறை என்று விரிவாகத் தெரிந்துகொள்ள விரும்பினார். முன்முடிவுகளின்றி இந்திய மதங்களைப் புரிந்துகொள்ளவும் அவர் முயன்றார். இந்துக்களின் சடங்குகள், வழிபாட்டுமுறைகள், திருவிழாக்கள் ஆகியவற்றில் ஆர்வம் செலுத்தினார். அனைத்தையும் அவர் புரிந்துகொண்டார் என்றோ அனைத்தையும் அவர் ஏற்று, அங்கீகரித்தார் என்றோ சொல்ல முடியாது. குறிப்பாக, சில பக்தர்கள் தங்கள் உடலை வருத்திக் கொள்வது, நாக்கில் அலகு குத்திக்கொள்வது, சதையைக் கீறி ரத்தம் சிந்துவது போன்ற சடங்குகள் அவரை அதிர்ச்சிக்குள்ளாக்கின.

ஒருமுறை கல்கத்தாவிலுள்ள காளி காட்டில் நடைபெற்ற திருவிழாவொன்றை நேரில் கண்டார் ஃபேனி. பளிச்சிடும் வண்ண ஆடைகளை உடுத்திக்கொண்டு ஆயிரக்கணக்கான மக்கள் சாலைகளில் திரண்டிருந்தனர். உடலெல்லாம் சாம்பலை அப்பிக் கொண்டு, கிட்டத்தட்ட முழு நிர்வாணமாக இருந்த சாமியார்களும் தென்பட்டனர். அவர்களுடைய சடைமுடி அழுக்காகவும் தோள்முழுக்கப் பரவியும் கிடந்தது. சற்று தள்ளி நடந்தபோது, முப்பதடி உயரத்தில் மூன்று நீண்ட கம்புகள் நட்டு வைக்கப்பட்டிருந்தன. உச்சியில் மூங்கில் கழிகள் குறுக்குவாக்கில் இணைக்கப்பட்டிருந்தன. அவற்றில் மனிதர்கள் கயிற்றில் ஊசலாடிக்கொண்டிருப்பார்கள். அவர்கள் எப்படி மூங்கிலோடு பிணைக்கப்பட்டிருக்கிறார்கள் என்பதை அறிந்து கொண்டபோது ஃபேனி அதிர்ச்சியடைந்தார்.

ஒவ்வொரு மனிதனின் உடலிலும் நான்கு இரும்பு கொக்கிகள் சதையைத் துளைத்தபடி பொருத்தப்பட்டிருந்தன. அந்த வளையங்கள் கயிற்றிலும், கயிறு மூங்கிலிலும் இணைக்கப்பட்டிருந்தது. கைகளை யும் காலையும் விரித்தபடி தொங்கிக்கொண்டிருந்த ஒவ்வொரு மனிதனின் கையிலும் பையொன்று இருந்தது. கீழிருந்தபடி அண்ணாந்து வேடிக்கை பார்க்கும் கூட்டத்தின்மீது அவர்கள் இனிப்பையோ மலரையோ தூவுவார்கள். சிலர் ஆடைகளின்றி எட்டு கொக்கிகளோடு தொங்கிக்கொண்டிருந்தனர். மக்களை மகிழ்விப்பதற்காகவோ வேண்டுதலை நிறைவேற்றுவதற் காகவோ இப்படித் தொங்குவது வழக்கம். செல்வந்தர்களுக்கும் வேண்டுதல்கள் இருக்கும் என்றாலும் அவர்கள் தாமே கொக்கி மாட்டிக்கொண்டு தொங்குவதில்லை. அதற்குப் பதில் பணம்

கொடுத்து சில ஏழைகளை நியமித்துக்கொண்டார்கள். 'இப்படிப் பட்ட அருவருப்பான விஷயங்களைக்கூட தெரிந்துகொள்ள விரும்பினேன்' என்கிறார் ஃபேனி.

கணவனை இழந்த பெண்களின் நிலை அவரை அழுத்தியது. இளம்பெண்கள் பலர் கங்கை நதிக்கரையிலும் கல்கத்தாவின் பல பகுதிகளிலும் உடன்கட்டை ஏறுவதை வழக்கமாக வைத்திருந்ததை அறிந்து மனமுடைந்துபோனார். அதே சமயம், இது நாகரிகமற்ற நாடு, இங்கே இப்படிதான் பெண்களை நடத்துவார்கள் என்று பல சீமாட்டிகளைப்போல் அவர் அங்கலாய்க்கவில்லை. தேச எல்லைகள் கடந்து, நிறபேதம் கடந்து, எல்லாவிடங்களிலும் பெண்கள் மோசமாகவே நடத்தப்படுகின்றனர் என்று வாதிட்டார். பெண்கள் ஆண்களுக்குக் கீழே என்னும் விதி எல்லா மொழிகளிலும், எல்லாச் சமூகங்களிலும் நிலவுவதைத் தன்னுடன் உரையாடுபவர்களிடம் சுட்டிக்காட்டினார். 'இது ஆண்கள் வகுத்த சட்டம், அப்படித்தான் இருக்கும்' என்றார்.

சித்தார் கற்றுக்கொண்டார். சரளமாக உருதுவில் உரையாடினார். அந்தப்புரங்களில் அமர்ந்து அங்கிருந்தவர்களிடம் உரையாடினார். வாசனையுடன்கூடிய புகையிலையை எப்படித் தயாரிப்பது என்று கேட்டு எழுதிக்கொண்டார். ஓபியம் புகைத்துப் பார்த்தார். லக்னோ, டெல்லி, குவாலியர், கான்பூர், டெல்லி, முசோரி என்று மனம் போன திசைகளிலெல்லாம் சென்றார். ஃபேனிக்குத் தெரியாததே கிடையாது என்று எல்லோரும் பேசிக்கொண்டது ஒரு ராஜபுத்திர இளவரசியின் காதிலும் விழ, அவர் ஃபேனியைத் தன் மாளிகைக்கு வரவேற்றதோடு ஒரு விண்ணப்பத்தையும் வைத்தார். 'உங்களுக்கு ஒட்டக அலங்காரம் தெரியும் என்று கேள்விப்பட்டிருக்கிறேன். என்னிடம் நிறைய ஒட்டகங்கள் இருக்கின்றன. அரண்மனை மக்களுக்கு கொஞ்சம் கற்றுக்கொடுக்க முடியுமா?' 'ஓ, இதற்கென்ன' என்று வேலையில் இறங்கிவிட்டார் ஃபேனி. அவருடைய நினைவுக்குறிப்புகளில் இடம்பெற்றுள்ள ஓர் அத்தியாயத்தின் தலைப்பு, 'ஒட்டகத்தை அழகுபடுத்துவது எப்படி?'

அடுத்த கட்டத்துக்கு முன்னேறினார் ஃபேனி. இந்த மண்ணோடும் மக்களோடும் என்னைப் பிணைத்துக்கொள்ளமுடியுமா? டிசம்பர் 1837ல் ஈடன் சகோதரிகள் ஒரு மகாராணியைச் சந்திக்கச் சென்றபோது மொழி தெரியாததால் வேறு வழியில்லாமல் ஃபேனியின் உதவியை நாடவேண்டியிருந்தது. உரையாடல் நல்லபடியாக முடிந்து, விடைபெறும்போது மகாராணி தன்னுடைய விருந்தினர்களுக்குப் பரிசளிக்க விரும்பினார். ஆனால் ஈடன் சகோதரிகள் பெற்றுக்கொள்ள

மறுத்துவிட்டனர். கிழக்கிந்திய கம்பெனியின் விதிகளின்படி பரிசுப் பொருள்கள் பெற்றுக்கொள்ளக்கூடாது என்பது ஈடன் சகோதரிகளின் வாதம். பரிசை மறுப்பது விருந்தினரை அவமதிக்கும் செயல், இந்தியாவில் இருக்கும்போது இந்தியராக நடந்துகொள்வதே இயல்பானது என்றார் ஃபேனி. எப்போதும் போல் ஈடன் சகோதரிகள் ஃபேனியை நிராகரித்துவிட்டனர். இந்த ஃபேனி ஏன் இப்படி இந்தியர் போல் சிந்திக்கவேண்டும் என்று அவர்களுக்கு விளங்கவேயில்லை.

ஒருமுறை தாஜ் மஹாலுக்கு அருகில் ரமலான் பெருநாள் கொண்டாட்டத்தைக் காணச் சென்றிருந்தார். வண்ண வண்ண ஆடைகள் அணிந்திருந்த மக்கள் கூட்டம் அழகாகவும் அந்த இடத்துக்குப் பாந்தமாகவும் இருந்ததைக் கண்டார். அது சரி, இந்த இடத்தில் மேற்கத்தியர்கள் ஏன் அங்குமிங்குமாக நடமாடிக் கொண்டிருக்கிறார்கள்? அவர்களுக்கு இங்கே என்ன வேலை? ஃபேனியின் முகம் சுருங்கியது. அவர் எழுதுகிறார். 'பெரிய தொப்பிகளும் இறுக்கமான ஆடைகளும் அணிந்திருந்த ஐரோப்பிய சீமான்களையும் நளினமற்ற ஆடைகளை அணிந்திருந்த ஆங்கிலேய சீமாட்டிகளையும் கண்டு எரிச்சலுற்றேன்.' இன்னோரிடத்தில், 'இந்தியப் பெண்கள் அழகாக கவிதைபோல் நடந்துசெல்கிறார்கள், ஐரோப்பாவில் இந்தப் பண்பு அரிதாகவே இருக்கிறது.' என்கிறார் ஃபேனி.

ஆக்ரா கோட்டையில் உள்ள பெண்களின் வசிப்பிடம் பிரிட்டிஷ் அதிகாரிகளால் மாற்றியமைக்கப்பட்டதை அறிந்தபோது ஃபேனி துடித்துப்போனார். 'இந்தப் பாழாய்போன ஐரோப்பிய அதிகாரிகள் இந்த அழகிய இடத்தை எப்படி ஒரு சமையலறையாக மாற்றியிருக் கிறார்கள், பாருங்கள். ஒரு வரலாற்று முக்கியத்துவம் வாய்ந்த இடத்தை இப்படியா செய்வது? அழகிய மேற்கூரை, பளிங்கு தரை, உள் வேலைப் பாடுகள் அனைத்தும் இப்போது பாழாகிவிட்டது. அவமானம்!'

ஃபேனியின் மனதுக்கு நெருக்கமான ஓரிடம், தாஜ் மஹால். 'உன்னை ஒருமுறை நேரில் கண்டுவிட்டேன் என்னும் பரவச உணர்வே எனக்குப் போதுமானது. என்னால் இனி நிம்மதியாகக் கல்லறையில் துயிலமுடியும்.' ஃபேனி பெருமதிப்புடன் கொண்டாடிய தாஜ் மஹாலில் பளிங்கு கல்லறைக்கு அருகில் ஒரு பிரிட்டிஷ் இசைக்குழு கலை நிகழ்ச்சியொன்றை நடத்தியதைக் கேள்விப்பட்டார் ஃபேனி. அதில் கலந்துகொண்ட ஐரோப்பிய ஆண்களும் பெண்களும் உல்லாசமாக நடனமாடி மகிழ்ந்தனர் என்னும் செய்தி கிடைத்ததும் முகம் சிவந்துவிட்டது ஃபேனிக்கு. 'இதைவிட அருவெறுப்பூட்டும் வேறு செயல் இருக்கிறதா? என்னால் தாஜ் மஹாலுக்குள் பயபக்தி யோடு மட்டுமே நுழையமுடியும். அது ஓர் புனித இடம். பேரரசுக் குடும்பம் வாழ்ந்த இடம். இப்படியா அந்த இடத்தை அவமதிப்பது?'

வெளுத்த உடலையும் கடந்து, உணர்வுபூர்வமாக ஓர் இந்தியராகவே ஃபேனி மாறிப்போயிருந்ததையே இந்தச் சம்பவங்கள் உணர்த்துகின்றன. பிற்போக்கான, வளர்ச்சி குன்றிய நாடு என்று கருதப்பட்ட இந்தியாவை நாகரிக வெள்ளை மனிதர்கள் என்ன செய்து வைத்திருக்கிறார்கள் என்பதை அருகிலிருந்து பார்த்த ஃபேனிக்கு ஐரோப்பிய மேட்டிமைத்தனத்தின் அபாயம் நன்கு புரிந்தது. தன் கணவர் பணியாற்றிய கிழக்கிந்திய கம்பெனி குறித்து மிகத் தீவிரமாக விமரிசனங்களை அவர் முன்னெடுத்ததற்கு இந்தப் புரிதலே காரணம் என்கிறார் டால்ரிம்பிள்.

ஒரு வர்த்தக நிறுவனம் எப்படி காலனியாதிக்க சக்தியாக மாறிக் கொண்டிருக்கிறது என்பதைக் கண்ட ஃபேனி, இந்தியாவை இன்னமும் தீவிரமாக, மேலும் நெருக்கமாக நேசிக்க ஆரம்பித்தார். அதற்கான எடுத்துக்காட்டு அவர் குறிப்புகளில் இருக்கிறது. 'சிதிலமடைந்துகொண்டிருக்கும்' ஆவாத் சமஸ்தானத்தை நாம் இணைத்துக்கொள்ளவேண்டும் என்னும் குரல் கிழக்கிந்திய கம்பெனியினராலும் அவர்களுடைய ஆதரவாளர்களும் வலுவாக எழுப்பப் பட்டபோது, ஃபேனி திடமாகத் தன் மறுப்பை பதிவு செய்தார். 'கம்பெனி ஆட்சியின்கீழ் இருப்பவர்களைக் காட்டிலும் ஆவாத்தின் மக்கள் மகிழ்ச்சியாகவும் செழிப்பாகவும் இருக்கிறார்கள். பிரிட்டிஷ் ஆட்சிதான் வேண்டும் என்று அவர்கள் துடிப்பதாகத் தெரியவில்லை.' இந்தியா எவருக்கும் அடிமைப்பட்டுக் கிடக்கவேண்டிய அவசியமில்லை என்னும் தேசியவாதக் குரலை ஃபேனியிடமும் ஒருவர் தெளிவாக இனம்காணமுடியும்.

ஒருநாள் பயணம் முடிவுக்கு வந்தது. ஒருவழியாக, விடைபெற்றுக் கொண்டு அவர் தன் வீட்டுக்குத் திரும்பினார். நீண்ட இடைவெளிக்குப் பிறகு இங்கிலாந்து மண்ணில் தன் கால்களைப் பதித்தார் ஃபேனி. பெட்டியோடு வந்து நிற்கும் தன் மகளை அவருடைய அம்மாவால் அடையாளம் காணமுடியவில்லை. முற்றிலும் புதிய நபராக ஃபேனி திரும்பிவந்ததை டால்ரிம்பிள் அழகாகக் குறிப்பிடுகிறார். 'காலனியாதிக்கம் இப்போது தலைகீழாகத் திரும்பியிருந்தது. ஆதிக்கம் செய்ய இந்தியாவுக்கு வந்தவர்களில் ஒருவர் இந்தியாவின் ஆதிக்கத்துக்கு ஆளாகி, உருமாறி விட்டார். இந்தியா ஃபேனி பார்க்ஸை வென்றெடுத்துவிட்டது.'

வீடு திரும்புதல் மனநிறைவை அளிக்கும் என்றுதான் ஃபேனி நினைத்திருந்தார். ஆனால் அது அவ்வாறாக இருக்கவில்லை. உடைந்துபோய் எழுதினார் ஃபேனி. 'இந்தியாவைவிட்டுப் பிரிந்தது என் மனதை என்னவோ செய்கிறது!'

15. வரலாறு என்பது போராட்டமே

எப்போது பள்ளிக்கூடம் முடியும் என்று காத்துக்கொண்டிருப்பார். முடிந்தவுடன் அவசரமாக வீட்டுக்கு ஓடுவார் ரொமிலா. பையை வைத்துவிட்டு, சில நிமிடங்களில் தயாராகிவிடுவார். மீண்டும் வீட்டைவிட்டு வெளியில் ஓடுவார். பிரார்த்தனைக் கூட்டம் ஆரம்பித்துவிடக்கூடாது அல்லவா? கடவுள் மீதோ வழிபாடு மீதோ உள்ள ஆர்வம் என்பதைவிட காந்தியைக் காணவேண்டும் என்னும் துடிப்பே ரொமிலாவுக்கு மிகுதியாக இருந்தது. தேசியவாத அலைகள் நாடு முழுக்க ஆர்ப்பரித்துக்கொண்டிருந்த காலகட்டம் அது. புனேயில் உள்ள புனித மேரி பள்ளியில் படித்துக்கொண்டிருந்தார் ரொமிலா. காந்தி அவ்வப்போது அடைபட்டுக் கிடந்த எரவாடா சிறையும் அதே புனேயில்தான் இருந்தது. சிறை புகாத சமயங்களில் காந்தி கூட்டங்கள் நடத்துவது வாடிக்கை. அவர் பேசுவது எல்லாம் புரியும் என்றோ புரிந்தது எல்லாமே ரொமிலாவுக்குப் பிடிக்கும் என்றோ அர்த்தமில்லை. ஆனால் காந்தி பேசுவதைப் பார்ப்பது எல்லாவற்றையும்விட முக்கியமானது அல்லவா?

ரொமிலாவின் தந்தை தயா ராம் தாப்பர், காந்திக்கோ இந்திய விடுதலைக்கோ எதிரானவர் அல்லர் என்றாலும் தன் மகள் வெளிப்படையாக காந்தி, காந்தி என்று திரிந்துகொண்டிருந்தது அவருக்கு அச்சத்தை ஏற்படுத்தியது. நான் பிரிட்டிஷ் அரசின் ராணுவ மருத்துவராகப் பணியாற்றிக்கொண்டிருக்கும்போது என் மகள் அரசை எதிர்க்கும் ஒரு தலைவரின் நிகழ்ச்சிகளில் கலந்துகொள்வதை மற்றவர்கள் எப்படி எடுத்துக்கொள்வார்கள்? அதே சமயம், இனி காந்தியைப் பார்க்கப் போகாதே என்று கட்டளையிடவும் தயக்கம். எனவே நிதானமாகவும் நட்பாகவும் அவர் உரையாடிப் பார்த்தார். ‘இதோ பார் ரொமிலா, நீ காந்தியின் கூட்டங்களுக்குச் செல்வதைக் குறைத்துக்கொண்டு படிப்பில் கவனம் செலுத்தவேண்டும் என்று நினைக்கிறேன். காந்தி நல்லவர்தான். நீயும் நல்ல பெண்தான். ஆனால் பிரிட்டிஷ் அரசுக்கு

அவர் விரோதி அல்லவா? உன்னை யாராவது அடையாளம் கண்டு, புகார் கொடுத்துவிட்டால் என்னாகும் என்று யோசித்தாயா?'

'பயப்படாதீர்கள், அப்பா. எனக்கு ஒன்றும் ஆகாது' என்றார் ரொமிலா. 'உனக்கு ஒன்றும் ஆகாது என்று எனக்கும் தெரியும். நான் கவலைப்படுவது என்னைப்பற்றி' என்றார் அப்பா. ரொமிலா அப்பாவை ஒருமுறை ஏற இறங்கப் பார்த்துவிட்டுச் சிரித்தார். 'இவ்வளவு பெரிய ஆள், உங்களை யார் என்ன செய்துவிடமுடியும்? சும்மா பயப்படாதீர்கள் அப்பா!'

அன்றைய தினம் ரொமிலாவுக்கு இன்னொரு முக்கியமான பணியும் இருந்தது. கிளம்புவதற்குள் மறக்காமல் காந்தியிடம் கையெழுத்து வாங்கிவிடவேண்டும். இதோ பார் காந்திஜியின் கையெழுத்து என்று நாளை பள்ளியில் சென்று தோழிகளிடம் பெருமைப்பட்டுக்கொள்ள வேண்டும். பிரார்த்தனைக் கூட்டம் முடிந்ததும் காந்தி கையெழுத்து போட்டுக்கொடுப்பது வழக்கம். வரிசையாக எல்லோருக்கும் போட்டுக் கொடுப்பார். ஆனால் இந்த வரிசை பெரியதாக இருக்காது. காரணம், ஐந்து ரூபாய் கொடுத்தால்தான் காந்தியை நெருங்கமுடியும். ஐந்து ரூபாய் என்பது அப்போது பெரிய தொகை. ஆனால் எப்படியோ அப்பாவை நச்சரித்து வாங்கி வந்துவிட்டார் ரொமிலா. இதோ அடுத்து என் முறை. பணத்தைச் செலுத்திவிட்டு ஆல்பத்தை எடுத்து காந்தியிடம் நீட்டினார் ரொமிலா. அவரை ஒருமுறை குனிந்து பார்த்துவிட்டு கையொப்பம் இட்டுக் கொடுத்தார் காந்தி. ஆ, சாதித்துவிட்டேன் என்று வெற்றிப் புன்னகையோடு ரொமிலா திரும்பி நடக்கத் தொடங்கிய போது காந்தி ரொமிலாவின் குர்தாவைப் பிடித்து நிறுத்தினார். 'இதென்ன பட்டுத் துணியா?' ஆமாம் என்று தலையசைத்தார் ரொமிலா. 'இனி ஒருபோதும் பட்டாடை உடுத்தாதே. காதி அணிந்துகொள்.' பிறகென்ன? 'அப்பா, இனி இதையெல்லாம் நான் தொடவே மாட்டேன். இப்போதே எனக்கு கதர் வாங்கிக்கொடு!' தன் மகளின் கதறலை அடக்க அப்பா மீண்டும் இணங்கிப்போக வேண்டியிருந்தது.

30 நவம்பர் 1931 அன்று பிறந்த ரொமிலா தாப்பருக்கு இன்று வயது 87. அதே மன உறுதி. குறையாத துடிதுடிப்பு. தீ என்று தெரிந்த பிறகும் தொட்டு விளையாடத் துடிக்கும் அதே குழந்தைத்தனமான துணிச்சல். பத்ம பூஷண் விருது இருமுறை அவரை நாடிவந்தது. இருமுறையும் அவர் அதைப் பெற்றுக்கொள்ளவில்லை. என்னுடைய பணி சார்ந்த அமைப்புகளிலிருந்தும் கல்விக்கூடங்களிலிருந்தும் அளிக்கப்படும் விருதுகளை மட்டுமே நான் ஏற்றுக்கொள்வேன். அரசு அளிக்கும் விருது எனக்குத் தேவைப்படாது, மன்னிக்கவும் என்று இருமுறையும் எழுதியனுப்பிவிட்டார் தாப்பர். அப்பா, எனக்கான ஆடையை நான்

தேர்ந்தெடுத்துக்கொள்கிறேன் என்று உறுதியான குரலில் வாதாடி வென்ற அதே ரொமிலா.

தன்னுடைய எதிர்காலத்தையும் அவரேதான் வடிவமைத்துக் கொண்டார். லண்டனுக்குச் செல்லவேண்டும், வரலாறு கற்கவேண்டும் என்று ரொமிலா கோரியபோது அப்பா இரு வாய்ப்புகளை அவருக்கு வழங்கினார். உன் எதிர்காலத்துக்காகத்தான் நான் கொஞ்சம் கொஞ்சமாகப் பணம் சேர்த்துக்கொண்டிருக்கிறேன். நீ திருமணம் செய்துகொள்ளப் போகிறாயா அல்லது படிக்கப்போகிறாயா என்பதை நீயே முடிவெடுத்துக்கொள்! ரொமிலா திருமணத்தை ஒதுக்கிவைத்து விட்டு லண்டனைத் தேர்ந்தெடுத்தார். அதற்குப் பிறகு நடந்தது, வரலாறு.

வரலாற்றைத் தன் கரங்களில் ரொமிலா தாப்பர் ஏந்திக்கொண்ட பிறகு, இந்திய வரலாறு எழுதப்படும் முறையும் கற்பிக்கப்படும் முறையும் கற்கும் முறையும் முற்றிலுமாக மாறிப்போயின. பண்டைய இந்திய வரலாறுமீது கவனம் செலுத்தி அவர் ஆராய முற்பட்டபோது அத்துறை தூசிபடிந்த, சிதைந்த கட்டடம் போல் கவனிப்பாரற்று கிடந்தது. ஒரு பக்கம் இதிகாசங்களும் புராணக் கதைகளும் வரலாறு என்னும் பெயரில் வலம் வந்துகொண்டிருந்தன. இன்னொரு பக்கம், ஆய்வு என்று சொல்லிக்கொண்டு பிரிட்டிஷ் அதிகாரிகள் தங்களுக்குத் தெரிந்ததையும் தெரியாததையும் எழுதிக் குவித்து வைத்திருந்தார்கள். இந்தியாவுக்கு வரலாறு என்றொன்றே கிடையாது என்னும் முடிவுக்கு ஒருவர் வந்துசேர்ந்திருந்தார். பல்லாயிரக்கணக்கான ஆண்டுகளாக இருண்டுகிடந்த இந்தியாவுக்கு ஒளி பாய்ச்சியது பிரிட்டன்தான் என்று இன்னொரு ஆய்வாளர் ‘கண்டுபிடித்திருந்தார்’. வேதங்களில் இருந்துதான் இந்தியாவின் வரலாறு தொடங்குகிறது என்றார் வேறொருவர். இந்து இந்தியா, முஸ்லிம் இந்தியா, பிரிட்டிஷ் இந்தியா. அவ்வளவுதான் இந்திய வரலாறு என்று தோள்களைக் குலுக்கிக்கொண்டார் மற்றொருவர்.

யார் இவர்கள்? சிலர் வரலாற்றாசிரியர்கள். ஆனால் அவர்களுக்கு இந்தியா கறுப்பா சிவப்பா என்றுகூடத் தெரியாது. பலர் இந்தியாவை நேரடியாகவே அறிந்துவைத்திருந்தனர். ஆனால் அவர்கள் வரலாற்றா சிரியர்கள் அல்லர். கிழக்கிந்திய கம்பெனியின் சார்பாக அதிகாரிகளாகவும் குமாஸ்தாக்களாகவும் வணிகர்களாகவும் அவர்கள் இங்கே நியமிக்கப் பட்டிருந்தார்கள். சிலர் இந்தியாவை வெறுமனே சுற்றிப் பார்க்க வந்தவர்கள் மட்டுமே. இவர்கள் போக கிறிஸ்தவ பாதிரியார்களும் தங்களுக்குத் தெரிந்த வரலாற்றை எழுதிவைத்துவிட்டுச் சென்றார்கள். இந்தப் பதிவுகளைத்தான் இந்திய வரலாறு என்னும் பெயரில்

உலகமே படித்துக்கொண்டிருந்தது. இந்தியர்களும்கூட இதையெல்லாம் தான் வரலாறு என்று நினைத்து பயபக்தியோடு கற்றுக்கொண்டும் கற்பித்துக்கொண்டும் இருந்தார்கள்.

இவர்கள் உருவாக்கிய இந்திய வரலாறு எப்படி இருந்தது? இந்தியா என்பது அழுக்கு படிந்த, சூடான நிலம். அது ஒரு விநோத பூமி. ஐரோப்பாவைப்போல் அமெரிக்காவைப்போல் அந்நாட்டைப் புரிந்துகொள்ளமுடியாது. இந்தியர்களுக்கு வரலாற்று உணர்வு என்றொன்று எப்போதுமே இருந்ததில்லை. அவர்களைப் பொருத்தவரை கடந்த காலம் என்பது மாயை. மரணம் என்றொன்று கிடையாது. இறந்தவர்கள் அனைவரும் மறுபிறவி எடுத்துவிடுகிறார்கள். கடந்த காலமே இல்லை என்பதால் வரலாறும் இல்லை. மகாராஜாக்களும் பாம்பாட்டிகளும் மந்திரவாதிகளும் புழங்கும் நாடு அது. இந்தியர்கள் எல்லோரும் ஆன்மிகவாதிகள். அவர்களுக்குத் தவம் செய்யத் தெரியும், மாந்திரீகம் தெரியும். இந்து மதம்தான் அவர்கள் வாழ்க்கை முறை. இந்து மதம்தான் அவர்கள் தத்துவம். வேதமும் உபநிஷத்தும் கீதையும் தெரிந்தால் இந்தியத் தத்துவமும் சட்டமும் புரிந்துவிடும். இந்தியர்களைப் புரிந்துகொள்ளவேண்டுமானால் அவர்களுடைய சடங்குகளையும் சம்பிரதாயங்களையும் புரிந்து கொண்டால் போதும். அவ்வளவுதான், இந்தியா.

மன்னிக்கவும். இதெல்லாம் தவறான புரிதல்கள், பிழையான பார்வைகள். வரலாறு என்பது வேறு என்று சில இந்திய வரலாற்றாசிரி யர்கள் மிகவும் சிரமப்பட்டு புரிய வைக்க முயன்றுகொண்டிருந்தனர். ரொமிலா தாப்பர் தன்னை அவர்களுடன் இணைத்துக்கொண்டார். இது வெறுமனே பணி மட்டுமல்ல, வாழ்நாள் போராட்டம் என்பதை ரொமிலா தாப்பர் விரைவில் புரிந்துகொண்டார். இந்திய வரலாற்றை நேர் செய்யவேண்டுமானால் அடிப்படைகளிலிருந்து தொடங்கியாக வேண்டும். அடிப்படைக் கட்டுமானத்தைப் பலப்படுத்தினால்தான் அதற்குமேல் புதிய வரலாற்றைக் கட்டியெழுப்பமுடியும். இந்தப் புரிதலோடு வரலாற்றுக்கு முற்பட்ட காலத்திலிருந்து தன்னுடைய ஆய்வைத் தொடங்கினார் தாப்பர். முதலில் இந்தியாவின் பழங் காலத்தை உள்ளது உள்ளவாறே மீட்டெடுத்துக்கொடுக்க வேண்டும். இந்தியா என்றால் என்னவென்பதை உலகுக்கு மட்டுமல்ல இந்தியா வுக்குமேகூட வெளிச்சம்போட்டுக் காட்டவேண்டியிருக்கிறது. தன்னுடைய நிதானமான, ஆழமான ஆய்வுகள்மூலம் மெல்ல மெல்ல வெளிச்சத்தைத் திரட்டிக்கொண்டார் தாப்பர்.

அசோகரும் மௌரியப் பேரரசின் வீழ்ச்சியும் குறித்த அவருடைய ஆய்வுநூல் 1961ம் ஆண்டு வெளிவந்தது. அதற்குப் பிறகு நிறையவே

எழுதிவிட்டேன் என்றாலும் இன்றுவரை என் மனதுக்கு நெருக்கமான ஒரு புத்தகம் இதுதான் என்கிறார் தாப்பர். இந்திய வரலாறு குறித்த தட்டையான கண்ணோட்டத்தை உடைத்து நொறுக்கும் பணியை இப்புத்தகம் செய்தது. வரலாறு அற்ற சமூகம் என்று இகழப்பட்ட இந்தியாவின் சமூக வரலாற்றையும் அரசியல் வரலாற்றையும் பொருளாதாரப் பின்னணியையும் மீட்டெடுத்து அழகுற அறிமுகப்படுத்தினார் தாப்பர். அசோகரின் இந்தியாவில் வெவ்வேறு கலாசாரங்களைப் பின்பற்றும், வெவ்வேறு சிந்தனையோட்டம் கொண்ட மக்கள் வசித்தனர்; அசோகரின் பௌத்த தம்மம் இந்த வேறுபாடுகளை ஒன்றிணைக்கும் ஆற்றல் பெற்றிருந்தது என்று தன் நூலில் அவர் நிறுவினார். அசோகரின் ஆரம்ப கால வாழ்க்கை குறித்தும் அவர் ஆட்சியைக் கைப்பற்றியது குறித்தும் நம்மிடம் தகவல்கள் உள்ளனவா? அசோகரின் நிர்வாகம் எப்படி இருந்தது? அவர் எவ்வாறு தம்மத்தை மக்களிடம் அறிமுகப்படுத்தினார்? எவ்வாறு சமூக ஒழுங்கை அவர் நிலைநிறுத்தினார்? அசோகரின் மறைவுக்குப் பிறகு மௌரிய அரசு உடைய ஆரம்பித்தது ஏன்? இத்தகைய கேள்விகளுக்கு தாப்பர் அளித்த விடைகளைவிடவும் அவற்றை வந்தடைய அவர் கையாண்ட ஆய்வுமுறை பலரையும் திரும்பிப் பார்க்க ஆரம்பித்தது.

விடைகள் அல்ல, கேள்விகளே எனக்கு முக்கியம் என்கிறார் ரொமிலா தாப்பர். இந்தியர்களுக்கு ஏன் வரலாறு இல்லை என்று கருதுகிறீர்கள்? இந்தியா இந்துக்களின் தேசம் என்று யார் சொன்னது? இதிகாசங்களையும் புராணங்களையும் ஒரு வரலாற்றாசிரியர் புதிய கண்களைக் கொண்டு பார்க்கக்கூடாது என்று யார் தடுத்து நிறுத்தியது? ஏன் மத நம்பிக்கைகளைக் கொண்டு இந்தியாவையும் அதன் மக்களையும் நீங்கள் புரிந்துகொள்ள விரும்புகிறீர்கள்? கடவுள் மறுப்பை முன்வைக்கும் கோட்பாடும் வேத மறுப்பும் இங்கே தழைத்திருந்ததை நீங்கள் அறிவீர்களா? மதத்தைக் கொண்டு இந்தியாவின் காலகட்டத்தை ஏன் பிரிக்கிறீர்கள்? இந்து இந்தியா என்றொன்றோ இஸ்லாமிய இந்தியா என்றொன்றோ உண்மையில் இருந்ததா? எனில், மற்ற நம்பிக்கையாளர்கள் அல்லது நம்பிக்கையே இல்லாதவர்களுக்கு இங்கே இடம் இருந்ததில்லையா?

புதிய கேள்விகளோடு புதிய விளக்கங்களும் அவரிடமிருந்து வந்தன. இனி, இந்திய வரலாறு என்று சொல்லாதீர்கள், இந்திய வரலாறுகள் என்று சொல்லுங்கள். கலாசாரம் அல்ல, கலாசாரங்கள். நம்பிக்கையல்ல, நம்பிக்கைகள். கடவுள் அல்ல, கடவுளர்கள். சமூகம் அல்ல, சமூகங்கள். பாலினம் அல்ல, பாலினங்கள். மொழி அல்ல மொழிகள். மேலிருந்து கீழ் அல்ல, கீழிருந்து மேல். மாளிகைகள் அல்ல, குடிசைகள். அரசர்கள் அல்ல, சாமானியர்கள். ஒரு மதம், ஓர்

அரசியல், ஒரு நாடு, ஒரு பண்பாடு, ஒரு மக்கள் குழு என்று இந்தியா என்றுமே இருந்ததில்லை. இந்தியா வேற்றுமைகளால் தழைத்த நாடு. இங்கே பல சிந்தனைகள் முட்டி மோதியிருக்கின்றன. தீவிரமான தத்துவ விசாரணைகள் முன்னெடுக்கப்பட்டிருக்கின்றன. கோட்பாட்டு மோதல்கள் நிகழ்ந்திருக்கின்றன. எதிர்ப்புகளுக்கும் மறுப்புகளுக்கும் முரண்பாடுகளுக்கும் இங்கே எப்போதும் இடம் இருந்திருக்கிறது.

இனியும் இருக்கவேண்டும் என்றார் ரொமிலா தாப்பர். ஓய்வுபெற்று விட்ட ஒரு பேராசிரியராகவோ பணிகளை முடித்துக் கொண்டுவிட்ட ஓர் ஆய்வாளராகவோ அவர் தன்னைக் கருதிக்கொள்வதில்லை. நான் ஆரம்பித்த பணி முடிவடையவில்லை என்கிறார் அவர். இந்தியாவைப் பெரும்பான்மையினரின் தேசமாக உருமாற்றிக் காட்டுபவர்களின் வாதங்களைத் தக்க வரலாற்று ஆதாரங்களைக் கொண்டு அவர் முறித்துப்போடுகிறார். காலனிய காலத்தில் நடந்ததைப்போல் நிகழ்காலத்திலும் வரலாறு தாக்கப்படுகிறது, குறுக்கப்படுகிறது, திருத்தியெழுதப்படுகிறது. இந்த முயற்சிகள் பெரும் மக்கள் திரளைப் பாதிக்க வல்லது என்பதை ரொமிலா தாப்பர் உணர்ந்திருக்கிறார். அத்தகைய சந்தர்ப்பங்களில் ரொமிலா தாப்பரின் பேனா ஒரு போர் வாளாக மாறிவிடுகிறது. வரலாறு நம் அனைவருக்குமானது. எனவே அது சரியாகச் சொல்லப்படவேண்டும் என்கிறார் தாப்பர்.

பெங்குவின் 1966ம் ஆண்டு வெளியிட்ட தாப்பரின் இந்திய வரலாறு (முதல் பாகம்) இன்றுவரை வரலாற்று மாணவர்களின் வழிகாட்டியாக நீடிக்கிறது. சகுந்தலா, சோமநாதா, பண்டைய இந்தியாவின் சமூக வரலாறு என்று தொடங்கி தாப்பர் எழுதிய நூல்களும் நூற்றுக்கணக்கான ஆய்வுக் கட்டுரைகளும் புதிய இந்தியாவை மட்டுமல்ல புதிய எழுத்து முறையையும் ஆய்வுக் கருவிகளையும் நமக்கு அறிமுகப்படுத்துகிறது. ஆம், தாப்பரின் எழுத்துகள் கனமானவை தாம். இருந்தாலும் அவை ஆய்வுக்கூடங்களிலும் நூலகங்களிலும் பண்டிதர்களின் கருத்தரங்குகளிலும் மட்டும் தேங்கிக்கிடக்காமல் எளிய மக்களைத் தொடர்ந்து சென்றடைந்து கொண்டே இருக்கின்றன. அவர்களுடன் உரையாடிக்கொண்டே இருக்கின்றன.

புது டெல்லியிலுள்ள ஜவாஹர்லால் நேரு பல்கலைக்கழகம் ரொமிலா தாப்பர் வளர்த்தெடுத்த குழந்தை. தற்சமயம் ஓய்வுபெற்றுவிட்டார் என்றபோதும் அங்குள்ள மாணவர்கள் தங்களுக்கு நெருக்கமானவராக, தங்களில் ஒருவராக ரொமிலா தாப்பரை இன்றும் காண்கிறார்கள். வெவ்வேறு இடங்களில் பணியாற்றிக்கொண்டிருந்த நாங்கள் பலரும் அவரவர் வேலைகளைக் கைவிட்டுவிட்டு நவம்பர் 1970ல் ஒரு புதிய ஜேஎன்யூவை உருவாக்கினோம் என்று பெருமிதத்துடன் நினைவு கூர்கிறார் தாப்பர். 'இந்த இடம் அறிவுசார்ந்த தேடலுக்கான

மையமாக இருக்கவேண்டும். அச்சமின்றி சுதந்தரமாக உரையாடும் களமாக இருக்கவேண்டும் என்று விரும்பினோம்.' இந்தியாவும் அப்படியொரு இடமாக இருக்கவேண்டும் என்பதே ரொமிலா தாப்பரின் கனவு. இந்தக் கனவு அதிகார பலமிக்க பலரை எரிச்சலடையச் செய்வதை அவர் அறிவார். இவ்வளவு வளர்ந்த நீங்கள் எதற்காக அப்பா பயப்படுகிறீர்கள் என்று சொல்லி சிரித்தது இன்னமும் நினைவில் இருப்பதால் அவர் அச்சப்படுவதில்லை.

அறிவுஜீவி என்பவர் யார்? புத்தகங்களுக்குள் புதையுண்டு கிடக்காமல் தன்னைச் சுற்றி என்ன நடக்கிறது என்பதை முழுவிழிப்புடன் அவதானிப்பவர். தான் வாழும் உலகோடு நெருங்கிய தொடர்பு கொண்டிருப்பவர். சமூக நீதி, ஜனநாயகம், மனித உரிமைகள் ஆகிய விழுமியங்கள்மீது பற்று கொண்டவர். அறிவு அகந்தையின்றி, நானும் சமூகத்தின் ஒரு பகுதிதான், என்னை உருவாக்கியவர்கள் என் மக்கள்தாம் என்பதை உணர்ந்திருப்பவர். மக்கள் பாதிக்கப்படும்போது அவர்களுக்காக அவர் குரல் தன்னிச்சையாக வெடித்துக் கிளம்பும். சமூகம் நெருக்கடிக்கு உள்ளாகும்போது தன் அறிவை ஒரு கருவியாக அவர் கையாள்வார். அவ்வாறு செய்யும்போது அவர் பலரைப் பகைத்துக்கொள்ள நேரிடலாம். அது தவிர்க்கவியலாதது மட்டுமல்ல, அவசியமானதும்கூட என்னும் புரிதல் அவருக்கு இருக்கும். ரொமிலா தாப்பர் மக்களுக்கான அறிவுஜீவி. வரலாற்றுப் பாடப்புத்தகங்கள் அரசியல் காரணங்களுக்காகத் திரித்து எழுதப்பட்டபோது அவருடைய எதிர்க்குரல் வலுவாக ஒலித்தது. பல்கலைக்கழக மாணவர்களின் சுதந்தரத்துக்கு அச்சுறுத்தல் ஏற்பட்டபோது அவர் மாணவர்களின் பக்கம் நின்றார். அறிவுஜீவிகளின் கருத்துரிமைக்கு தடை வந்தபோது அவர்களுடன் கரம் கோர்த்துக்கொண்டார்.

ஒருமுறை ஐந்து வயது ரொமிலா ரயில் வண்டியில் சென்று கொண்டிருந்தபோது, கை விலங்குகளோடு சிலர் நடத்திச் செல்லப் படுவதை ஜன்னலிலிருந்து பார்த்தார். 'அம்மா, அவர்கள் யார்?' 'நம் சுதந்தரத்துக்காகப் போராடுபவர்கள்' என்றார் அம்மா. 'நாம் ஏன் சுதந்தரமாக இல்லை?' 'ஏனென்றால் நாம் அடிமைகளாக இருக்கிறோம்' என்று பதில் வந்தது. 'நாம் ஏன் அடிமைகளாக இருக்கிறோம்?' இந்தக் கேள்விக்கான விடையை ரொமிலா விரைவில் கண்டறிந்தார். ஏனென்றால் நாம் வரலாறு அற்றவர்களாக இருக்கிறோம். வரலாற்றைத் தொலைத்தவர்கள் அடிமைகளாகிவிடுகிறார்கள். நம் சங்கிலிகளை உடைத்தெறியும் ஆற்றலும் சுதந்தரத்தை மீட்டெடுக்கும் திறனும் வரலாறுக்கு மட்டுமே இருக்கிறது. அப்படியானால் நமக்கான வரலாறை ஏன் நாமே உருவாக்கிக்கொள்ளக்கூடாது? அவ்வாறு செய்யும்போது எதிர்ப்புகள் திரண்டுவந்தால் நாம் ஏன் தலைநிமிர்ந்து நின்று போராடக்கூடாது?

16. மகாத்மாவின் நிழல்

காந்திக்காகத் தேர்ந்தெடுக்கப்பட்ட முதல் மணப்பெண் கஸ்தூர்பா அல்லர். அவருக்கு முன்பே ஒரு பெண்ணை அடையாளம் கண்டு காந்தியோடு நிச்சயதார்த்தமும் செய்துமுடித்துவிட்டார்கள். மணநாளும் குறிக்கப்பட்டாகிவிட்டது. ஆனால் அதற்குள் அந்தப் பெண் இறந்துவிட்டார். இரண்டாவதாக, இன்னொரு பெண்ணைத் தேர்ந்தெடுத்தார்கள். அவரோடும் நிச்சயதார்த்தம் செய்தாகிவிட்டது. அவரும் இறந்துவிட்டார். மூன்றாவது, கஸ்தூர்பா. இந்த முறையாவது எச்சரிக்கையாக இருக்கவேண்டும் அல்லவா?

ஒரு வழி கண்டுபிடித்தார்கள். காந்தி, அவர் சகோதரர் கர்ஸன்தாஸ், உறவினர் பையன் ஒருவன் என்று மூவருக்கும் ஒரே நாளில் திருமணத்தை நடத்தி வைக்க முடிவெடுத்தார்கள். அப்போது கஸ்தூர்பாவின் வயது 14. காந்திக்கு அவரைவிட ஒரு வயது குறைவு. திருமணம் நடந்த ஆண்டு உறுதியாகத் தெரியவில்லை. 1881 அல்லது 1882 அல்லது 1883 ஆக இருக்கலாம் என்கிறார்கள். திருமண ஆண்டு மட்டுமல்ல, திருமணம் நடந்ததேகூட காந்திக்கு முழுமையாக நினைவில் இல்லை. கனவுபோல் மனதில் பதிந்திருந்த சில காட்சி களை மட்டும் தனது சத்திய சோதனையில் அவர் நினைவுகூர்ந்திருந்தார். 'எனக்குத் தெரிந்து நல்ல ஆடைகள் அணிந்துகொண்டேன். மேள ஓசை கேட்டுக்கொண்டே இருந்தது நினைவில் இருக்கிறது. பிறகு விளையாடுவதற்கு ஒரு வித்தியாசமான பெண் கிடைத்தாள்!'

11 ஏப்ரல் 1869 அன்று போர்பந்தரில் வசதிமிக்க பனியா குடும்பத்தில் பிறந்தார் கஸ்தூர்பா. அப்பாவுக்கு ஜவுளி வியாபாரம். இருபது அறைகளைக்கொண்ட இரண்டடுக்கு மாடி வீட்டில் வசித்து வந்தார்கள். கஸ்தூர்பாவின் குழந்தைப் பருவம் குறித்து நமக்கு எதுவும் தெரியாது. சிறு வயது புகைப்படம்கூட இல்லை. காந்தியை மணந்துகொண்டதில் இருந்துதான் அவருடைய வாழ்க்கை அதிகாரபூர்வமாகத் தொடங்குகிறது.

திருமணம் முடிந்ததும் அவரை அழைத்துச் சென்று ராஜ்கோட்டில் காந்தியின் வீட்டில் அவரை விட்டுவிட்டு பெற்றோர் திரும்பி விட்டனர் . இனி புகுந்தவீடுதான் எல்லாம்; சேட்டை செய்யாமல் ஒழுங்காக இரு என்று அவர்கள் அறிவுறுத்தியிருக்கவேண்டும்.

காந்தி தனது குழந்தை மனைவியை வீட்டில் விட்டுவிட்டு பள்ளிக்கூடத்துக்குப் புறப்பட்டுச் சென்றுவிடுவார். பழக்கமில்லாத புதிய வீட்டில் கஸ்தூர்பா எப்படிப் பொழுதைக் கழித்தார்? வீட்டு வேலைகளை அப்போதே செய்ய ஆரம்பித்துவிட்டாரா? எத்தகைய வேலைகள்? காந்தியை அவருக்குப் பிடித்திருந்ததா? விளையாடு வதற்கு ஒரு பையன் கிடைத்துவிட்டான் என்று அவர் நினைத்திருப் பாரா? வீட்டிலுள்ள அந்நியர்களைக் கண்டு அவர் அஞ்சினாரா? அவர்கள் கட்டளைகளுக்குக் கீழ்படிந்து நடந்து கொண்டாரா? தன் வீட்டில் ஓடியாடி விளையாடியதைப்போல் இங்கே செய்யமுடியாததைக் கண்டு கலங்கினாரா? தன் ஆதங்கத்தை யாரிடம் பகிர்ந்துகொண்டார்? தன் கணவரிடமா? எதற்கும் விடையில்லை. ஆனால் தன் மனைவியைக் குறித்து காந்தி என்ன நினைத்தார் என்பது நமக்குத் தெரியும். வகுப்பறையில்கூட நான் அவளைப் பற்றியே நினைத்துக் கொண்டிருந்தேன் என்கிறார் காந்தி. எப்போது வீடு திரும்புவேன், எப்போது அவளைச் சந்திப்பேன் என்றே தவியாய் தவித்துக் கொண்டிருப்பேன்!

காதலும் அன்பும் பெருகப் பெருக, கஸ்தூர்பாவைத் தன்னுடைய உடைமையாகவே கருத ஆரம்பித்துவிட்டார் காந்தி. என்னிடம் சொல்லாமல் எங்கும் போகாதே. யாரிடமும் பேசாதே. எதுவும் செய்யாதே. ஒருமுறை கஸ்தூர்பா அக்கம் பக்கத்து தோழிகளுடன் இணைந்து அருகிலுள்ள கோவிலுக்குச் சென்றுவிட்டார். காந்தியால் அதை ஏற்கமுடியவில்லை. வெளியில் போகவேண்டுமென்றால் என்னிடம் சொல்ல வேண்டியதுதானே? நான் வரமாட்டேனா?

காந்தி பிறப்பதற்கு நாற்பதாண்டுகளுக்கு முன்பு பிறந்தவர் ஜோதிராவ் புலே. காந்தியைப்போலவே 13வது வயதில் திருமணம் செய்து கொண்டவர்தான். தன் மனைவி சாவித்திரி எழுதப் படிக்கத் தெரியாதவர் என்பதை உணர்ந்த புலே உடனடியாக அவருடைய ஆசிரியராக மாறினார். கஸ்தூர்பா எழுத்தறிவு அற்றவர் என்பது காந்திக்குத் தெரியும். அவளுக்கு கல்வி போதிக்கவேண்டும் என்று நான் நினைத்தது உண்மை என்கிறார் காந்தி. ஆனால் கண்மூடித் தனமான பித்து காரணமாக என்னால் அதைச் செய்ய இயலவில்லை என்று ஒப்புக்கொள்கிறார்.

ஆறு ஆண்டுகளுக்குப் பிறகு, காந்தி தன் மனைவியை வீட்டில் விட்டுவிட்டு மேல்படிப்புக்கு லண்டன் சென்றார். அப்போது கஸ்தூர்பா ஒரு குழந்தையின் தாயார். இந்தப் பிரிவை கஸ்தூர்பா எப்படி எதிர்கொண்டார்? கணவனின் மேற்பார்வை இல்லாததால் சற்றே சுதந்தரமாக உலா வந்தாரா அல்லது வீடு, குழந்தை என்று முற்றிலுமாக முடங்கிப்போனாரா? படிப்பு முடிந்து லண்டனிலிருந்து காந்தி திரும்பிவரும்வரை கஸ்தூர்பா குறித்து நமக்கு எந்தத் தகவலும் இல்லை. அடையாளம் தெரியாத அளவுக்கு என்னுடைய பா (கஸ்தூர்பாவை அப்படிதான் அழைத்தார் காந்தி) வளர்ந்துவிட்டாள் என்று அதிசயித்தார் காந்தி.

சில ஆண்டுகளுக்குப் பிறகு ஒரு வழக்கறிஞராக காந்தி தென் ஆப்பிரிக்காவுக்குச் சென்றபோது தன் குடும்பத்தையும் உடன் அழைத்துச் சென்றார். நான்கு குழந்தைகளின் தாயாராக இருந்த கஸ்தூர்பாவுக்கு இது முதல் பெரும் திறப்பு. தன்னுடைய கூட்டை உடைத்துக்கொண்டு தன் வாழ்நாளின் மிகப் பெரும் பயணத்தை அவர் இந்தமுறை மேற்கொண்டார். முதல்பெரும் அதிர்ச்சியையும் அங்கே அவர் சந்திக்க நேர்ந்தது. தென் ஆப்பிரிக்காவில் குடியேறியிருந்த இந்தியர்களை விரட்டியடிக்கும் வகையில் ஓர் அநீதியான சட்டத்தைக் கொண்டுவருவதற்கான முயற்சிகளை அந்நாட்டு அரசாங்கம் மேற்கொண்டுவருவதை அவர் அறிந்தார். இந்தியர்கள் நிலம் வாங்கக்கூடாது; தேவாலயங்களில் நடைபெற்ற திருமணங்கள் தவிர மற்றவை செல்லாது; காவல் துறை எந்நேரமும் யார் வீட்டிலும் நுழைந்து பரிசோதனை செய்யலாம், அடையாள அட்டை இல்லாதவர்களை உடனுக்குடன் நாட்டைவிட்டுத் துரத்தலாம் போன்ற விதிமுறைகளைச் சட்டமாக்கும் பணி நடைபெற்றுக் கொண்டிருந்தது.

இந்த அநீதியான சட்ட மசோதாவை எதிர்த்து காந்தி தனது முதல் சத்தியாகிரகப் போராட்டத்தை ஆரம்பித்தார். அதற்கான அவசியத்தை காந்தி தென் ஆப்பிரிக்க இந்தியர்களிடம் விளக்கியபோது கஸ்தூர்பாவும் உடனிருந்தார். இப்போது நாம் போராடாவிட்டால் உங்கள் திருமணங்கள் செல்லாததாகிவிடும். உங்கள் மனைவிகளும் வாரிசுகளும் சட்ட விரோதிகளாகக் கருதப்படுவார்கள். இதை நாம் எதிர்க்கவேண்டாமா? கஸ்தூர்பா அச்சத்தில் உறைந்துபோனார். 'அப்படியானால் வாருங்கள், நாம் இப்போதே வீட்டுக்குப் போய்விடலாம்!' 'இல்லை, அது கோழைத்தனமானது, பா! மேலும் நாம் ஓடிப்போனால் பிரச்னை தீர்ந்துபோகுமா?' உண்மைதான். அநீதியை எதிர்ப்பதுதானே நியாயம்? அச்சம் மறைந்து கோபம் பொங்கி வந்தது கஸ்தூர்பாவுக்கு. அப்படியானால் நானும் மற்ற பெண்களைப்போல் நீங்கள் முன்னெடுக்கும் போராட்டத்தில் கலந்துகொள்ளட்டுமா?

காந்தி இதை எதிர்பார்க்கவில்லை. வியப்புடன் தன் மனைவியைப் பார்த்தார். ஆனால் பா, இது எளிதான முடிவல்ல. மேலும் உனக்கு உடல்நிலை சரியில்லை தெரியுமல்லவா? போராட்டத்தில் கலந்துகொண்டால் சிறையில்கூட அடைக்கப்படலாம். கவனமாக யோசித்து முடிவெடு. முடிவெடுத்த பிறகு பின்வாங்கினால் அது உனக்கு களங்கத்தையே கொண்டுவரும். என்ன நடந்தாலும் சரி என்னும் துணிவு இருந்தாலொழிய அரசியல் உனக்கு சரிவராது. அதெல்லாம் சரி வரும் என்றார் கஸ்தூர்பா. அரசை எதிர்த்துப் போராடுவதற்காக ஃபீனிக்ஸில் இருந்து டிரான்ஸ்வாலுக்கு கிளம்பிச் சென்ற முதல் குழுவில் (12 ஆண்கள், 4 பெண்கள்) கஸ்தூர்பா இடம்பெற்றிருந்தார். (இரண்டாவது குழுவில் தில்லையாடி வள்ளியம்மை இருந்தார்). 1913ம் ஆண்டு கஸ்தூர்பாவும் அவருடன் இணைந்திருந்த மற்ற இந்தியப் பெண்களும் கைது செய்யப்பட்டனர். மூன்று மாதக் கடுங்காவல் தண்டனை கிடைத்தது.

கஸ்தூர்பாவின் சிறை அனுபவத்தைத் தெரிந்துகொள்ளவும் காந்தியையே நாம் நாடவேண்டியிருக்கிறது. சிறை கஸ்தூர்பாவைப் பிழிந்தெடுத்திருக்கிறது. கடுமையான விரதச் சடங்குகளைப் பின்பற்றி வந்த கஸ்தூர்பாவைச் சிறை உணவு வதைத்தது. இது ஒன்றும் ஓட்டல் அல்ல, உனக்கு விருப்பமானதெல்லாம் கிடைக்காது என்று அதிகாரிகள் சொல்லிவிட்டார்கள். எத்தனை மன்றாடியும் வெளியுணவு அனுமதிக்கப்படவில்லை. அதனால் பெரும்பாலும் பட்டினி கிடந்திருக்கிறார். அத்தோடு துணி துவைக்கும் பணியையும் அவர் செய்ய வேண்டியிருந்தது. பாவம், அந்தப் பெண் சிறையிலிருந்து விடுதலை அடைந்தபோது கிட்டத்தட்ட எலும்புக்கூடாக மாறியிருந்தார். அவரை மீட்டெடுக்க மிகவும் பிரயத்தனப்படவேண்டியிருந்தது என்கிறார் காந்தி.

இந்தியாவுக்குத் திரும்பிய போது தனியொரு அரசியல் ஆளுமையாக கஸ்தூர்பா மாறியிருந்தார். அநீதி, நீதி, விடுதலை, அடிமைத்தனம், சுதந்தரம், சகோதரத்துவம், காலனியம் ஆகியவற்றின் மெய்பொருளை அவர் கற்க ஆரம்பித்திருந்தார். நூல்கள் அல்ல, அனுபவங்கள் வாயிலாக அவர் தன்னைச் சுற்றி நடப்பதைத் தெரிந்துகொள்ள ஆரம்பித்தார். தன் கணவரின் போராட்ட வேட்கை தன்னையும் பற்றிக்கொள்வதை அவர் உணர்ந்தார். காந்தி தலைமை தாங்க வேண்டிய பொதுக்கூட்டங்களில் அவர் இல்லாதபோது தான் கலந்து கொள்ள நேர்ந்ததையும் தன்னை ஒரு பொருட்டாக மதித்து, மக்கள் நாடி வரத் தொடங்கியதையும் கண்டு கஸ்தூர்பா என்ன நினைத்தார் என்று தெரியவில்லை. காந்தியின் மனைவி என்பதைத் தாண்டி தனக்கென்று ஓர் அடையாளம் உருவாகிவருவதை அவர் அறிந்திருந்தாரா என்று தெரியவில்லை. அல்லது இந்த

அடையாளமேகூட காந்தியின் நிழலில் அண்டியிருந்ததால்தான் உருவானது என்று அவர் கருதினாரா?

காந்தி ஒரு பெருந்தலைவராக இங்கே அடையாளம் காணப்பட்ட போது கஸ்தூர்பா இன்னொரு பயணத்துக்குத் தயாராகிக்கொண்டிருந் தார். இந்தமுறை அவர் உள்ளுக்குள் ஒடுங்க ஆரம்பித்திருந்தார். அங்குமிங்குமாக சத்திய சோதனையில் தட்டுப்படும் ஒருசில தகவல்களும்கூட இப்போது காணக்கிடைப்பதில்லை. இந்தியாவின் கண்களும் உலகின் கண்களும் முழுக்க முழுக்க காந்தியின்மீதே குவிமையம் கொண்டிருந்த நிலையில் கஸ்தூர்பா ஓர் உதிரி கதாபாத்திரமாக மட்டுமே வலம் வருகிறார்.

ஒரு வகையில் தொடக்கத்திலிருந்தே அவர் அப்படிதான் இருந்திருக் கிறார் என்று தோன்றுகிறது. ஆயிரக்கணக்கான பக்கங்களை எழுதிக்குவித்த தன் கணவரைப் போலன்றி, கஸ்தூர்பா தனது குரலை இதுவரை நேரடியாகப் பதிவு செய்ததில்லை. காந்தியின் அரசியல் வாழ்க்கை ஒரு நாள் பாக்கியில்லாமல் பதிவு செய்யப்பட்டிருக்கிறது. அவர் என்ன உண்டார், எப்படி வழிபட்டார், எப்படிச் சிந்தித்தார், எப்படி உண்ணாவிரதமிருந்தார், எப்படி ஒரு போராட்டத்தைத் திட்டமிட்டார், எப்படி அழுதார், எப்படிச் சிரித்தார் அனைத்தும் நமக்குத் தெரியும். கஸ்தூர்பா குறித்து மிகவும் அடிப்படையான கேள்விகளுக்குக்கூட உறுதியான விடை கிடைப்பதில்லை. சத்தியத்தின்மீது அசைக்கமுடியாத நம்பிக்கை கொண்டவர்தான் என்றாலும் காந்திமூலம் மட்டுமே கிடைக்கும் கஸ்தூர்பாவின் மிகவும் மெலிந்த சித்திரம் நிச்சயம் போதுமானதாக இல்லை.

நான் அன்புமிக்க கணவனாக இருந்தேன். அதே சமயம் ஒரு மிருகமாகவும் இருந்திருக்கிறேன் என்கிறார் காந்தி. சீற்றமிக்க புலியையும் சாதுவான பசுவையும் ஒன்று கலந்ததுபோல் நீ இருக்கிறாய் என்று என் நண்பர் ஒருமுறை குறிப்பிட்டார், அது சரிதான் என்று ஒரு கடிதத்தில் குறிப்பிடுகிறார் காந்தி. அப்படியென்றால் என்ன? கஸ்தூர்பா தெளிவாகச் சிந்திக்கக்கூடியவராக இருந்தார். தீர்க்கமான, திடமான முடிவுகளைச் சுயமாக எடுப்பவராக இருந்தார். திருமணத்துக்குப் பிறகு கிட்டத்தட்ட இருபதாண்டுகள் என் மனைவியை என்னுடைய முழுமையான கட்டுப்பாட்டின்கீழ் கொண்டுவரமுயன்று தோற்றிருக்கிறேன் என்கிறார் காந்தி. கஸ்தூர்பா எதிர்க்குரல் எழுப்புபவராக இருந்தார் என்றும் குறிப்பிடுகிறார் காந்தி. இரண்டு உதாரணங்கள். என்னுடைய ஆசிரமத்தில் உள்ள மற்றவர்களைப் போலத்தான் நீயும். அவர்களைப்போல் நீயும் மற்றவர்களுடைய கழிப்பறையைச் சுத்தம்செய்துதான் தீரவேண்டும் என்று காந்தி

கண்டிப்போடு சொன்னபோது மறுத்து வாதிட்டிருக்கிறார் கஸ்தூர்பாய். மற்றொரு சமயம், விடுதலைப் போராட்டத்துக்கு நிதி திரட்டியபோது தனக்கென்று ஓர் ஆபரணத்தை கஸ்தூர்பாய் எடுத்து வைத்தபோது காந்தி கோபமடைந்திருக்கிறார். என் பேச்சைக் கேட்டு எனக்காகக் கொடுத்த பரிசுப்பொருள் அது என்று அவர் சொன்னபோது கஸ்தூர்பா வெடித்திருக்கிறார். நானும்தான் பேசினேன். நானும்தான் போராடினேன். எனக்காகவும்தான் மக்கள் நிதியளித்தார்கள். அதை ஏன் உங்களால் புரிந்துகொள்ளமுடியவில்லை?

காந்தியால் மட்டுமல்ல அரசியல் ஆய்வாளர்களாலும் வரலாற்றாசிரியர்களாலும்கூட கஸ்தூர்பாவின் வாழ்வை இன்றுவரை கட்டமைக்கமுடியவில்லை. காந்தியை கஸ்தூர்பாவின் கண்களின் வழியே காணும்போது நாம் ஒரு மகாத்மாவைத் தரிசிப்போமோ? தெரியாது. இனி நான் பிரமச்சரியத்தைக் கடைபிடிக்கப்போகிறேன் என்று திடீரென்று ஒருநாள் காந்தி முடிவெடுத்தபோது கஸ்தூர்பா விவாதித்தாரா அல்லது அந்த முடிவுக்கு உடன்படுவது மட்டுமே அவர் முன்பிருந்த ஒரே வாய்ப்பா? தெரியாது. காந்தியின் சத்திய சோதனைகளை அவர் எப்படிப் பார்த்தார்? பிரமச்சரியப் பரிசோதனைகளை? உதாரணத்துக்கு, மெடலைன் ஸ்லைட் என்னும் மீராபென் தன்னுடைய இடத்தைப் பிடித்துக்கொண்டபோது அவர் எப்படி உணர்ந்தார்? லண்டனில் நடைபெற்ற வட்டமேஜை மாநாட்டில் தன்னுடைய கணவர் தன்னைவிட்டுவிட்டு மீராபென்னை அழைத்துச் சென்றபோது கஸ்தூர்பா பற்றற்ற நிலையில் இருந்தாரா? தெரியாது.

எனக்குத் தெரிந்து கஸ்தூர்பா தொடக்கத்தில் மிகவும் பிடிவாதக்காரியாக இருந்தாள் என்கிறார் காந்தி. அவளை வழிக்குக் கொண்டுவர நான் நிறைய போராடவேண்டியிருந்தது. எத்தனை வற்புறுத்தினாலும் என் கருத்தை ஏற்கமாட்டாள். ஒரு முடிவெடுத்துவிட்டால் அதை அவ்வளவு சுலபமாக மாற்றிக்கொள்ளமாட்டாள். எனக்கும் பாவுக்கும் அவ்வப்போது கருத்து மோதல்கள் ஏற்படுவதுண்டு. அடிக்கடி என்னோடு முரண்படுவாள். சில சமயம் நீண்ட காலத்துக்கு நாங்கள் எதுவுமே பேசிக்கொள்ளாமல் ஒதுங்கியிருப்போம்... பிறகு எல்லாம் மாறிப்போனது. என்னை அவள் முழுக்க புரிந்துகொண்டாள். தன்னை முழுமையாக என்னிடம் ஒப்படைத்துவிட்டாள் என்று முடிக்கிறார் காந்தி. அவளாகவே விருப்பப்பட்டு வந்தடைந்த முடிவு இது. என் பணிகளைப் பார்த்து, என் லட்சியங்களைப் பார்த்து அவள் தன் இயல்புகளை மாற்றிக்கொண்டாள் என்று நினைக்கிறேன்!

வெள்ளையனே வெளியேறு இயக்கத்தின்போது காந்தியோடு சேர்த்து கஸ்தூர்பாவும் கைது செய்யப்பட்டு ஆகா கான் மாளிகையில்

சிறை வைக்கப்பட்டார். உடல் நிலை சீர்கெட்டதைத் தொடர்ந்து 22 பிப்ரவரி *1944* அன்று கஸ்தூர்பா இறந்துபோனார். காந்தியுடனான அறுபத்திரண்டு ஆண்டு கால வாழ்க்கை முடிவுக்கு வந்தது. அப்போது வெளிவந்த புகைப்படத்தில் முற்றிலும் உடைந்து போனவராக தன் முதுகை காட்டியபடி காந்தி அமர்ந்திருப்பதைக் காணமுடிகிறது.

காந்தியின் வாழ்க்கை அசாதாரணமானது. ஒருவேளை கஸ்தூர்பாவின் குரலை நம்மால் கேட்கமுடியுமானால் அவரும்கூட அசாதாரணமான வராகவே நமக்குக் காட்சியளிப்பார்.

17. இன்றைய புத்தர்

இந்தியாவுக்குச் சுதந்தரம் கிடைத்தபோது உமா சக்ரவர்த்தியின் வயது ஆறு. நள்ளிரவின் குழந்தை என்று என்னை நீங்கள் அழைக்க முடியும் என்று புன்னகைக்கிறார் அவர். நவீன இந்தியாவோடு சேர்ந்துதான் நானும் வளர்ந்தேன். என்னைச் சுற்றி அப்போது நடந்த எல்லாவற்றையும் என்னால் நினைவில் வைத்திருக்க முடியவில்லை என்றாலும் இரு நிகழ்வுகள் என் மனத்தில் ஆழமாகத் தங்கிவிட்டன என்று ஒரு பேட்டியில் நினைவுகூர்கிறார் உமா சக்ரவர்த்தி.

இரண்டுமே 1956ம் ஆண்டு நடைபெற்றவை. முதலாவது, 2500 ஆண்டு பழைமை வாய்ந்த பௌத்தத்தைக் கொண்டாடும்வகையில் கலாசார விழாக்கள், உரைகள், கருத்தரங்குகள் என்று தேசமே விழாக் கோலம் பூண்டிருந்தது. இரண்டாவது, நாக்பூரில் அம்பேத்கரின் தலைமையில் 25,000 மகர் பிரிவினர் இந்து மதத்திலிருந்து வெளியேறி பௌத்தத்தை ஏற்றுக்கொண்டனர். இரண்டுமே பௌத்தத்தோடு தொடர்புடைய நிகழ்வுகள். இரண்டுமே இந்தியா முழுக்க பெரும் அதிர்வுகளை உருவாக்கின. இருந்தும் முதலாவதற்குக் கிடைத்த ஆரவாரமான, முழுமையான வரவேற்பு ஏன் இரண்டாவது நிகழ்வுக்குக் கிடைக்க வில்லை? பௌத்தம் கொண்டாடப்படும்போது அம்பேத்கரின் பௌத்த மதமாற்றம் ஏன் விமரிசிக்கப்படவேண்டும்?

டெல்லியில் பள்ளிக்கல்வி முடிந்ததும் பெங்களூரு சட்டக் கல்லூரியில் இணைந்தார். பனாரஸ் இந்து கல்லூரியில் வரலாற்றுத் துறையில் இணைந்து முதுநிலைப் பட்டம் பெற்றார். மேற்கொண்டு கற்பதற்கும் ஆய்வு செய்வதற்கும் அவர் வரலாற்றையே தேர்ந்தெடுத்தார். ஆனால் வரலாற்றில் குறிப்பாக எதைப் படிப்பது? அரசியல் வரலாற்றில் அவருக்கு ஆர்வம் இருக்கவில்லை. கலாசார

வரலாறு, கலை வரலாறு இரண்டிலும்கூட அதிக ஆர்வமில்லை. எனவே, முற்கால இந்திய வரலாற்றை அவர் தேர்ந்தெடுத்தார். இளம் வயதிலிருந்து தனக்குள் உருண்டுகொண்டிருந்த கேள்விகளுக்கு விடை தேடும் நோக்கத்துடன் அவர் பௌத்தத்தின் வரலாற்றை ஆய்வு செய்யத் தொடங்கினார்.

சில அடிப்படையான கேள்விகளை முதலில் அவர் எழுப்பிக் கொண்டார். புத்தர் எப்படிப்பட்டவர்? அவருடைய காலகட்டம் எப்படி இருந்தது? அவர் எப்படிச் சிந்தித்தார்? அவருடைய சிந்தனைகளை அப்போதைய சமூகம் எப்படி எதிர்கொண்டது? அவரை யாரெல்லாம் நாடிவந்தனர்? புத்தர் தோற்றுவித்த சங்கம் எத்தகைய அமைப்பாகத் திகழ்ந்தது? அதில் யாரெல்லாம் இணைந் திருந்தார்கள்? சங்கம் சாதித்தது என்ன? ஆர்வத்துடன் புத்தரை நெருங்கியபோது முதல் சிக்கலை அவர் எதிர்கொள்ள நேர்ந்தது. அடையாளம் காணமுடியாதபடிக்கு புத்தரைச் சுற்றிலும் பலவிதமான தொன்மக் கதைகள் பின்னிப் படர்ந்திருந்தன. அவற்றையெல்லாம் கவனமாக களைந்தெடுத்து புத்தரை ஒரு வரலாற்றுப் பாத்திரமாக உயிர்ப்பித்து எடுக்கவேண்டிய பணியைத்தான் உமா முதலில் செய்யவேண்டியிருந்தது.

அதைச் செய்துமுடித்தபிறகு, புத்தர் ஒரு மனிதராக உருத்திரள ஆரம்பித்தார். புத்தரின் காலகட்டம் என்பது சமணம், ஆசிவகம், பொருள்முதல்வாதம் உள்ளிட்ட பலவிதமான தத்துவப் பள்ளிகள் தீவிரமாகச் செயல்பட்டுவந்த ஆறாம் நூற்றாண்டு ஆகும். தத்துவத் தளத்தில் வாதங்களும் விவாதங்களும் தீவிரமாக முன்னெடுக்கப் பட்டுவந்தன. சமூகத்திலோ வேறுவகையான கொந்தளிப்புகள் அரங்கேறிக்கொண்டிருந்தன.

கங்கை பள்ளத்தாக்கில் வசித்துவந்த மக்கள் முதல்முறையாக முனைப்புடன் விவசாயத்தில் ஈடுபட ஆரம்பித்திருந்தனர். விவசாயத்துக்கு நிலம் பிரதானம். அதுவரை பொதுப் பயன்பாட்டில் இருந்துவந்த நிலத்தைச் சிலர் தனியுடைமையாக மாற்றிக்கொண்டிருந்தனர். யாரிடம் அதிக நிலம் இருந்ததோ அவர் செல்வாக்குமிக்கவராக இருந்தார். நிலமற்றவர்கள் விவசாயக் கூலிகளாகச் சுருங்கிப் போயினர். இருப்பவர்கள், இல்லாதவர்கள் என்னும் பிரிவினை தெள்ளத் தெளிவாக சமூகத்தில் தென்பட ஆரம்பித்தது. பௌத்த இலக்கியங்கள் தத்துவத் துறையில் ஏற்பட்டு வந்த மாற்றங்களை மட்டுமின்றி, வேளாண் சமூகத்தில் ஏற்பட்ட மாற்றங்களையும் பதிவு செய்திருந்ததை உமா சக்ரவர்த்தி கண்டறிந்தார். ஏழை, பணக்காரர்; வசதிமிக்கவர், வசதியற்றவர்; அதிகாரமிக்கவர்கள், அதிகாரமில்லாதவர்கள் ஆகிய சொற்கள் பௌத்தப் பதிவுகளில் மிகுந்திருந்ததை அவர் கண்டார்.

வேறு எந்தத் தத்துவப் பிரிவிலும் இந்தப் பாகுபாடுகள் விவரிக்கப்படவில்லை. அதே போல், வறுமையை இனம் கண்டு முதல் முறையாகச் சுட்டிக்காட்டியதோடு அது குறித்து விவாதிக்கவும் முயன்ற ஒரே தத்துவம் பௌத்தம் என்பதையும் உமா கண்டுகொண்டார். ஏழைகள் குறித்து மட்டுமல்ல; ஆதரவற்றோர், பலவீனமானோர், அடித்தட்டு வகுப்பைச் சேர்ந்தோர் என்று இதுகாறும் புறக்கணிப்பட்டுவந்த ஒரு பெருந்திரளான மக்கள் குறித்து புத்தர் சிந்தித்திருந்தார். பிராமணர்கள், சமூகத்தில் மேலடுக்கில் இருந்தவர்கள், நிலவுடைமையாளர்கள், பணக்காரர்கள் ஆகியோரையும் புத்தர் அலசினார். அதிகாரத்தின் இயல்பு என்ன, அது ஒருவரை எப்படியெல்லாம் மாற்றும், கட்டுப்பாடற்ற அதிகாரம் எத்தகைய தீங்குகளை ஏற்படுத்தும் என்பதையெல்லாம் முதலில் விவாதித்தவர் புத்தரே. சாதி அமைப்பு கெட்டிப்படுவதற்கு முன்பே பிறப்பின் அடிப்படையில் மனிதர்கள் பாகுபடுத்தப்படுவதை புத்தர் எதிர்த்திருந்தார்.

அரசியலை உமா சக்கரவர்த்தி ஒதுக்கித்தான் வைத்திருந்தார். ஆனால் பௌத்தத்தின் சமூக வரலாற்றை ஆராயத் தொடங்கியபோது புத்தரின் தெளிவான அரசியலை அவர் எதிர்கொள்ளவேண்டியிருந்தது. எடுத்துக்காட்டுக்கு புத்தரின் சங்கத்தில் வசதிமிக்கக் குடும்பங்களைச் சேர்ந்தவர்களும் இருந்தார்கள், ஏழைகளும் இருந்தார்கள். சாக்கியர்களும் இருந்தார்கள், பிராமணர்களும் இருந்தார்கள். தன்னைப் போன்ற நாவிதர்கள் பலர் சங்கத்தில் இணைந்ததைக் கண்ட உபாலியும் ஒரு நாள் தன்னை இணைத்துக்கொண்டார். சங்கத்தில் சேர்வதற்குமுன்பு நீங்கள் என்னவாக இருந்தீர்கள் என்பது முக்கியமல்ல. இணைந்தபிறகு அனைவரும் சமமாகவே கருதப்பட வேண்டும் என்பது சங்கத்தின் நியதி. ஆனால் சாக்கியர்கள் அவ்வாறு கருதவில்லை. எனவே புத்தர் ஒரு முடிவுக்கு வந்தார். சங் உறுப்பினர்களிலிருந்து ஒருவரைத் தேர்ந்தெடுத்து முதல் துறவியாக அறிவிக்க வேண்டிய காலம் வந்தபோது, புத்தர் உபாலியைத் தேர்ந்தெடுத்தார். இது ஓர் அரசியல் செயல்பாடு என்பதை உமா உணர்ந்தார்.

ஒரு மனிதராக அணுகியதாலோ என்னவோ புத்தரின் இன்னொரு பக்கத்தையும் உமா சக்ரவர்த்தியால் தரிசிக்கமுடிந்தது. ஆம், புத்தர் அடித்தட்டு மக்கள்மீது அக்கறை கொண்டிருந்தார். ஏற்றத்தாழ்வுகளைச் சமன்படுத்த விரும்பினார். வேதங்களோடு தத்துவச் சமர் புரிந்தார். ஆனால் அதே புத்தர் பாலினப் பாகுபாட்டை ஒரு பொருட்டாக எடுத்துக்கொள்ளவில்லை. புத்தரின் சங்கத்தில் பெண்கள் அனுமதிக்கப்படவில்லை. தன்னைத் தூக்கி வளர்த்த தாய் சங்கத்தில் இணைவதற்கு ஆர்வம் தெரிவித்தபோதும்கூட புத்தர் அவரை ஏற்றுக்கொள்ள மறுத்துவிட்டார். பிரதான சீடர்களில்

ஒருவரான ஆனந்தா புத்தரிடம் இதுகுறித்து வாதிடவேண்டியிருந்தது. ஆண்களைப்போல் பெண்களும் கடுமையாகப் பாடுபட்டால் அவர்களாலும் அதே லட்சியத்தை அடையமுடியுமா என்று ஆனந்தா கேட்டபோது, பெண்கள் சங்கத்துக்குள் நுழையமுடியாது என்று உறுதியாகப் பதிலளித்தார் புத்தர்.

ஆனந்தாவுக்கு இந்தப் பதில் திருப்தியளிக்கவில்லை. எனவே அவர் புத்தரை இன்னொரு கேள்வியால் மடக்கினார். ஆண்களைப் போல் பெண்கள் விடுதலை பெறுவதை நீங்கள் ஏன் தடுக்க நினைக்கிறீர்கள்? ஏன் அவர்கள் சங்கத்தில் இணையக்கூடாது? புத்தரால் இந்தமுறை விளக்கமளிக்கமுடியவில்லை. எனவே, அவர் பெண்களுக்குச் சங்கத்தின் கதவுகளைத் திறந்துவிட்டார். ஆனால் புத்தர் மாறிவிடவில்லை என்கிறார் உமா. ஆண்களைக் காட்டிலும் கடினமான, அதிகமான விதிமுறைகளைப் பிக்குணிகளுக்கு அவர் விதித்தார். பிக்குணிகள் பிக்குகளுக்குக் கட்டுப்பட்டவர்களாக இருக்குமாறும் பார்த்துக் கொண்டார். பௌத்தத்தின் வரலாற்றில் பெண்களுக்காகக் குரல் கொடுத்தவராக நான் ஆனந்தாவையே பார்க்கிறார் என்கிறார் உமா.

இந்த இடத்தில்தான் அம்பேத்கர் உமா சக்ரவர்த்தியின் உதவிக்கு வந்தார். புத்தரை உள்ளவாறே முழுமையாக ஏற்றுக்கொள்ள முடியாது என்பதை உணர்ந்திருந்ததால் அம்பேத்கர் தனக்கேற்றாற் போல் புத்தரை உருமாற்றிக்கொண்டார். ஒரு மனிதனின் மதிப்பை அவனுடைய பிறப்பு தீர்மானிப்பதில்லை என்று முழங்கிய புத்தரின் அரசியல் அம்பேத்கரின் சாதியொழிப்பு அரசியலுக்கு ஏற்றதாக இருந்தது. தவம், புண்ணியம், மறுபிறப்பு, கர்மா போன்ற தேவையற்ற அம்சங்களை நீக்கிவிட்டு, 21ம் நூற்றாண்டுக்கும் தேவைப்பட்ட ஒரு பௌத்தத்தை அம்பேத்கர் வளர்த்தெடுத்தார். அந்தவகையில் அம்பேத்கர் முன்னெடுத்தது புத்தரின் போரைத்தான். அந்தப் போரை அம்பேத்கரைக் கடந்து நாமும் முன்னெடுத்துச்செல்ல வேண்டும் என்கிறார் உமா சக்ரவர்த்தி. சாதி, மதம், வர்க்கம், பாலினம் என்று மனிதர்களைப் பாகுபடுத்தியும் பிரித்தும் வைத்திருக்கும் சக்திகள் அதிக பலம் பெற்றிருக்கும் இன்றைய சூழலில் முன்பைவிட அதிகமாக பௌத்தம் நமக்குத் தேவைப்படுகிறது என்கிறார் அவர்.

உமா சக்ரவர்த்தியின் ஆய்வு பௌத்தத்தை ஒரு வாழ்வியல் தத்துவமாகவும் போராட்ட ஆயுதமாகவும் நமக்கு முன்னிறுத்துகிறது. கடவுள், ஆன்மிகம், பக்தி என்று உள்ளுக்குள் சுருங்கிக்கிடக்காமல் தனது சமூகத்தின் பிரச்னைகளையும் சிக்கல்களையும் முழுவிழிப்போடு புரிந்துகொள்ளமுயன்றார் புத்தர். ஒரு தத்துவவியலாளராக வெறுமனே வியாக்கியானம் அளிப்பதோடு நிறுத்திக்கொள்ளாமல்

தீர்வுகளை அளிக்கவும் விவாதிக்கவும் அவர் முயன்றார். புத்தர் எல்லாப் பிரச்னைகளையும் கணக்கில் எடுத்துக்கொண்டாரா, எல்லா வற்றுக்கும் சம முக்கியத்துவம் கொடுத்தாரா, எல்லாவற்றுக்கும் ஒரே தொனியில் எதிர்க்குரல் எழுப்பினாரா என்றால் இல்லை. புத்தர் தோற்றுவித்த சங்கம் அவர் காலத்துப் பிரச்னைகள் அனைத்தையும் தீர்த்து வைத்ததா என்றால் அதுவும் இல்லை. ஆனாலும் புத்தர் நமக்குத் தேவைப்படுகிறார். நம் சமூகத்தின் பிரச்னைகளைப் புரிந்து கொள்ளவும், அவற்றைத் தீர்க்கும் வழிமுறைகளை அடையாளம் காணவும், சமத்துவத்துக்கான தேடலை முன்னெடுக்கவும் புத்தர் நமக்குத் தேவைப்படுகிறார்.

இன்றைய புத்தர் எப்படிப்பட்டவராக இருக்கவேண்டும் என்பதை நம்மால் முடிவு செய்துகொள்ளமுடியும். புத்தரிடமிருந்து எவற்றை யெல்லாம் ஏற்கவேண்டும், எவற்றை நகர்த்தி வைக்க வேண்டும், எவற்றைக் கூடுதலாகச் சேர்க்கவேண்டும் என்பதை நாம் முடிவு செய்யவேண்டும். அம்பேத்கரைப்போல் நாமும் நம் காலத்துக்கு ஏற்ற பௌத்தத்தை வகுத்துக்கொள்ளவேண்டும். அம்பேத்கரின் புத்தர் கோபமே கொள்ளாதவர் அல்லர். அநீதியைக் கொண்டு உள்ளம் கொதிப்பவர் அவர். அம்பேத்கரின் புத்தர் காலை மடக்கி போதி மரத்தின் கீழ் அமர்ந்து அருள் பாலிப்பவர் அல்லர். பாதிக்கப் பட்டவர்களின் பக்கம் நின்று அவர்களுடன் இணைந்து வியர்வை சிந்தி போராடுபவர். அருள் அளிப்பதில் அல்ல, போராடுவதில்தான் அவர் அக்கறை கொண்டிருந்தார். என்னைப் பின்பற்றுங்கள் என்று மக்களுக்கு உத்தரவு பிறப்பித்துவிட்டு முன்னால் பாய்ந்து செல்லாமல், அவர்களில் ஒருவராகத் தன்னை இணைத்துக்கொண்டு, அவர்களோடு சேர்ந்து அடியெடுத்து வைப்பவர். அம்பேத்கரின் புத்தர் அம்பேத்கரைப்போலவே இருந்ததை உமா சக்ரவர்த்தி கண்டார். அப்படியானால் கற்றுக்கொள்ளுதல் என்பதும் மாற்றியமைத்தல் என்பதும் வெவ்வேறானவை கிடையாதா? பின்பற்றுதல் என்பதும் தலைமையேற்றல் என்பதும் ஒன்றேதானா?

பௌத்தம் உமா சக்ரவர்த்தியையும் மாற்றியமைத்தது. ஓர் ஆய்வாளராகவோ பேராசிரியராகவோ தன் வாழ்வைச் சுருக்கிக் கொள்ள அவர் தயாராக இல்லை. சிந்தனைகளை ஒட்டிய செயல்கள். வரலாறோடு ஒட்டிய அரசியல். அதைத்தான் புத்தர் செய்தார். அதைத்தான் அம்பேத்கர் செய்தார். என் வழியும் அவ்வாறே இருக்க வேண்டும் என்று முடிவெடுத்தார் உமா சக்ரவர்த்தி. சமூகப் போராட்டங்களில் தன்னைப் படிப்படியாக இணைத்துக்கொள்ள ஆரம்பித்தார். வன்முறைக்கு எதிராகவும் அரசு ஒடுக்குமுறைக்கு எதிராகவும் அதிகார அத்துமீறல்களுக்கு எதிராகவும் போராட

ஆரம்பித்தார். வேதகாலத்தில் சாதி அமைப்பு, தலித்தியம், தலித்தியப் பெண்ணியம், அயோத்தி, நிர்பயா, முசாஃபர்நகர், வகுப்புவாதம், வலதுசாரி அபாயம், தொழிலாளர் நலன் என்று தொடர்ச்சியாக விரிவடைந்துகொண்டிருக்கின்றன அவர் கவனம் செலுத்தும் துறைகள். சமூகவியல் துறையைச் சேர்ந்த ஆனந்த் சக்ரவர்த்தி என்பவரை மணந்துகொண்ட உமா, தற்சமயம் டெல்லியில் வசித்துவருகிறார். இன்று அவர் வயது 77. சிறிதும் தொய்வின்றித் தீர்க்கமாக ஒலிக்கிறது அவர் குரல்.

உமா சக்ரவர்த்தியின் ஆய்வுகளால், செயல்பாடுகளால் உத்வேகம் அடைந்து எழுதவும் சிந்திக்கவும் விவாதிக்கவும் போராடவும் முன்வந்த பேராசிரியர்கள் மற்றும் மாணவர்களின் எண்ணிக்கையைக் கணக்கிடுவது கடினம். முப்பது ஆண்டுகளுக்கு முன்புவெளிவந்த பௌத்தம் குறித்த அவருடைய நூல் இன்றளவும் இத்துறையை அறிய விரும்புபவர்களுக்குக் கைவிளக்காக நீடிக்கிறது. இந்திய மகளிர் இயக்கப் பணிகள் குறித்தோ பெண்ணியச் சிந்தனைகள் குறித்தோ விவாதிக்க விரும்புபவர்கள் உமா சக்ரவர்த்தியின் எழுத்துகளையும் உரைகளையும் அவசியம் கவனத்தில் கொள்ளவேண்டியிருக்கும்.

படிப்பு, ஆய்வு, போராட்டம் என்று மூழ்கிக்கிடந்தாலும் உமா சக்ரவர்த்தி அனைவராலும் எளிதில் அணுகக்கூடியவராக இருக்கிறார். ஓர் ஆவணப்படத்தை எப்படி இயக்குவது என்பதைச் சமீபத்தில் கற்றுக்கொண்டேன் என்று புன்னகைக்கிறார். இளம் வயதில் எனக்குள் ஓயாமல் கேள்விகள் தோன்றிக்கொண்டே இருக்கும். இப்போதும் அந்த வழக்கம் தொடர்கிறது. சமூகத்தை நாம் விரும்பியதைப்போல் மாற்றியமைத்துவிடமுடியும் என்று இளம் வயதில் நம்பினேன். அந்த நம்பிக்கையை இப்போதும் நான் கைவிடவில்லை!

போராடுவதன்மூலம் மட்டுமே சமூகத்தை அடுத்த கட்டத்துக்கு நகர்த்திச் செல்லமுடியும் என்று புத்தர் நம்பினார். அம்பேத்கரின் நம்பிக்கையும் இதுவேதான். இந்த இருவரையும் நன்கறிந்தவர் உமா சக்ரவர்த்தி. அதனால்தான், ஒரு லட்சிய சமூகத்தை நீங்கள் அமைக்க விரும்பினால், கனவு காண்பதோடு நிறுத்திக்கொள்ளக்கூடாது, முழு விழிப்போடு அதற்காகப் போராடமுன்வரவேண்டும் என்கிறார் அவர்.

18. லக்கி

என் நினைவில் இருப்பது இதுதான். என் உதடுகள் கிழிந்திருந்தன. பின்னாலிருந்து அவன் என்னை இறுக்கிப்பிடித்து என் வாயைப் பொத்தியபோது என் உதடுகளை நானே கடித்துக்கொண்டுவிட்டேன். 'கத்தினால் கொன்றுவிடுவேன்!' என்றான் அவன். என்னிடம் சிறு சலனமும் இல்லை. 'நான் சொல்வது புரிகிறதா? கத்தினால் நீ இறந்துபோவாய்!' நான் தலையசைத்தேன். என் கைகள் என்னோடு சேர்த்து ஒட்டிக்கொண்டதைப்போல் இருந்தது. அவனுடைய வலது கரம் என்னைச் சுற்றி வளைத்திருந்தது. இடது கை என் வாயை அழுத்திப் பிடித்திருந்தது. பிறகு அவன் தன் கையை எடுத்தான். சட்டென்று கத்தினேன். விரைவாக. அவன் என் வாயை மீண்டும் பொத்தினான். என் கால்களை எட்டி உதைத்தான். கீழே விழுந்தேன். 'உன்னைக் கொல்வதுதான் சரி.'

8 மே 1981, நியூ யார்க். விடிகாலை நேரம். கல்லூரி வளாகத்திலிருந்து தனது வீட்டை நோக்கி நடந்துகொண்டிருந்தார் 17 வயது ஆலிஸ் செபோல்ட். ஒரு பூங்காவைக் கடந்து அவர் சென்றுகொண்டிருந்த போது அவர் இடைமறிக்கப்பட்டு, பாலியல் பலாத்காரம் செய்யப் பட்டார். முதலில் அவன் ஆலிஸை அடித்திருக்கிறான். தன்னிடம் இருந்த சிறு கத்தியால் அவள் உடலைக் கீறியிருக்கிறான். 'அவனைப் பிடித்துத் தள்ளினேன். கடித்தேன். ஓடத் தொடங்கினேன். ஆனால் எல்லாப் பலமும் கொண்ட ஓர் அரக்கனைப்போல் அவன் ஓடிவந்து என்னுடைய பழுப்பு நிற நீண்ட கூந்தலைப் பற்றினான். நான் அலற அலற, தலைமுடியைப் பிடித்து இழுத்து என்னைத் தரையில் மண்டியிட வைத்தான். நான் அவனிடம் மன்றாடத் தொடங்கினேன். நிலத்தில் என் முகத்தைப் புதைத்துத் தரையோடு தரையாக என்னை வைத்து அழுத்தினான். என்மீது ஏறி அமர்ந்துகொண்டான். சபித்தான். கல்லை எடுத்து தலையில் அடித்தான். என் உடலைத் திருப்பிப்போட்டு என் மார்பின்மீது உட்கார்ந்தான். இரு கைகளாலும் என் கழுத்தைப் பிடித்து

இறுக்க ஆரம்பித்தான். என் தலை சுற்றியது. மயக்கம் வரும்போல் இருந்தது. என் உடலை அவனிடம் முழுமையாக ஒப்படைத்தேன்.'

எல்லாம் முடிந்த பிறகு ஆலிஸ் எழுந்துகொண்டார். நான் இப்போது போகலாமா? அவன் குழைந்தபடி, ஓ என்றான். எனக்கு ஒரு முத்தம் கொடுத்துவிட்டுப் போயேன் என்று இளித்தான். நடுக்கம் குறையாமல் நின்றுகொண்டிருந்தேன். அவன் என்னை நெருங்கி என்னுடைய ஜீன்ஸில் கையைவிட்டு நான் வைத்திருந்த எட்டு டாலரை உருவிக் கொண்டான். என் கைப்பையை எடுத்துக்கொள்ளலாமா? என்றேன். தலையசைத்தான். என் புத்தகங்கள், எடுத்துக்கொள்ளட்டுமா? என்றேன். அன்று காலைதான் அம்மாவுடன் கடைக்குச் சென்று அவற்றை வாங்கியிருந்தேன். அவனே புத்தகங்களை எடுத்து என் கையில் வைத்தான். நான் எதற்கு அவனிடம் ஒவ்வொன்றுக்கும் அனுமதி கேட்டுக்கொண்டு நிற்கிறேன்? எதற்காக அவனுடைய உத்தரவு எனக்குத் தேவைப்படுகிறது? என் உடலை மட்டுமல்ல என்னையுமேகூட முழுமையாக அவன் தன் கட்டுப்பாட்டில் எடுத்துக்கொண்டுவிட்டான் என்று நான் நம்புகிறேனா? பயமா?

நடக்கத் தொடங்கினேன். எந்தப் பக்கமாகப் போகிறாய் என்றான். நான் கை காட்டினேன். சரி போ என்றான். டேக் கேர்! பூங்காவைக் கடந்து வீதிக்கு வந்தேன். மனிதர்களின் குரல்கள் கேட்கத் தொடங்கின. திரும்பிப் பார்க்காமல் விறுவிறுவென்று நடந்தேன். திடீரென்று அவன் பின்னாலிருந்து கத்தினான். ஏய், உன் பெயர் என்ன? பொய் சொல்லவேண்டும் என்று தோன்றவில்லை. ஆலிஸ் என்றேன். பிறகு சந்திப்போம் என்று தொலைவிலிருந்தே கத்தியபடி அவன் ஓடத் தொடங்கினான்.

ஆலிஸின் புகாரை எழுதி வாங்கிக்கொண்ட காவல் நிலைய அதிகாரி திகைத்துப் போனார். நீ சொல்வதை என்னால் நம்பவேமுடியவில்லை. நீ குறிப்பிட்ட அதே பூங்காவில் மிகச் சமீபத்தில்தான் ஒரு பெண்ணின் உடலைக் கண்டெடுத்தோம். உன்னைப்போலவே அந்தப் பெண்ணும் பாலியல் பலாத்காரம் செய்யப்பட்டிருந்தாள். ஆனால் கோரம்! அவளுடைய உடல் துண்டு துண்டாக வெட்டப்பட்டிருந்தது. நல்ல வேளையாக நீ பிழைத்துவிட்டாய். நீ நிஜமாகவே லக்கி! பல ஆண்டுகளுக்குப் பிறகு ஆலிஸ் தன் வாழ்க்கை கதையை எழுதி முடித்தபோது அதற்கு அவர் வைத்த பெயர் அதுதான். லக்கி.

ஆலிஸ் முதலில் ஒரு நாவல்தான் எழுத ஆரம்பித்தார். ஆனால் அவரால் அதை எழுதி முடிக்கமுடியவில்லை. வாக்கியங்கள் தடுமாறின. கற்பனை ஒரு புதைக்குழிக்குள் சிக்கிக்கொண்டதுபோல் இருந்தது. உன்னால் இதை எழுதமுடியாது; நீ எழுதவேண்டிய கதை

வேறு என்று உள்ளிருந்து ஒரு குரல் ஒலிக்க ஆரம்பித்தது. இந்த நச்சரிப்பு நாள்பட நாள்பட அதிகரிக்க ஆரம்பித்து. ஆலிஸ், நீ சொல்லவேண்டியது உன் கதையை. அதை உன்னால் மட்டுமே சொல்லமுடியும். ஒரு பெண்ணின் உடல் எப்படி அத்துமீறப்படுகிறது என்பதை நீ எழுதவேண்டும். அதை உன்னால் மறக்கமுடியாது, ஆலிஸ். நீ எத்தனை முயன்றாலும் அந்த அனுபவம் உன்னைவிட்டுப் பிரியப்போவதில்லை. ஓர் இரும்பு குண்டுபோல் உன் மூளைக்குள் அது அசைவற்று உறைந்துபோயிருக்கிறது. வேறு எதையும் சிந்திக்க விடாமல்,வேறு எது குறித்தும் எழுதமுடியாமல் உன்னை உறுத்திக் கொண்டிருக்கிறது அந்தக் குண்டு. அதை வெளியில் எடுத்து வீசும்வரை அது உன்னை உறுத்திக்கொண்டே இருக்கும். வலி கொடுத்துக் கொண்டே இருக்கும். ரணத்தை அதிகப்படுத்திக்கொண்டே இருக்கும். முதலில் உன் கதையை எழுது ஆலிஸ்.

ஆலிஸ் தயங்கியதற்கு ஒரு காரணம் இருந்தது. அவர் மீண்டும் அதை நினைவுபடுத்திப் பார்க்க விரும்பவில்லை. ஒரு கொடுங்கனவாக நினைத்து அதை அவர் மறக்கவே விரும்பினார். போதை மருந்துகள் எடுத்துக்கொள்ள ஆரம்பித்தார். என் நினைவுகளோடு சேர்த்து என் உடலும் அழிந்தால்தான் என்ன என்று தோன்றியது. என்னுடைய அம்மா, அப்பா தொடங்கி நண்பர்கள் வரை எல்லோரும் ஏன் என்னை விநோதமாகப் பார்க்கவேண்டும்? ஏன் என்னைத் தவறிழைத்தவள் போல் எல்லோரும் கருதவேண்டும்? அந்த ஒரு சம்பவம்தான் என் அடையாளமா? ஆலிஸ் செபோல்ட் என்றால் அந்த ஒரு நாளின் விடிகாலைப் பொழுதுதான் உங்கள் நினைவுக்கு வருமா? அந்த நினைவோடுதான் என் கண்களைப் பார்ப்பீர்களா? ஆம் என்றால் நான் இனிமேல் வாழ்ந்து என்ன பயன்?

ஆலிஸ் வெறுப்பின் உச்சியில் இருந்தபோது, அவன் மீண்டும் ஆலிஸின் வாழ்வில் குறுக்கிட்டான். இது நடந்தது சம்பவம் நடந்த சில மாதங்கள் கழித்து. வீதியில் இயல்பாக நடந்துசென்று கொண்டிருந்த அவனைக் கண்டதும் உடனடியாக காவல் துறைக்கு தகவல் அளித்தார் ஆலிஸ். அவர்கள் விரைந்து வந்து அவனைக் கைதும் செய்துவிட்டார்கள். ஆனால் குற்றவாளியை அடையாளம் காட்ட ஆலிஸ் அழைக்கப்பட்டபோது நடுக்கத்தில் தடுமாறிவிட்டார். கிட்டத்தட்ட அவனைப் போலவே தோற்றமளித்த இன்னொருவனைக் கைகாட்டி விட்டார். பிறகு சுதாரித்து சரியான நபரை அடையாளம் காட்டிவிட்டார் என்றாலும் ஆலிஸின் அந்தக் கண நேர தடுமாற்றத்தை வழக்கறிஞர்கள் பயன்படுத்திக்கொள்ள முயன்றனர். நீ அன்று சுயநினைவோடு இருந்தாயா இல்லையா? விடியும் நேரத்தில் ஏன் கல்லூரி வளாகத்திலிருந்து கிளம்பினாய்? ஓ, பார்ட்டியா? சரி, என்ன மாதிரியான

பார்ட்டி அது? நிதானம் இழக்காமல் குறுக்கு விசாரணைகளை எதிர்கொண்டார் ஆலிஸ். தீர்ப்பு சாதகமாகவே வந்தது. குற்றம் உறுதி செய்யப்பட்டு, அவன் சிறைக்கு அனுப்பப்பட்டான். 'பாலியல் பலாத்காரத்துக்கு ஆளான பல பெண்களை நான் சந்தித்திருக்கிறேன். ஆனால் உன்னைப் போன்ற திடமான, துணிச்சலான பெண்ணை இதுவரை நான் சந்தித்ததில்லை' என்று வழக்கறிஞர்கள் ஆலிஸை மனம் திறந்து பாராட்டினார்கள்.

ஆலிஸ் வெடித்து அழ ஆரம்பித்தார். எதுவும் மாறிவிடவில்லை. எதுவும் முடிந்துவிடவில்லை. எதையும் நான் மறக்கப்போவதும் இல்லை. புல்தரையில் சிந்திய ரத்தத் துளிகளையும் எனக்கு மிக அருகில் உடைந்து கிடந்த பீர் பாட்டில் துண்டுகளையும் என்னால் மறக்கமுடியாது. என் உடலும் உள்ளமும் அனுபவித்த வதைகள் மரணம்வரை என்னுடன் இருக்கும். ஆனால் மரணம் வரை வாழ்வை வாழ்ந்து தீர்த்தாகவேண்டியிருக்கிறது. என்ன செய்வது? நிறைய படிக்கவேண்டும் என்று விரும்பினேன். நாவல், கவிதை என்று நிறைய எழுதவேண்டும் என்று கனவுகள் கண்டேன். அந்தக் கனவுகள் எல்லாம் எங்கே போய்விட்டன? போய்விட்டனவா அல்லது நானே அவற்றைக் கொன்றுவிட்டேனா? 17 வயது 'ரேப் சர்வைவர்' என்றுதான் காலம் என்னை நினைவில் வைத்திருக்குமா? நீ அதிர்ஷ்டக்காரி என்று சொன்ன காவல் துறை அதிகாரியின் முகம் சட்டென்று நினைவுக்கு வந்தது. ஆலிஸ் ஒரு முடிவுக்கு வந்தார். போதை மருந்துகளைத் தூக்கி எறிந்தார். எழுத ஆரம்பித்தார்.

பதினெட்டு ஆண்டுகள் கழித்து லக்கி வெளிவந்தது. தனக்கு நேர்ந்த அனைத்தையும் ஒளிவுமறைவின்றி ஆலிஸ் அதில் விவரித்திருந்தார். பாலியல் பலாத்காரம் என்றால் என்னவென்று உங்களுக்குத் தெரியும் என்று நீங்கள் நினைக்கிறீர்கள். தவறு. என் புத்தகத்தைப் படித்துப் பாருங்கள் என்கிறார் ஆலிஸ். வாசித்தவர்கள் அனைவரையும் ஒரு கொடுங்கனவுபோல் அந்தப் புத்தகம் பற்றிக்கொண்டது. இன்றுவரை அதன் தாக்கம் குறைந்தபாடில்லை. முன்னதாக ஆலிஸ் எழுதத் தொடங்கி பாதியில் கைவிட்ட நாவல் (தி லவ்லி போன்ஸ்) 2002ல் வெளிவந்து ஆரவாரமான வரவேற்பைப் பெற்றது. எலும்பைத் துளைத்துச்செல்லும் அளவுக்கு பயங்கரமும் வன்முறையும் சோகமும் அதில் போட்டிப் போட்டுக்கொண்டு குவிந்துகிடந்தன. தூக்கி வாரிப்போடும் விஷயங்களைக்கூட கவித்துவமான நடையில் நடையில் எழுதிச் சென்றார் ஆலிஸ். உலகம் முழுக்க அவர் எழுத்து சென்றடைந்தது. விருதுகள் தேடிவந்தன. நீங்கள் என்ன எழுதினாலும் ஏன் அதில் வன்முறை மிகுதியாக இருக்கிறது என்று ஒருமுறை

கேட்கப்பட்டபோது ஆலிஸ் சொன்ன பதில் இதுதான். 'நான் எதைப் பார்க்கிறேனோ அதைத்தான் எழுதுகிறேன்'.

தண்டனைக் காலம் முடிந்து அவன் விடுதலையும் அடைந்தான். அவன் இப்போது எங்கே இருக்கிறான், என்ன செய்கிறான் என்றெல்லாம் தெரிந்துகொள்ள நான் முயலவில்லை என்கிறார் ஆலிஸ். எனக்கு நிறைய வேலைகள் இருக்கின்றன. வாழ்ந்து தீர்த்தாகவேண்டியிருக்கிறது.

19. ஒரு சமூகத்துக்குச் சிகிச்சை அளிப்பது எப்படி?

அந்த விண்ணப்பத்தைக் கண்டதும் ஜெனிவா மருத்துவக் கல்லூரி நிர்வாகம் அதைக் கிழித்து எறிந்துவிடத்தான் முதலில் விரும்பியது. ஆனால் செய்யவில்லை. மாணவர்களுக்கும் கல்லூரி நிர்வாகத்துக்கும் இடையில் மிகப் பெரிய இடைவெளி உருவாகியிருந்த சமயம் இது. இந்தச் சிக்கலைத் தீர்க்க ஏன் இந்த விண்ணப்பத்தைப் பயன்படுத்திக் கொள்ளக்கூடாது? உடனடியாக ஓர் அறிவிப்பை வெளியிட்டார்கள். மாணவர்களே, நம் கல்லூரியில் இணைந்து படிப்பதற்காக வந்திருக்கும் ஒரு விண்ணப்பம் இது. இவரை நாம் சேர்த்துக் கொள்ளலாமா என்பதை முடிவு செய்யவேண்டியவர்கள் நீங்கள். உங்கள் முடிவுக்கு நிர்வாகம் கட்டுப்படும் என்று உறுதியளிக்கிறோம். அந்த விண்ணப்பத்தைப் பார்த்த மாணவர்கள் சிரித்தார்கள். இதை நாம் நிராகரிப்போம் என்று நிர்வாகத்துக்கு நன்கு தெரியும். நாம் ஏன் நிர்வாகத்தை அவமானப் படுத்த இதை ஒரு வாய்ப்பாகப் பயன்படுத்திக் கொள்ளக்கூடாது? இந்த விண்ணப்பத்தை நாங்கள் ஏற்றுக் கொள்கிறோம். இவரை நாம் அனுமதிக்கவேண்டும் என்று சிபாரிசு செய்து அலுவலகத்துக்கு அனுப்பி வைத்தார்கள். இது நடந்தது 1847ம் ஆண்டு.

எலிஸபெத் பிளாக்வெல் நெஞ்சம் நிறைய கனவுகளுடன் உற்சாகமாக வகுப்பறைக்குள் நுழைந்தபோது மாணவர்கள் அதிர்ச்சியில் உறைந்துவிட்டனர். விளையாட்டு வினையாகிவிட்டதா? நிஜமாகவே இந்தப் பெண் நம்முடன் இணைந்து படிப்பதற்காகதான் வந்திருக்கிறாரா? தயக்கத்துடன் நெருங்கிச்சென்று கேட்டார்கள். ஆமாம் என்று மகிழ்ச்சியுடன் தலையசைத்தார் எலிஸபெத். சிறியது, பெரியது என்று வேறுபாடில்லாமல் எல்லா மருத்துவக் கல்லூரி களுக்கும் விண்ணப்பம் அனுப்பி அனுப்பி ஓய்ந்திருந்த நேரத்தில் இந்தக் கல்லூரி மட்டும் பெருந்தன்மையுடன் என்னை ஏற்றுக் கொண்டிருக்கிறது. இந்த நிர்வாகத்துக்கு நான் மிகவும் நன்றிக்கடன்

பட்டிருக்கிறேன். உங்களோடு இணைந்து பயில்வது எனக்கொரு நல்ல அனுபவமாக இருக்கும் என்று நம்புகிறேன். கள்ளம் கபடமில்லாமல் கை நீட்டிய எலிஸபெத்தை என்ன செய்வதென்று அவர்களுக்குத் தெரியவில்லை.

மருத்துவக் கல்லூரிகள் மட்டுமல்ல அமெரிக்கச் சமூகத்துக்குமேகூட அது புதிதுதான். ஒரு பெண்ணால் எப்படி மருத்துவம் கற்றுக்கொள்ள முடியும்? எப்படி அதில் தேர்ச்சிபெறமுடியும்? எப்படி மருத்துவமனை யில் பணியாற்றமுடியும்? இந்த நினைப்போடுதான் எலிஸபெத்தின் விண்ணப்பங்கள் அனைத்தும் குப்பைத்தொட்டிகளைச் சென்றடைந்தன. ஆனால் அவர் வீட்டிலிருந்து எந்தவித எதிர்ப்பும் வரவில்லை. சிறு முணுமுணுப்புகூட இல்லை. அவர்களுடைய அச்சமெல்லாம் எலிஸபெத்தைத் தொடர்ந்து படிக்க வைப்பதற்கான வசதி இருக்குமா என்பது மட்டும்தான்.

வறுமை என்றால் என்னவென்று பிளாக்வெல் குடும்பத்துக்கு நன்றாகத் தெரியும். அதை நமக்குள் வைத்துக்கொள்வோம், வீடு முழுக்க நிறைந்திருக்கும் நம் குழந்தைகள் (மொத்தம் 9 குழந்தைகள்) கவலையின்றி இருக்கட்டும் என்று நினைத்தனர் சாமுவேல், ஹன்னா இருவரும். ஆனால் அது அத்தனை எளிதானதாக இல்லை. இனி நமக்கு நல்ல காலம்தான் ஹன்னா என்றபடி சாமுவேல் ஏதோ ஒரு தொழிலை உற்சாகமாக முன்னெடுப்பார். படுத்துவிடும். போகட்டும் என்று இன்னொன்றைப் பிடிப்பார். அதிலும் சுணக்கம் ஏற்படும். இடம் மாற்றிப் பார்க்கலாம் என்று குடும்பத்தோடு குடிபெயர்வார்கள். அங்கும் இதே கதைதான். ஒரு கட்டத்தில் பிரிட்டனே வேண்டாம் என்று முடிவெடுத்து அமெரிக்காவுக்குக் குடிபெயர்ந்தது பிளாக்வெல் குடும்பம். அப்போது எலிஸபெத் பிளாக்கெல்லுக்கு 11 வயது.

எலிஸபெத்தின் முதல் ஆசிரியர் அப்பாதான். சுதந்தரமாகச் சிந்திப்பதற்கு ஊக்குவித்தவரும் அவர்தான். அவர் மறைவுக்குப் பிறகு வீட்டு நிலைமை மேலும் சிக்கலடைந்தது என்றாலும் அந்தச் சிக்கல்களுக்கு இடையிலும் தன் மருத்துவக் கனவைப் பத்திரப்படுத்திப் பாதுகாத்து வைத்திருந்தார் எலிஸபெத். வீட்டுத் தேவைகளைச் சமாளிக்கத் தன் சகோதரிகளுடன் இணைந்து பள்ளிக்கூடம் ஒன்றைத் தொடங்கினார். அது ஓரளவுக்கு உதவியது. மற்றொரு பக்கம் மருத்துவக் கல்லூரிகளுக்கு வரிசையாக விண்ணப்பம் அனுப்பிக் கொண்டிருந்தார். சிறிய கல்லூரி, பெரிய கல்லூரி என்று வேறுபாடில்லாமல் அனைத்தும் அவர் விண்ணப்பத்தைத் திருப்பியனுப்பின அல்லது நிராகரித்தன அல்லது பதிலளிக்காமல் அமைதி காத்தன.

ஜெனிவா கல்லூரியில் இடம் கிடைத்ததும் எல்லாத் துயரங்களும் முடிவுக்கு வந்துவிட்டதைப் போலிருந்தது எலிஸபெத்துக்கு. உற்சாகமாக வகுப்பறையை வலம் வந்தார். கேளிக்கை, கிண்டல் எதற்கும் இடம் கொடுக்காமல் விழுந்து, விழுந்து படித்தார். இருந்தாலும் அவரை தம்மில் ஒருவராகக் காண்பதற்கு மாணவர்கள் தயங்கினார்கள். ஒரு பெண்ணுடன் சேர்ந்து படிக்கும் நிலை ஏற்பட்டு விட்டதே என்று பலர் வெட்கப்படும் நிலையும் ஏற்பட்டது. இது எங்கள் இடம், நீ அங்கே போ என்று ஒதுக்கிக்கொண்டே இருந்தார்கள். பரிசோதனைச் சாலையில் எலிஸபெத்தைச் சேர்த்துக் கொள்ளத் தயங்கினார்கள். குழு குழுவாக மாணவர்கள் ஒன்றுசேர்ந்து படிக்கும் இடங்களில் எலிஸபெத்தைக் காணமுடியாது. நூலகத்தில் இருப்பவர்கள் எலிஸபெத்தை ஒதுக்கிவைத்தனர். எப்போதும் எங்கும் எலிஸபெத் தனியாகவே இருந்தார். இந்தத் தனிமை தொடக்கத்தில் எலிஸபெத்தை வாட்டியது உண்மை. ஆனால் அதை ஓர் அனுகூலமான நட்பு சக்தியாக அவர் மாற்றியமைத்துக் கொண்டார். எனக்குத் தேவை படிப்பதற்கு ஓரிடம். என் குறிக்கோளை நிறைவேற்றிக் கொள்ள ஒரு வாய்ப்பு. மற்றவர்கள் ஒதுக்கி வைப்பதைப்பற்றி நான் ஏன் கவலைப்படவேண்டும்? பேராசிரியர்கள் தன்னைப் புழுவைப் போல் பார்ப்பதையும், பரிகாசத்துடன் நடத்துவதையும் கண்டு கொள்ளாமல் இருக்கப் பழகிக்கொண்டார்.

ஆனால் இது நீண்ட காலத்துக்கு நீடிக்கவில்லை. எலிஸபெத்தின் அறிவாற்றல் அசாதாரணமானது என்பதை அவர்கள் ஒப்புக்கொள்ள வேண்டியிருந்தது. எலிஸபெத்தோடு கரம் சேர்த்துக்கொள்ளாமல் போனால் நாம் இழப்பதுதான் அதிகமாகயிருக்கும்; கொஞ்சம் தயக்கத்தை ஒதுக்கிவைத்துவிட்டு இந்தப் புத்திசாலிப் பெண்ணிடம் நட்பு கொண்டால் நமக்குத்தானே நன்மை என்று மாணவர்கள் தாமாகவே நெருங்கிவந்து எலிஸபெத்தின் மென்மையான விரல்களைப் பற்றிக்கொண்டனர். தனது படிப்பை முடித்துக்கொண்டு எலிஸபெத் எம்.டி பட்டம் பெற்றபோது மாணவர்கள் மட்டுமல்ல நிர்வாகத்தினரும் மனநிறைவோடு அவருக்கு விடைகொடுத்து அனுப்பிவைத்தனர். இனி உன்னை ஒருவராலும் தடுத்து நிறுத்த முடியாது என்று சகோதரிகளும் தோழிகளும் உற்சாகக் குரல் கொடுத்தபோது, எலிஸபெத் அடக்கமாகச் சொன்னார். இருங்கள், இருங்கள். பாதி பாலத்தைத்தான் கடந்திருக்கிறேன்.

அவர் அஞ்சியதைப்போலவே கனவின் மற்றொரு பகுதியை நிறைவேற்றுவதிலும் சிக்கல்கள் முளைத்தன. ஒரு மருத்துவராக எலிஸபெத்தை ஏற்றுக்கொள்ள மருத்துவமனைகள் முன்வரவில்லை. மன்னிக்கவும், எங்களுக்குப் பெண் மருத்துவர்கள் தேவைப்பட

மாட்டார்கள் என்று பெரிய மருத்துவமனைகள் கைவிரித்தன. என்னது, நிஜமாகவே நீங்கள் எம்.டி பட்டம் வாங்கிவிட்டீர்களா என்று ஆச்சரியப்பட்டவர்கள்கூட அவரை பணியில் இணைத்துக்கொள்ள முன்வரவில்லை. எப்படியோ படித்துவிட்டீர்கள், சரி. ஆனால் அதற்காக ஆண் மருத்துவர்களுக்குச் சமமாக நீங்களும் சிகிச்சை அளிக்கத் தொடங்கிவிடலாம் என்று நினைத்துக்கொண்டுவிடாதீர்கள் என்று சிலர் வெளிப்படையாகவே அறிவுறுத்தினார்கள். இது உயிர் காக்கும் பணி. தெய்வீகமானது. உன்னைப் போன்ற நளினமான, பலவீனமான பெண்ணால் இங்கு தாக்குப்பிடிக்கமுடியாது. நிஜமாகவே கத்தியைக் கையில் பிடித்து ஒரு நோயாளியின் உடலைக் கீறிப்பார்க்கமுடியும் என்று நீ நம்புகிறாயா எலிஸபெத்? உன்னை நம்பி ஒருவர் அவர் உயிரை, உடலை அளிக்க முன்வருவார் என்றா கருதுகிறாய்?

சவால்களும் தடைகளும் பெருகப் பெருக அவர் மன உறுதியும் வலுப்பட ஆரம்பித்தது. எலிஸபெத்தின் கனவுகள் வளரத் தொடங்கின. மே 1849ம் ஆண்டு மேல்படிப்புக்காக ஐரோப்பா சென்றார் எலிஸபெத். மருத்துவராக மட்டுமின்றி, ஓர் அறுவை சிகிச்சை நிபுணராகவும் வளர விரும்பினார் அவர். இந்த நளினமான கைகளில் கத்தி நிற்குமா, நிற்காதா என்பதை நானும் இந்த உலகமும் தெரிந்துகொள்ள வேண்டும் அல்லவா? அங்கும் எலிஸபெத் ஒரு நட்சத்திரம்போல் மின்னினார். ஆனால் ஒரு விபத்தையும் அவர் எதிர்கொள்ள வேண்டியிருந்தது. ஒரு குழந்தையின் கண் நோயைக் குணப்படுத்த முயன்றபோது நோய்க்கிருமிகள் தவறுதலாக அவர் கண்களுக்குள் புகுந்துகொண்டுவிட்டன. ஒரு கண் பார்வை பறிபோய் விட்டது. அச்சச்சோ அப்படியானால் இனி நீ அறுவை சிகிச்சையே செய்ய முடியாதா? உன் மருத்துவ வாழ்க்கையே முடிவுக்கு வந்துவிடுமா? என்று மிகையாக உச்சுக்கொட்டியவர்களின் தோளைத் தட்டிக் கொடுத்தார் எலிஸபெத். கவலைப்படாதீர்கள், அத்தனை சுலபமாக நான் நம்பிக்கை இழப்பதில்லை!

லண்டனுக்குச் சென்று தன் படிப்பைத் தொடர்ந்த எலிஸபெத் மீண்டும் அமெரிக்காவுக்குத் திரும்பிவந்தபோது நன்கு அறியப்பட்ட ஓர் ஆளுமையாக வளர்ச்சி பெற்றிருந்தார். அமெரிக்காவின் முதல் பெண் மருத்துவர் என்று மக்கள் ஆச்சரியத்துடன் பேசிக்கொண்டார்கள். நீங்கள் எங்களுடன் இணைந்து பணியாற்றலாமே, உங்களுக்குத் தேவைப்பட்ட வசதிகளை நாங்கள் செய்துகொடுக்கத் தயாராக இருக்கிறோம் என்று மருத்துவமனைகள் அடக்கத்துடன் கடிதங்கள் எழுதின. கிட்டத்தட்ட இதே சமயத்தில்தான் பிளாரென்ஸ் நைட்டிங்கேலின் அறிமுகமும் எலிஸபெத்துக்குக் கிடைத்தது.

அரசியலை, சமூகத்தை, சமூகத்தில் பெண்கள் வகித்த இடத்தை முதல் முறையாக ஆழமாக அவதானிக்கும் வாய்ப்பும் உருவானது. எலிஸபெத் பிளாக்வெல் தன் வாழ்வின் இரண்டாவது பெரிய அடியை எடுத்துவைத்தார்.

இந்தச் சமூகம் ஏன் பெண்களை இரண்டாம் பாலினமாக நடத்துகிறது? ஏன் ஒரு பெண்ணால் ஆணைப்போல் சுதந்தரமாக இருக்க முடிவதில்லை? மருத்துவம் மட்டுமல்ல, எந்தவொரு துறையிலும் ஏன் ஒரு பெண் ஆணைப்போல் இயல்பாக ஏற்றுக் கொள்ளப்படுவதில்லை? ஏன் பல கதவுகள் அவளுக்குப் பூட்டப்பட்டிருக்கின்றன? இந்தக் கேள்விகளுக்கு விடை தேடாமல் மனித குலம் அடுத்தக்கட்ட வளர்ச்சியை அடையாது. எலிஸபெத் எழுதத் தொடங்கினார். பெண்கள் தங்கள் உரிமைகளை எப்படி மீட்டெடுத்துக்கொள்ள வேண்டும்? எப்படிப் போராடவேண்டும்? எத்தகைய அரசியல் பாதையை அவர்கள் வகுத்துக்கொள்ளவேண்டும்? கருத்தடை, பாலியல் உரிமை, மருத்துவச் சட்டம், பெண் கல்வி, திருமண வாழ்க்கை என்று பலவற்றைக் குறித்து எலிஸபெத் சிந்திக்க ஆரம்பித்தார். அவருடைய பல கருத்துகள் இன்றைய தேதிக்குப் பிற்போக்கானவை என்பதில் சந்தேகமில்லை. இருந்தாலும் தன் தேடலின் முடிவில் அவர் வந்தடைந்த ஒரு முடிவு இன்றைக்கும் பொருத்தமானதே. பெண்களை ஒரு சமூகம் எப்படி நடத்துகிறது என்று பாருங்கள். அதைப் பொருத்துத்தான் அந்தச் சமூகம் ஆரோக்கியமாக இருக்கிறதா அல்லது நோயுற்றிருக்கிறதா என்பதைக் கண்டறியமுடியும்! உடல் நோயைவிட சமூக நோய் ஆபத்தானது.

20. தேவதை

போலந்துமீது போர் தொடுத்து இரண்டாம் உலகப் போரை அதிகாரபூர்வமாக ஹிட்லர் தொடங்கிவைத்தபோது பத்து வயது ஆட்ரி ஹெப்பர்ன் இங்கிலாந்தில் படித்துக்கொண்டிருந்தார். பதிலுக்கு இங்கிலாந்து ஜெர்மனிமீது போர் பிரகடனம் செய்தது. அப்பா அவசரமாக பள்ளிக்கூடத்துக்குச் சென்று ஆட்ரியை அழைத்துக் கொண்டு விமான நிலையம் விரைந்தார். ஆரஞ்சு நிற விமானம் ஒன்றில் தன் மகளை அமர வைத்தார். ஆட்ரி, இது உன்னை நெதர்லாந்துக்கு அழைத்துச் செல்லும். அங்கே அம்மா உனக்காகக் காத்திருப்பார். அங்கே நீ அமைதியாக வாழலாம்.

ஆட்ரிக்கு ஹிட்லரைத் தெரியாது. அவர் ஏன் போலந்தின்மீது போர் தொடுக்கவேண்டும்?அதற்கு இங்கிலாந்து ஏன் ஜெர்மனிமீது போர் தொடுக்கவேண்டும்? தெரியாது. நமக்கெதற்கு அரசியல், அவர்களை விடுங்கள். அம்மாவுக்கும் அப்பாவுக்கும் இடையில் ஏன் போர் மூள வேண்டும்? ஏன் அவர்கள் ஆளுக்கொரு நாட்டில் வசிக்க வேண்டும்? வீட்டுக்குள் நடக்கும் போர், வெளியில் நடக்கும் போர் இரண்டும் ஏன் ஒரே சமயத்தில் என்னைத் துன்புறுத்தவேண்டும்? ஒன்று மட்டும் உறுதியாகத் தெரிந்தது ஆட்ரிக்கு. போரின் நீண்ட கரங்களிலிருந்து ஒருவரும் தப்பித்துவிடமுடியாது. அம்மா எல்லா மறுத்தார். நெதர்லாந்து நடுநிலை வகிக்கும் நாடு. முதல் உலகப் போரில்கூட நெதர்லாந்து நடுநிலைதான் வகித்தது. கவலைப்படாதே.

ஆனால் ஆட்ரி அஞ்சியதுதான் நடந்தது. அம்மா விவாகரத்து பெற்றுக் கொண்டார். ஹிட்லர் நெதர்லாந்தை ஆக்கிரமித்தார். நாஜிகள் வீதிகளில் இறங்குவதற்கு முன்பே அவர்களைப் பற்றிய பயங்கரக் கதைகள் உலாவ ஆரம்பித்துவிட்டன. எந்த நாட்டை ஆக்கிரமிக் கிறார்களோ அங்குள்ளவர்களை அவர்கள் எப்படியெல்லாம் வதைப்பார்கள் என்பதை அக்கம் பக்கத்தினர் விவரித்தபோது

ஆட்ரியின் மெலிந்த உடல் நடுங்கியது. நத்தைபோல் உள்ளுக்குள் சுருங்கிக்கொண்டார் ஆட்ரி. அப்பாவும் என்னைக் கைவிட்டுவிட்டார். அடைக்கலம் புகுந்த நாடும் கைவிட்டுவிட்டது. இனி என்ன?

நாள்கள், வாரங்கள், மாதங்கள் கடந்து சென்றுகொண்டிருந்தனவே தவிர நிலைமையில் சிறிதளவு முன்னேற்றமும் இல்லை. ஏதாவது நல்ல செய்தி கிடைக்குமா என்று வானொலி முன்பு கும்பல் கும்பலாகத் தவம் கிடந்ததுதான் மிச்சம். உணவுப் பஞ்சம் ஆரம்பித்து விட்டது. ஆட்ரி மேலும் மெலியத் தொடங்கினார். ஒரு மாறுதலாக இருக்கட்டுமே என்று அருகில் நடக்கும் பாலே நடன வகுப்பில் தன் மகளைச் சேர்த்துவிட்டார் எல்லா. அவர் எதிர்பார்த்தபடியே ஆட்ரி ஆர்வத்துடன் பாலே கற்க ஆரம்பித்தார். நளினமாக வளைய வந்து நடனமாடிய ஆட்ரி பலரை வியப்பில் ஆழ்த்தினார்.

வகுப்புகள் ரகசியமாக நடத்தப்படும். நடன நிகழ்ச்சிகளும் ரகசியமாகவே அரங்கேற்றப்படும். தெரிந்தவர்கள் யாராவது ஒரு வீட்டைத் தேர்ந்தெடுப்பார்கள். யாரெல்லாம் அங்கே நடனமாடப் போகிறார்கள் என்பதை முடிவு செய்வார்கள். அடுத்து தேதி, நேரம். பிறகு வாய் வழியாக அக்கம் பக்கத்தினருக்கும் நண்பர்களுக்கும் தகவல் தெரிவிப்பார்கள். குறிப்பிட்ட நாள் வந்ததும் அந்த வீட்டில் எல்லோரும் கூடுவார்கள். எல்லோரும் என்றால் அந்த வீட்டு வரவேற்பறையில் எத்தனை இருக்கைகள் இருக்கின்றனவோ அவ்வளவு பேர் மட்டும். நடனம் நடக்கும். முடிந்ததும் விருந்தினர் கள் தங்களால் முடிந்த அளவுக்குக் காணிக்கையைச் செலுத்துவார்கள். அதை நடனமாடும் பெண்கள் பாகம் பிரித்துக்கொள்வார்கள்.

என்னையும் அழைக்கிறார்கள், நானும் நடனமாடப் போகட்டுமா என்று ஆட்ரி கேட்டபோது எல்லாவால் மறுக்கமுடியவில்லை. ஆபத்துதான், அதுவும் எல்லா போன்ற அழகிய சிறுமிகள் நாஜிகளின் கண்களில் விழுந்தால், ஐயோ, நினைத்தாலே குலை நடுங்குகிறது! அதே சமயம் கதவுகளை மூடிக்கொண்டு வீட்டில் அடைந்துகிடப்பது பாதுகாப்பானது என்றும் சொல்லமுடியாது. வீட்டைப் பிளந்து உள்ளே வந்து சுட்டுத் தள்ளுபவர்களும் இருக்கிறார்களே! தவிரவும், சாப்பிட்டாகவேண்டும். அழகாக இருக்கிறாள், திறமைசாலியாக இருக்கிறாள்; எல்லோரும் பாராட்டுவதில் மகிழ்ச்சிதான். அதே சமயம் அவள் உண்பதற்காகவேனும் அவள் சம்பாதித்தாகவேண்டும் அல்லவா?

ஆட்ரி தன் காலணிகளைக் கழற்றிவிட்டு தோழிகளுடன் இணைந்து நடனமாட ஆரம்பித்தார். ஒரு சிறிய பறவையைப்போல் கைகளை விரித்துப் பறந்த ஆட்ரியைக் கண்டு கூட்டம் பரவசமடைந்தது. ஆரவாரத்துடன் கை தட்டி உற்சாகப்படுத்தவேண்டும் என்று

ஆசைதான். ஆனால் கை தட்டுவது தடை செய்யப்பட்டிருந்தது. வெளியில் சத்தம் கசிந்து செல்வது நிகழ்ச்சி நடத்துபவர்களுக்கும் கலைஞர்களுக்கும் மட்டுமல்ல, பார்வையாளர்களுக்குமேகூடப் பாதகமாக அமையலாம். இவர்களில் சிலர் யூதர்களாக இருக்கலாம். ஜிப்சிக்களாக இருக்கலாம். கம்யூனிஸ்டுகளாக இருக்கலாம். நாஜிப் படைகளைக் கவிழ்க்க சதி செய்யும் நிழலுலகப் புரட்சிகர இயக்கங்களைச் சேர்ந்தவர்களாக இருக்கலாம். அல்லது ஆட்ரியைப் போல் ஆக்கிரமிக்கப்பட்ட நாட்டைச் சேர்ந்த குடிமக்களாக இருந்தால்கூடப் போதும். நாஜிகள் இழுத்துச் சென்றுவிடுவார்கள். அதனால்தான் பார்வையார்களில் பலரும்கூட காலணிகளை அகற்றிவிட்டே அறைக்குள் நுழைந்திருந்தனர். மிக மிக மெலிதான, ஒலிக்கிறதா இல்லையா என்று சந்தேகத்தைக் கிளப்பும் இசை மட்டுமே அந்த அறையில் எதிரொலித்த ஒரே சத்தமாக இருந்தது. பிறகு மூச்சுக்காற்று. ஆட்ரி கைகளைக் கூப்பி நடனத்தை முடித்துக் கொண்டபோது அமைதியாக எழுந்து நின்று கண்களில் நீர் கசிய வாழ்த்தினார்கள் பார்வையாளர்கள்.

மகிழ்ச்சி, வாழ்த்து, கண்ணீர் ஆகியவற்றோடு தொடர்ந்து நடனமாடு வதற்கான வாய்ப்புகள் ஆட்ரிக்குப் பெருகின. வருமானமும் கிடைக்கத் தொடங்கியது. ஐரோப்பாவின் சிறந்த பாலே நடனக் கலைஞர்களில் ஒருவராக நீ இருப்பாய் என்று சிலர் வாழ்த்தினார்கள். உன் அழகையும் திறமையையும் இப்படி இருளில் தொலைத்துக் கொண்டிருப்பதை நினைத்தால் வருத்தமாக இருக்கிறது ஆட்ரி என்று பலர் ஆசுவாசப்பட்டுக்கொண்டனர். நீ ஏன் இங்கிருந்து வெளியேறி எங்காவது அமைதியான ஒரு நாட்டுக்குச் சென்றுவிடக் கூடாது என்றார்கள் வேறு சிலர். அபாரமான வெளிச்சத்தில், பிரமாண்டமான அரங்கில், ஆயிரம் பேர் ஆரவாரமாக உனக்குக் கை தட்டி மகிழ்வதை நான் பார்க்கவேண்டும் என்று நண்பர்கள் ஏங்கினார்கள். ஆட்ரி நீ ஏன் திரைப்படங்களில் நடிக்கக்கூடாது? அது சரி, பாலேவுக்கு ஏற்ற கச்சிதமான உடல்வாகை எப்படி அமைத்துக் கொண்டாய் என்று திரும்பத் திரும்பக் கேட்டவர்களுக்கு ஆட்ரி புன்னகை மாறாமல் பதிலளித்தார். அதற்காக நான் சிரமப்படவே இல்லை. எனக்குக் கிடைத்த உணவை உண்டேன். உடல் இப்படி ஆகிவிட்டது.

இன்னும் சிலர், நிகழ்ச்சி முடிந்ததும் தனியே அழைத்துச் சென்று கிசுகிசுத்தார்கள். ஆட்ரி, நாம் மிகவும் சவாலான ஒரு காலத்தில் வாழ்ந்துகொண்டிருக்கிறோம். நீ மட்டுமல்ல, உன்னைப் போல் ஏராளமான குழந்தைகள் எலும்புக்கூடுகளாக மாறிக்கொண்டிருக் கிறார்கள். உன்னைப்போல் அவர்களில் பலர் திறமைசாலிகள். ஆனால் நாஜிகளால் அவர்கள் சிதைந்துகொண்டிருக்கிறார்கள்.

அவர்களுக்காக நாம் ஏதேனும் செய்தாகவேண்டும். உன் கலை அபாரமானது. வலிகளை மறக்கடிக்கும் ஆற்றல் அதற்கு இருக்கிறது. உனக்கு எப்படி கலையோ அப்படி எங்களுக்கு அரசியல். அரசியலும் நளினமானதுதான் ஆட்ரி. மக்களின் வலிகளை மறக்கடிக்க மட்டு மல்ல, அந்த வலிக்கான காரணத்தைக் கண்டுணர்ந்து அகற்றும் ஆற்றல் அரசியலுக்கு இருக்கிறது. இன்று நாம் ஆக்கிரமிக்கப் பட்டிருக்கிறோம் என்பதால் உன் நடனத்தைப்போலவே எங்கள் அரசியலையும் ரகசியமாக முன்னெடுக்கவேண்டியிருக்கிறது. கலையும் அரசியலும் இணையவேண்டும். ஒன்று ஆபத்தில் இருக்கும்போது மற்றொன்று உதவிக்கரம் நீட்டவேண்டும். சொல், ஆட்ரி. உன்னால் எங்களுடன் இணைந்து பணியாற்ற முடியுமா?

அடுத்தடுத்த நாள்களில் ஆட்ரி உலுக்கியெடுக்கும் பல காட்சிகளைக் காண நேர்ந்தது. கால்நடைகளைப்போல் கைதிகளை அடைத்துக் கொண்டு வதைமுகாம்களுக்கு விரைந்துசெல்லும் ரயில் வண்டிகளை அவர் கண்டார். அந்த வண்டிகளில் ஆட்ரியைவிடவும் வயது குறைந்த குழந்தைகள் இருந்தனர். அவர்கள் ஒருவரும் உயிரோடு திரும்பி வரப்போவதில்லை. வீதிகளில் கிடக்கும் சடலங்களைக் குப்பையைப் போல் அள்ளிப்போட்டுக்கொண்டு சென்ற வண்டிகளையும் ஆட்ரி கண்டார். சுவருக்கு முகம் காட்டிக்கொண்டு பலர் வரிசையில் நிற்க வைக்கப்பட்டிருந்ததை ஆட்ரி மற்றொரு சமயம் கண்டார். ராணுவ உடை தரித்திருந்த சிலர் அவர்களுக்குப் பின்னால் நின்றுகொண்டு கண் இமைக்கும் நேரத்தில் சுட்டு வீழ்த்தினர். அதில் ஓர் ஒருங்கிணைப்பு இருந்தது. பாலே நடனம்போல் ஒவ்வொருவருக்கும் ஒரு பாத்திரம். மெலிதான ஓர் இசையை அவர்களும் கேட்டுக்கொண்டிருக்கிறார்கள் போலும். எப்போது துப்பாக்கியை உயர்த்தவேண்டும், எப்போது குறி பார்க்கவேண்டும், எப்போது சுடவேண்டும் என்று அவர்களுக்குச் சொல்லிக்கொடுக்கப்பட்டிருக்கிறது. அவர்களுடைய துப்பாக்கிகள் அனைத்தும் கச்சிதமாக ஒரே சமயத்தில் வெடிக்கின்றன. சுட்டு முடித்ததும் ஒரே மாதிரி துப்பாக்கியை அவர்கள் கீழே இறக்கிக் கொள்கிறார்கள். திரும்பிப் பார்க்காமல் வரிசையில் நடந்துசெல்கிறார்கள். ஒருவேளை ஹிட்லர்தான் அவர்களைக் கட்டுப்படுத்தும் இசையா?

நான் என்ன செய்யவேண்டும், சொல்லுங்கள் என்று கலங்கிய முகத்துடன் வந்து நின்ற ஆட்ரியை அரசியல் இயக்கத்தினர் தகவல் பரிமாற்றப் பணிகளுக்குப் பயன்படுத்திக்கொண்டனர். தன்னுடைய ஆடைகளுக்குள்ளும் காலுறைகளுக்குள்ளும் கடிதங்களை மறைத்து எடுத்துச் சென்று தோழர்களிடம் கொண்டுசென்று சேர்த்தார் ஆட்ரி. சிறிய பணிதான். ஆனால் ஆட்ரிக்கு அது ஒருவிதமான மனநிறைவை அளித்தது. ஹிட்லர் போதித்திருந்த முக்கியமான பாடத்தை அவர்

மறக்கத் தயாராகயில்லை. நெதர்லாந்து செய்த தவறை நான் செய்ய மாட்டேன். நெருக்கடியான தருணங்களில் நடுநிலை என்பது என்றுமே சாத்தியமில்லை. ஏதேனும் ஒரு தரப்பை நீங்கள் ஆதரித்துத் தான் தீரவேண்டும்.

போர் முடிவுக்கு வந்தபிறகே நெதர்லாந்தைவிட்டு வெளியேற முடிந்தது. அங்குமிங்கும் சென்றபிறகு 1948ம் ஆண்டு லண்டன் வந்தடைந்தார் ஆட்ரி. ஆனால் அவருடைய ஆதாரக் கனவு இங்கே தகர்ந்துபோனது. மன்னிக்கவும் ஆட்ரி, போரும் பஞ்சமும் உன் உடலை மிகவும் உருக்கிவிட்டது. உன் எலும்புகள் பலவீனமடைந்து விட்டன. நடனமாடுவதற்கான வலு உன்னிடம் இல்லை. பேசாமல் பாலேவை மறந்துவிடு. வேறு வேலைகள் கிடைக்காமலா போகும்? என்னால் அந்தத் தருணங்களை மறக்கவே முடியாது என்று ஓரிடத்தில் குறிப்பிட்டார் ஆட்ரி. 'நான் பாலே கலைஞராக விரும்பியபோது, நீ ஏன் திரைப்படங்களில் நடிக்கக்கூடாது என்று கேட்டார்கள். திரைப் படத்தில் நடிக்க வாய்ப்பு கிடைக்குமா என்று சுற்றியலைந்தபோது, உன்னுடைய மெலிந்த உடலுக்கு பாலேதான் சரி. நீ ஏன் நடனம் கற்றுக்கொள்ளக்கூடாது என்று அங்கிருந்து அனுப்பிவைத்தார்கள்.'

ஊதினால் விழுந்து உடைந்துவிடும் அளவுக்கு குச்சியாக இருந்த ஆட்ரியை மிகுந்த தயக்கத்துடன் சிறிய பாத்திரங்களில் மட்டும் முதலில் அறிமுகம் செய்தார்கள். 1953ம் ஆண்டு ரோமன் ஹாலிடே என்னும் திரைப்படத்தில் முதல் முறையாக கதாநாயகியாக ஆட்ரி அறிமுகமானபோது அப்படியொரு அழுத்தமான தாக்கத்தை அவர் ஏற்படுத்துவார் என்று ஆட்ரி உள்பட ஒருவருமே எதிர்பார்க்க வில்லை. ஆஸ்கர், கோல்டன் குளோப், பாஃப்டா மூன்றையும் அந்த ஒரு படத்துக்காக ஆட்ரி பெற்றுக்கொண்டது இன்றுவரை ஓர் அசாதாரணமாக சாதனையாகக் கருதப்படுகிறது. அதற்குப் பிறகு வெளிவந்த அவருடைய திரைப்படங்கள் அனைத்தையும் மக்கள் கொண்டாடித் தீர்த்தார்கள். பல கதாநாயகிகளை நாங்கள் கண்டிருக்கிறோம்; முதல்முறையாக ஒரு தேவதை எங்களுக்குக் கிடைத்திருக்கிறார் என்று பரவசமடைந்தார்கள். 1993ம் ஆண்டு தனது 63வது வயதில் புற்றுநோய் கண்டு ஆட்ரி இறந்துபோனார். இறந்த பிறகும் எம்மி, கிராமி என்று விருதுகள் ஆட்ரியைத் தேடி வந்தடைந்தன. அவர் இறுதியாக நடித்த திரைப்படம், ஸ்பீல்பெர்க் இயக்கிய ஆல்வேஸ். அதில் அவருக்கு அளிக்கப்பட்டிருந்த பாத்திரம், தேவதை.

21. தீக்குள் உடலை வைத்தால்

இறந்துகிடக்கும் கணவனின் தலையை மெல்லத் தூக்கி தன் மடியின் மீது கிடத்திக்கொண்டார் ரூப் கன்வர். அவர் உடல் நடுங்கியது. சற்று தள்ளி சிதை எரிக்கும் பணி மும்முரமாக நடைபெற்றுக் கொண்டிருந்தது. கொழுந்து விட்டெறியும் நெருப்பை உணர்ச்சிகள் ஏதுமற்று பார்த்துக் கொண்டிருந்தார் ரூப் கன்வர். சுற்றிலும் தன் பார்வையைச் சுழலவிட்டார். ஒரு பெருங்கூட்டம் மயானத்தைச் சுற்றிக் கூடியிருந்தது. அதில் கணவரின் உறவினர்களுக்குத் தெரிந்தவர்கள், பழக்கமானவர் கள் இருப்பார்கள். அக்கம் பக்கத்தினர் இருப்பார்கள். துக்க நிகழ்வில் பங்கேற்க வந்தவர்களுக்குச் சமமாக வேடிக்கை பார்க்க வந்தவர்களும் இருப்பார்கள். கிட்டத்தட்ட ஆயிரம் பேர் இருக்கலாம். அது தவிர்க்கவியலாதது. அவர்களுக்காகவும் சேர்த்துத்தான் இப்பெரு நிகழ்வு ஏற்பாடு செய்யப்பட்டிருக்கிறது.

போதுமான அளவுக்கு தீ வளர்ந்துவிட்டது. தயார் என்று யாரோ குரல் கொடுத்தார்கள். ரூப் கன்வர் எழுந்துகொண்டார். முதலில் இறந்த உடலை எடுத்துச்சென்று கிடத்தினார்கள். அடுத்து நீ என்று அறிவுறுத்தியிருந்தார்கள். கண்களை மூடிக்கொள், கடவுளை நினைத்துக்கொள். எல்லாம் நல்லபடியாக நடக்கும், போய் வா. இது நடந்தது ராஜஸ்தானில் உள்ள சிகார் மாவட்டத்தில் அமைந்துள்ள டியோரலா என்னும் கிராமத்தில். 4 செப்டெம்பர் 1987 அன்று.

சமஸ்கிருதத்தில் 'சத்' என்றால் கற்பு. அதிலிருந்து வந்த சதி என்னும் சொல்லின் பொருள், கற்புள்ளவள் அல்லது புனிதமானவள். உடன்கட்டை ஏறும் வழக்கத்துக்கும் சதி என்றே பெயர். சதி இரண்டு வகைப்படும். ரூப் கன்வர் போல் தன் கணவனின் உடலோடு சேர்ந்து தீயில் பாய்வதன் பெயர், சஹமரணா. உடன் இறப்பது. கணவனை இழந்த மனைவி ஒருவேளை கர்ப்பமாக இருந்தால் அவள் சஹமரணத்தை நாடக்கூடாது. அதே போல், கணவன் தூர தேசத்தில்

இருக்கும்போது இறந்துபோனாலோ அல்லது அந்த விஷயம் பின்னர் தெரியவந்தாலோ சஹமரணம் சாத்தியப்படாது. இதன் பொருள் அத்தகைய பெண்கள் இனி சாகத் தேவையில்லை என்பதல்ல. அவர்களுக்கு வேறு வகையான மரணம் நிச்சயிக்கப்பட்டிருந்தது.

அனுமரணா என்று அதை அழைக்கிறார்கள். காலம் கனிந்ததும் இவர்களும் தீயில் பாயவேண்டும். அதே மாதிரியான சடங்குகள் இப்போதும் இடம்பெறும். அதேபோல் சிதை வளர்க்கப்படும். ஒரே வேறுபாடு இறந்துபோன கணவன் பயன்படுத்திய ஏதேனும் ஒரு பொருளைத் தேர்ந்தெடுத்து அதையே தன் கணவனின் உடலாகக் கருதிக்கொண்டு அதை அணைத்தபடி அவள் உடன்கட்டை ஏறவேண்டும். தலைப்பாகை, துணி மணி என்று என்ன வேண்டுமானாலும் இருக்கலாம். பிடி சாம்பல் கிடைத்தால் கூடுதல் மேன்மை.

சதியின் வரலாறு இன்னமும் எழுதப்பட்டுக்கொண்டிருக்கிறது. இந்த வழக்கம் எப்போது தொடங்கியது? தொடங்கி வைத்தவர்கள் யார்? பொயுமு 1700க்குப்பிறகு வந்துசேர்ந்த ஆரியர்களின் வேத நூல்களில் சதி குறித்து எதுவும் இல்லை என்பதால் இது காலம் காலமாகப் பின்பற்றப்பட்டுவந்த மரபான வழக்கமல்ல என்று சொல்லமுடியும் அல்லவா? பொயுமு 5ம் நூற்றாண்டைச் சேர்ந்த புத்தர் உயிர்க் கொல்லாமை குறித்து நிறைய பேசியிருக்கிறார். சதி அப்போது வழக்கத்திலிருந்தால் நிச்சயம் அவர் அதைக் குறிப்பிட்டிருப்பார் அல்லவா? ஆக, அவருக்கும் பிறகுதான் இந்த வழக்கம் தொடங்கியிருக்கவேண்டும் அல்லவா? வரலாற்று ஆய்வாளர்கள் இவற்றை இன்னமும் விவாதித்துக்கொண்டிருக்கிறார்கள்.

சதி குறித்து ஆதாரபூர்வமான தகவல்களும் நேரடி சாட்சியங்களும் அதிகாரபூர்வ பதிவுகளும் நமக்குக் கிடைப்பது காலனிய காலத்தில் தான். உடன்கட்டை ஏறும் பெண்களை என்ன செய்வதென்று பிரிட்டிஷ் அரசுக்கு முதலில் குழப்பங்கள் இருந்தது உண்மை. தடுத்தால், பூர்விக மக்களின் மத விவகாரங்களில் தலையிடுவதாக ஆகிவிடாதா? அதன் காரணமாக எதிர்ப்புகள் கிளம்பாதா? அதே சமயம், நமக்கென்ன வம்பு என்று முகத்தைத் திருப்பிக்கொள்ளவும் அவர்களால் முடியவில்லை. எனவே மத விவகாரங்களில் பாண்டித்யம் பெற்றவர்களின் ஆலோசனைகளின்படி சில விதிமுறைகளைக் கட்டமைத்தனர். எது உண்மையான சதி? எத்தகைய பெண்களை அனுமதிக்கலாம்? யாருக்கு சதி மறுக்கப்படவேண்டும்? இதையெல்லாம் கண்காணிக்க அரசு அதிகாரிகள் நியமிக்கப்பட்டனர். ஒரு பெண் தானாகவே முன்வந்துதான் உடன்கட்டை ஏறுகிறாரா அல்லது அவருக்கு ஏதேனும் கொடுத்து மயக்கத்தில் ஆழ்த்தி சிதையில் தள்ளிவிடுகிறார்களா என்பதையும் அவர்கள் கண்காணித்தனர்.

கிறிஸ்தவ மிஷினரிகள் சதியை எதிர்க்க ஆரம்பித்தபோது, சதியை உயர்த்திப் பிடிக்க பலர் ஆவேசத்துடன் முன்வந்தனர். எங்கள் வீட்டுப் பெண். நாங்கள் என்ன வேண்டுமானாலும் செய்துகொள்வோம். எதற்காக பிரிட்டிஷ் அரசு எங்களைக் கட்டுப்படுத்தவேண்டும்? எது சரி, எது தவறு என்பதை அறிவுறுத்தும் அதிகாரத்தை ஏன் அந்நியர் களிடம் ஒப்படைக்கவேண்டும்? சதியின் மேன்மை புரியுமா உங்களுக்கு? சதியைப்போல் பெண்களை மகத்துவப்படுத்தும் இன்னொரு வழி உலகில் இருக்கிறதா?

ஏன் சதி அவசியம் என்பதற்கான காரணங்களையும் அவர்கள் அடுக்கிக் காட்டினார்கள். கணவனை இழந்த பெண் தனியாக இருப்பது அவளுக்கு மட்டுமல்ல, சமூகத்துக்கும் ஆபத்து. அவளுடைய இருப்பு மற்றவர்களின் கண்களை உறுத்துகிறது. தவறான எண்ணங்களையும் வளர்க்கிறது. சில சமயம் அவளே தவறான வழியைத் தேர்ந்தெடுக்கும்படி ஆகிவிடுகிறது. அவ்வாறு நடக்கும்போது அவள் தன் கணவனின் நினைவுகளுக்குத் துரோகம் செய்வதோடு கணவரின் குடும்பத்துக்கும் நீங்காப் பழியை ஏற்படுத்திவிடுகிறாள். இதைத் தவிர்க்கவே சதி என்னும் ஏற்பாடு உருவானது. சஹமரணா அல்லது அனுமரணாவைத் தேர்ந்தெடுக்கும் பெண் புண்ணியம் செய்தவளாக மாறுகிறாள். மேலும், அவள், அவள் குடும்பத்தினர், கணவரின் குடும்பத்தினர் அனைவரும் 35 மில்லியன் ஆண்டுகளுக்கு சுகவாழ்வு வாழ்வார்கள் என்று முன்னோர்கள் சொல்லி வைத்திருக்கிறார்கள்.

சதியில் விதிவிலக்கும் இருந்தது. உதாரணத்துக்கு, கணவனை இழந்த ஒரு பெண்ணுக்கு ஆண் குழந்தை இல்லாதுபோனால் அவள் தன் கணவரின் சகோதரனை மணம் செய்துகொள்ளலாம் என்கிறது நியோகா என்னும் மரபுமுறை. சதியே சிறந்தது என்னும்போது ஏன் நியோகா தோன்றவேண்டும்? சொத்துதான் காரணம் என்கிறார் ரொமிலா தாப்பர். குடும்பத்தைவிட்டு சொத்து வெளியில் சென்று விடக்கூடாது என்பதற்காக மேற்கொள்ளப்பட்ட ஒரு வசதியான ஏற்பாடு இது என்கிறார் அவர். பெண்ணே ஒரு சொத்துதான் என்பது இந்த ஏற்பாட்டின் அடிப்படை.

சதிக்கும் இது பொருந்தும். ஒரு பெண்ணின் உடல் அவள் கணவனுக்கும் அவனுடைய குடும்பத்தினருக்குமான ஓர் உடைமையாகக் கருதப்பட்டது. கணவன் அவளுடைய எஜமான் என்னும்போது, ஒரு பெண் அவனுடைய நிழலே என்னும்போது அவளுக்கென்று தனித்த வாழ்வென்பது இருக்கத் தேவையில்லை. அடையாளம் அல்லது சுயம் என்பது அவளுக்கு இல்லை. எஜமான் இல்லை என்றாகிவிட்டபிறகு அந்த வீட்டில் அவளுக்கு இனி என்ன வேலை? வீடு என்றொன்று இல்லை என்னும்போது அவள் வாழ்ந்துதான் என்ன பலன்? இஸ்லாமியப் படையெடுப்புகள் காலத்திலும் இதுவேதான் நடந்தது.

எதிரிகளின் கரங்களுக்கு கிடைத்துவிடக்கூடாது என்று அவசரமாக வீட்டுப் பெண்களை நெருப்புக்கு அளித்தவர்கள் இருந்தனர்.

போராட்டங்களும் அழுத்தங்களும் வலுத்ததைத் தொடர்ந்து பிரிட்டிஷ் காலத்திலேயே சதி சட்டப்படி தடை செய்யப்பட்டு விட்டது என்றாலும் சட்டத்தை மட்டும் கொண்டு சமூகத்தின் கருத்தியலை மாற்றிவிடமுடியாது என்பதற்கு ரூப் கன்வர் ஓர் உதாரணம். 1988ம் ஆண்டு கொண்டுவரப்பட்ட சதி தடுப்புச் சட்டத்தின்படி ஒரு பெண்ணை உடன்கட்டை ஏறும்படி நிர்பந்திப்பவர்களுக்கு மரண தண்டனை அளிக்கப்படவேண்டும். ரூப் கன்வர் தானாகவே முன்வந்து உடன்கட்டை ஏறவில்லை, அவர் கொலை செய்யப்பட்டுள்ளார் என்று 32 பேர்மீது குற்றம்சாட்டி வழக்கொன்று பதிவு செய்யப்பட்டது. ஆனால் இவர்கள் ஒன்றுசேர்ந்துதான் ரூப் கன்வரை உடன்கட்டை ஏறுமாறு கட்டாயப்படுத்தினர் என்பதைச் சந்தேகத்துக்கு இடமின்றி நிரூபிக்கமுடியாமல் போனதால் ராஜஸ்தான் நீதிமன்றம் அவர்கள் அனைவரையும் விடுதலை செய்தது.

சதி இன்னமும் விவாதங்களிலிருந்து மறைந்துவிடவில்லை. பள்ளிப் பாடப்புத்தகங்களை மாற்றியெழுதுவதற்காக 2015ம் ஆண்டு பாரதிய ஜனதா கட்சி ராஜஸ்தானில் ஒரு கமிட்டியை ஏற்படுத்தியது. அவ்வாறு அவர்கள் மாற்றியமைத்த ஒரு முக்கியமான பாடம் இதுதான். 'சதி என்பது பலரும் கருதுவதைப்போல் ஒரு மோசமான செயலல்ல. பெண்களை மகிமைப்படுத்துவதே சதியின் நோக்கம்.' நெருப்பு சுட்டுப்பொசுக்கிய உடலை எடுத்து வைத்துக்கொண்டு மதம், மரபு, கலாசாரம், மகத்துவம் என்றெல்லாம் பூசி மெழுகி புதிய கதைகளை உருவாக்க இன்னமும் பலர் முயன்றுகொண்டிருக்கிறார்கள். இவர்களைப் பொருத்தவரை உயிரோடிருக்கும் பெண்ணின் உடல் ஆண்களைத் தவறு செய்யத் தூண்டிவிடுகிறது. அதே உடல் தீயில் குதித்துவிட்டால் தெய்வ நிலையை அடைந்துவிடுகிறது.

ரூப் கன்வரின் மரணத்தைத் தொடர்ந்து ஜெய்ப்பூரில் வசித்துவந்த அவர் சகோதரர் பத்திரிகையாளர்களிடம் உரையாடினார். ' நாங்கள் இன்னமும் துக்கத்தில்தான் இருக்கிறோம். ஆயிரக்கணக்கானவர்கள் முன்னிலையில் ரூப் கன்வர் உடன்கட்டை ஏறியிருக்கிறார். இருந்தாலும் எங்களுக்கு வருத்தங்கள் இல்லை. அவள் இறந்தது தொடர்பாக யார்மீதும் எந்தப் புகாரும் தெரிவிக்க நாங்கள் விரும்பவில்லை. இரண்டு மணி நேரப் பயணத்தில் எங்களை வந்தடைந்துவிடமுடியும் என்றாலும் என் சகோதரியின் சதி குறித்து ஒரு தகவலும் எங்களுக்குத் தெரிவிக்கப்படவில்லை. ஆனால் பாதகமில்லை. ரூப் கன்வர் எங்களுக்கும் எங்கள் குடும்பத்துக்கும் பெருமையே தேடித் தந்திருக்கிறார்.'

22. காகிதப் பை இளவரசி

முன்பொரு காலத்தில் எலிஸபெத் என்னும் அழகிய இளவரசி ஒரு பெரிய கோட்டையில் வாழ்ந்துவந்தார். விலை மதிப்புமிக்க அழகிய ஆடையொன்றை அவர் அணிந்திருந்தார். அதே கோட்டையில்தான் ரொனால்டும் இருந்தான். எலிஸபெத்தைத் திருமணம் செய்துகொள்ள இருந்த இளவரசன். நிறைய கனவுகளுடன் மகிழ்ச்சியாக இருவரும் வாழ்ந்து வந்தனர். எதிர்பாராத விதமான ஒரு நாள் பெரிய டிராகன் ஒன்று கோட்டையின் கனமான கதவுகளை உடைத்துக்கொண்டு உள்ளே நுழைந்துவிட்டது. அதன் முகத்தை மட்டும் பார்த்தால் முதலை என்று நீங்கள் தவறாக நினைத்துவிடக்கூடும். அத்தனை பெரிய மூக்கு. ஆனால் வாயிலிருந்து கிளம்பும் நெருப்பைப் பார்த்தால் சந்தேகம் மறைந்து பயம் வந்து ஒட்டிக்கொண்டுவிடும்.

அந்த டிராகனுக்குப் பசியா அல்லது கோபப்படுவதுதான் அதன் இயல்பா என்று தெரியவில்லை. ஒரே அடியில் அந்த வானுயர்ந்த கோட்டையை உடைத்துத் தரைமட்டமாக்கிவிட்டது. அத்தோடு நில்லாமல் எலிஸபெத்தின் விலையுயர்ந்த ஆடையையும் சுட்டுப் பொசுக்கிவிட்டது. அதுவும் போதவில்லை என்பதால் ரொனால்டோவைக் கவ்விப்பிடித்துத் தூக்கிக்கொண்டு அங்கிருந்து பறந்துவிட்டது.

இதென்ன குழந்தைத்தனமான கதை என்று வியப்பதற்குமுன்பு ஒரு விளக்கம். 'தி பேப்பர் பேக் பிரின்ஸஸ்' என்னும் இந்தக் கதை குழந்தைகளுக்காக எழுதப்பட்டதுதான். எழுதியவர், ராபர்ட் முன்ஷ். கனடாவைச் சேர்ந்தவர். பாதிரியாராக மாறியிருக்கவேண்டியவர். குழந்தைக் காப்பகங்களிலும் ஆதரவற்றோர் இல்லங்களிலும் பணியாற்றியதைத் தொடர்ந்து முழுநேரக் கதைச் சொல்லியாக மாறிப்போனார். நான் மனப்பிறழ்வு நோயால் பாதிக்கப்பட்டிருக்கிறேன் என்று வெளிப்படையாகவே அறிவித்தவர் ராபர்ட் முன்ஷ். மது, போதை ஆகியவற்றின் பிடியிலும் சிக்கித் தவித்திருக்கிறார். பிறகு பக்கவாதமும் தாக்கியதோடு நினைவாற்றலும் குறைந்தது.

தி பேப்பர் பேக் பிரின்ஸஸ் 1980ம் ஆண்டு வெளிவந்தது. நான்கு முதல் ஏழு வயது வரையிலான குழந்தைகளுக்கான இந்தக் கதையைக் குழந்தைகளோடு போட்டிப்போட்டுக்கொண்டு வளர்ந்தவர்களும் தொடர்ச்சியாகப் படித்துவருவதால்தான் இந்தப் புத்தகம் தொடர்ந்து உலகம் முழுக்க அச்சில் இருந்துவருகிறது. பெண்ணிய சிந்தனையா ளர்கள் பலர் இந்தப் புத்தகத்தைப் பாராட்டுவதோடு இன்றுவரை சிபாரிசும் செய்துவருகிறார்கள். அதற்கான காரணங்களை இந்தப் புத்தகத்தைப் புரட்டும்போதே கண்டுபிடித்துவிடமுடிகிறது. உண்மையில், புரட்டும்போதே வாசித்து முடித்துவிடக்கூடிய அளவுக்கு மிகச் சிறிய புத்தகம் இது. மொத்தம் 32 பக்கங்கள். பக்கம் முழுக்க அழகாக விரிந்திருக்கும் பெரிய அளவு படங்களை எடுத்து விட்டு எழுத்துகளை மட்டும் தொகுத்தால் முக்கால் பக்கத்துக்குக்கூட வராது. பத்து பத்திகள்தான் மொத்தக் கதையுமே. ஆனால் ஒவ்வொரு பத்தியும் ஓர் எதிர்க்குரல்.

எப்படி? எலிஸபெத் ஓர் இளவரசி. அழகிய இளம்பெண். கோட்டையில் வசிக்கிறாள். இளவரசிக்கே உரித்தான வகையில் அழகிய, விலை மதிப்புமிக்க ஆடை அணிந்திருக்கிறாள். உடன் இளவரசன் ரொனால்ட். இருவரும் திருமணம் செய்துகொள்ள உத்தேசித்திருக்கும் நிலையில் திடீரென்று ஒரு பெரும் ஆபத்து குறுக்கிடுகிறது. இளம் காதலர்கள் பிரிகிறார்கள். இறுதியில் என்ன ஆனது? சூழ்ச்சி வென்றதா அல்லது காதலா? கிரேக்க இதிகாசக் காலம் தொட்டு மீண்டும் மீண்டும் சொல்லப்பட்டு வரும் கதை வடிவம் இது. எலிஸபெத்தின் கதையில் குறுக்கிடும் டிராகனும்கூட புதிதல்ல. பல கதைகளில், பல காதலர்களைப் பிரித்து அவர்களைத் துயரத்தில் தள்ளிய அனுபவம் டிராகனுக்கு இருக்கிறது. டிராகன் இல்லாத கதைகளில் பூதமோ பிசாசோ கடல் அரக்கனோ சாத்தானோ மந்திரவாதியோ தோன்றுவதுண்டு.

இந்த நீண்ட நெடிய மரபைப் பின்பற்றிதான் இந்தக் கதையும் தொடங்குகிறது. பாவம், எலிஸபெத். அவள் ஆசையாசையாக அணிந்திருந்த வண்ண ஆடையை டிராகன் எரித்துப் பொசுக்கி விட்டது. இதுவரை சரி. ஆனால் டிராகன் அவளையல்லவா கடத்திக் கொண்டு சென்றிருக்கவேண்டும்? பாதாள அறையில், ஒரு பாழடைந்த சிறையில் கொண்டுசென்று எலிஸபெத்தை அது கட்டிப்போட்டிருக்க வேண்டாமா? என் மன்னவனே! காதல் மணாளனே! எப்போது மீண்டும் கேட்பேன் உன் குரலை? என்று எலிஸபெத் கண்ணீர் சொரிந்து பரிதவித்திருக்கவேண்டாமா?

சரி, போகட்டும். 'கன்று முண்ணாது கலத்தினும் படாது' என்று பசலை நோய் கண்ட தலைவி போலாவது எலிஸபெத் பிரிவுத் துயிர்

தாங்காமல் கலங்கி நின்றாளா என்றால் அதுவும் இல்லை. ஒரு துளி கண்ணீரும் சிந்தாமல் அங்கும் இங்கும் பார்வையைச் சுழலவிட்டார். அனைத்தும் எரிந்துகிடந்தன. ஒரே ஒரு காகிதப் பையைத் தவிர. டிராகனைத் துரத்திச்சென்று ரொனால்டைத் திரும்பப்பெற முடிவு செய்தார். காகிதப் பையை ஆடையாக அணிந்துகொண்டு வெளியில் வந்தார் எலிஸபெத். பறந்துசென்றுவிட்டது என்றாலும் டிராகனின் வழித்தடத்தைக் கண்டுபிடிப்பது அவருக்குக் கடினமாக இல்லை. எங்கெல்லாம் அழிவு தென்படுகிறதோ அங்கெல்லாம் டிராகன் கடந்துசென்றிருக்கிறது என்பதைப் புரிந்துகொண்டு பின்தொடர்ந்தார். ஒரு குகை தென்பட்டது. அந்தக் குகைக்கு ஒரு பெரிய கதவும் இருந்தது.

எலிஸபெத் படபடவென்று கதவைத் தட்டினார். தன் மூக்கை நீட்டியபடி வெளியில் எட்டிப் பார்த்தது டிராகன். 'அட, இளவரசியா! எனக்கு இளவரசியைச் சாப்பிடுவதென்றால் மிகவும் பிடிக்கும். ஆனால் இன்று ஒரு கோட்டையை ஏற்கெனவே சாப்பிட்டுவிட்டேன். எனக்கு இப்போது நிறைய வேலை இருக்கிறது. நீ போய் நாளை வா!' எலிஸபெத் அசரவில்லை. 'உன் பெருமூச்சு பட்டால் ஐம்பது காடுகள் ஒரே நேரத்தில் சாம்பலாகிவிடும் என்று சொல்கிறார்களே, உண்மையா?' என்று கேட்டார். ஓ, உனக்குத் தெரியாதா என்று டிராகன் தன் ஆற்றலைக் காட்டியது. 'பிரமாதம்' என்றார் எலிஸபெத். டிராகன் மீண்டும் அதேபோல் பெருமூச்சு விட்டது. இந்த முறை அழுத்தமாக மூச்சு விட்டதால் நூறு காடுகள் அழிந்துபோயின. 'அற்புதம்' என்று எலிஸபெத் சொன்னதும் மீண்டும் டிராகன் தன் பெருமையைக் காட்ட முயன்றது ஆனால் இந்தமுறை நெருப்பே வரவில்லை.

'டிராகன், பத்தே விநாடிகளுக்குள் உன்னால் உலகை வலம் வந்துவிட முடியும் என்பதும் உண்மைதானா?' பின்னே, கதையா என்று விருட்டென்று பறந்தது டிராகன். 'பிரமாதம், இன்னொருமுறை' என்றதும் மீண்டும் பறந்தது. பிறகு களைத்துவிட்டது. 'ஹே டிராகன்' என்று காதருகில் வந்து கிசுகிசுத்தார் எலிஸபெத். பதிலில்லை. டிராகனின் காதைத் திறந்து தலையை உள்ளே விட்டுக் கத்திப் பார்த்தார். டிராகனால் நகரக்கூட முடியவில்லை. நிம்மதியடைந்த எலிஸபெத் டிராகனைக் கடந்து குகைக்குள் சென்றார். அடைந்து கிடந்த இளவரசனையும் கண்டுபிடித்தார். ரொனால்ட் நிமிர்ந்து பார்த்தான். 'என்ன இப்படி இருக்கிறாய்! உன்மீது சாம்பலின் வாசம் அடிக்கிறது. உன் கூந்தல் சிக்கிக்கிடக்கிறது. பழைய, அழுக்கு காகிதப் பையை வேறு அணிந்துகொண்டிருக்கிறாய். நிஜ இளவரசிபோல் மாறிய பிறகு என்னைச் சந்திக்க திரும்பி வா!'

ரொனால்டைப் புரிந்துகொள்வதற்கு நாம் கதையைவிட்டு வெளியில் வரவேண்டியிருக்கிறது. வா, ரொனால்ட் வீட்டுக்குப் போகலாம் என்று எலிஸபெத் கையை நீட்டி அழைப்பதைக் காட்டிலும் மேலான அவமானத்தை ஓர் இளவரசன் சந்திக்கமுடியுமா? அவள் இருப்பது என் இடத்தில் அல்லவா? நானல்லவா டிராகனைத் துரத்தியிருக்க வேண்டும்? நானல்லவா சண்டையிட்டு அதை வீழ்த்தியிருக்க வேண்டும்? ஒரு கதாநாயகனாக, ஒரு வெற்றியாளராக நான் வெளிப்பட்டிருக்க வேண்டிய தருணம் அல்லவா இது? இப்படிதானே கடந்த கால இளவரசர்கள் அனைவரும் எழுச்சியடைந்திருக்கிறார்கள்? ஓர் ஆண் மகனின் இலக்கணம் அநீதியை வென்றெடுப்பது அல்லவா?

வா, எலிஸபெத். என் கையைப் பிடித்துக்கொள். உன் மெல்லிய விரல்கள் ஏன் இப்படி நடுங்குகின்றன? பயப்படாதே அன்பே, உன்னைக் கடத்திச்சென்ற டிராகனை வீழ்த்திவிட்டேன். இனி நம்மை இந்த உலகிலுள்ள எந்தச் சக்தியாலும் தடுத்து நிறுத்தமுடியாது. படபடக்கும் இமைகளில் பரவசமும் நிம்மதியும் பெருமிதமும் பொங்க எலிஸபெத் எழுந்து நின்று ரொனால்டைக் கட்டியணைத் திருக்கவேண்டும். தன் காதலனின் கலைந்த முடியும் ஆங்காங்கே கிழிந்த ஆடையும் அவனுடலில் படர்ந்திருக்கும் புழுதியும் அவனுடைய வீரத்தையும் தியாகத்தையும் எலிஸபெத்துக்கு உணர்த்தியிருக்கும். தன்னை மீட்டெடுத்த தலைவனுக்குத் தன் உயிரையும் உள்ளத்தையும் அப்போதே அவர் அர்ப்பணித்து முடித்திருப்பார். இடையில் தொங்கும் வாளை ஒருமுறை தொட்டுப் பார்த்துக்கொண்டு ரொனால்ட் தன் காதலியோடு அந்தக் குகையிலிருந்து வெளியேறியிருப்பான்.

என்ன யோசிக்கிறாய்? வா ரொனால்ட் போகலாம் என்று கலைந்த முடியோடும் காகிதப் பை ஆடையோடும் மாறாத புன்முறுவலோடும் (அதிலொரு கேலி இருக்கிறதா இல்லையா?) கையை நீட்டும் இந்த இளம்பெண் என் இயலாமையையும் கோழைத்தனத்தையும் அல்லவா எனக்குச் சுட்டிக்காட்டுகிறாள்? மயக்கும் விழிகளோடும் அலைபாயும் கூந்தலோடும் என் தோளைப் பற்றியபடி, நான் விரும்பும் சொற்களை என் காதில் உச்சரித்தபடி கோட்டைக்குள் வளைய வந்த ஓர் இளவரசியைத்தான் நான் காதலித்தேன். இவளையல்ல. இவள் உடலில் படர்ந்திருக்கும் புழுதி என்னை நிம்மதியிழக்கச் செய்கிறது. இவளது வேடிக்கையான ஆடை என்னைக் கோபம் கொள்ளச் செய்கிறது. குறுகுறுப்போடு என்னைப் பார்க்கும் இவள் விழிகளில் ஆணவத்தின் சாயல் படிந்துகிடக்கிறது. எதுவுமே நடக்காததுபோல் எழுந்து நின்று, விறைப்பாக என் முன்னால் நீண்டிருக்கும் இந்தக் கரத்தைப் பற்றிக்கொண்டு, என்னைக் காப்பாற்றியதற்கு நன்றி எலிஸபெத் என்று நான் கிசுகிசுக்கவேண்டும்

என்று இவள் எதிர்பார்க்கிறாளா? எனில், இவள் நான் அடக்க வேண்டிய டிராகன் அல்லவா?

இனி மிச்சக்கதையும் இந்தக் கதை கொண்டாடப்படுவதற்கான காரணமும். போ, போய் இளவரசியாகத் திரும்பிவா என்றதும் எலிஸபெத் தன் கையைப் பின்னுக்கு இழுத்துக்கொண்டாள். 'ரொனால்ட், உன் ஆடை நேர்த்தியாக இருக்கிறது. உன் தலைமுடி கலையாமல் அழகாக இருக்கிறது. நீ அசல் இளவரசன் போலவே காட்சியளிக்கிறாய். ஆனால் நீ நேர்த்தியானவன் அல்ல.' அதன்பின் இருவரும் திருமணம் செய்துகொண்டு மகிழ்ச்சியாக வாழ்ந்தார்கள் என்று அந்தக் கதை முடிந்திருக்கும் என்றா நினைக்கிறீர்கள்? இல்லை.

23. முயல்கள்

ஒரு மேஜையின்மீது கிடத்தப்பட்டிருந்தார் பதினான்கு வயது ஸ்டாசியா. அவர் முகம் வீங்கிப்போயிருந்தது. உடலெல்லாம் வலித்தது. கண்களை மூடி இருளை வரவழைக்க முயன்றார். அந்த இருளில் அப்படியே கரைந்து தொலைந்துவிட்டால் நன்றாக இருக்குமே என்று மனம் கிடந்து அடித்துக்கொண்டது. காலை அசைக்க முயன்றார் ஸ்டாசியா. வலி கொன்றெடுத்தது. உலர்ந்த விழிகளால் கூரையைப் பார்த்தபடி அசைவற்றுப் படுத்துக்கிடந்தார் ஸ்டாசியா. இதோ, இன்னும் சில நிமிடங்களில் வந்துவிடுவார்கள். மயக்க ஊசி செலுத்து வார்கள். அதற்குப் பிறகு எல்லாவற்றையும் மறந்துவிடுவது சாத்தியம். விழிப்போடு சேர்ந்து வலியும் வரும் என்றால் எதற்கு வாழ்வு?

ஜெர்மனியின் தலைநகரமான பெர்லினிலிருந்து 50 மைல் தொலைவில் அமைந்திருந்தது ராவன்ஸ்புரூக் வதைமுகாம். பெண்களுக்காகவே பிரத்தியேகமாக மே 1939ல் திறக்கப்பட்ட முகாம் இது. திட்டமிடப்பட்டபோது அதன் கொள்ளளவு மூவாயிரம் பேர். ஆனால் வெகு விரைவில் பல மடங்கு அதிகமான கைதிகளை உள்ளே திணிக்க ஆரம்பித்துவிட்டனர். பிப்ரவரி 1945ல் அதிகபட்சமாக 46,473 பெண்கள் அடைபட்டிருந்தனர். இறப்பு எண்ணிக்கை இதைக் காட்டிலும் அதிகம். கிட்டத்தட்ட 50,000 பெண்கள் நச்சு வாயு செலுத்தியும் துப்பாக்கியால் சுட்டும் கொல்லப்பட்டிருக்கின்றனர். ஒரு கைதிக்குக் குழந்தை பிறந்தால், குழந்தையை உடனடியாகத் தனியே பிரித்து எடுத்துச்சென்று ஒரு மூலையில் போடுவார்கள். அழுது, துடித்து, ஓய்ந்து, இறந்தபிறகு உடல் அப்புறப்படுத்தப்படும்.

ஸ்டாசியாவுக்கு அது சாத்தியமில்லை. ஏனென்றால் அவர் ஒரு முயல். அவரைப்போல் ஏராளமான முயல்கள் அந்த முகாமில் இருந்தார்கள். மற்ற பெண்களைப் போலில்லாமல் முயல்களுக்கு தனி மதிப்பு உண்டு. உனக்கு அது, எனக்கு இது என்று மருத்துவர்கள்

முயல்களைத் தங்களுக்குள் பங்கு பிரித்து வைத்திருந்தார்கள். எல்லாமே முறைப்படிதான் அங்கே இயங்கும். கறாரான விதிமுறைகளுக்கு உட்பட்டே எதுவொன்றையும் அங்கே செய்ய இயலும். எனக்கு இன்று நாலு முயல்கள் தேவை என்று அதற்கென்றே வடிவமைக்கப்பட்டிருக்கும் விண்ணப்பத்தில் எழுதி, பெயர், பதவி எண், முகாம் எண் குறிப்பிட்டுத் தலைமை மருத்துவரிடம் ஒப்படைக்க வேண்டும். அவர் பரிசீலித்து கேட்டதை அனுப்பி வைப்பார்.

பெற்றுக்கொண்ட முயலை வைத்து இன்று என்னென்ன செய்தேன் என்பதையும் அந்த மருத்துவர் சீராகப் பதிவு செய்யவேண்டும். தோராயமாக அந்தக் குறிப்புகள் இப்படியாக அமைந்திருக்கும். எனக்கு இன்று கிடைத்த சாம்பிளின் பெயர் எம். வயது 15. இன்று நான் மேற்கொண்ட பரிசோதனை, மயக்க மருந்து தொடர்பானது. எந்த அளவுக்கு மருந்தை உட்கொண்டால் ஓர் உடல் உணர்வற்றுப் போகும், எந்நிலைவரை வலியைத் தாங்கும் என்பதை அறிந்து கொள்வதே என் ஆய்வின் நோக்கம். இப்பணிக்காக நான் எடுத்துக் கொண்டுள்ள பதினைந்தாவது சாம்பிள் இது.

வழக்கம்போல் உடலைப் பத்திரமாக மேஜையோடு சேர்த்துப் பிணைத்துவிட்டு, எளிமையான டோஸில்தான் தொடங்கினேன். எம்மின் கண்கள் செருகிக்கொள்ள இத்தனை நிமிடங்கள் ஆயின. பிறகு சாம்பிளின் காலில் சில மெல்லிய வெட்டுக் காயங்களை ஏற்படுத்தினேன். உடல் வலியால் துடிக்க ஆரம்பித்தது. அளவை அதிகரித்துவிட்டு மேலும் சில நிமிடங்கள் காத்திருந்தேன். இந்த முறை அழுத்தமான காயங்களை உண்டாக்கினேன். முன்பிருந்ததைப் போலில்லை என்றாலும் ஓரளவுக்கு சாம்பிளால் வலியை உணரமுடிந்தது என்றே நினைக்கிறேன். சீரான இடைவெளியில் என் பரிசோதனைகளை மாலைவரை தொடர்ந்தேன். ஒவ்வொரு முறையும் எம்மின் உடல் ஒவ்வொரு விதமாக எதிர்வினைகள் புரிந்தது. வெவ்வேறு மருந்துக் கலவைகளை உடலில் செலுத்தினேன். விரிவாகவும் கவனமாகவும் குறிப்புகள் எடுத்தேன். என்னுடைய ஆய்வு முடிவை விரைவில் அடைந்துவிடுவேன் என்று நம்புகிறேன். பின் குறிப்பு: நேற்று மாலை நான்கு மணி வாக்கில் எம் இறந்துவிட்டது. எனக்கு வேறொரு முயல் அவசரமாகத் தேவை. நன்றி.

ஒரு ஜெர்மானிய வீரனுக்குக் காலில் குண்டு பாய்ந்துவிட்டால் அவனுக்கு எப்படி அறுவை சிகிச்சை மேற்கொள்வது? ஒரு முயலைப் பிடித்து இழுத்துவந்து துப்பாக்கியால் சுட்டுவிட்டுத் தூக்கிக்கொண்டு போய் அறுவை சிகிச்சை செய்து பார்ப்பார்கள். முகத்தில் கண்ணாடித் துண்டுகள் சிதறினால் என்னாகும்? இன்னொரு முயலின் முகத்தில் கண்ணாடியை உடைப்பார்கள். ஒரு காலை எப்படி அகற்றுவது? நாய்

கடித்துவிட்டால் என்ன செய்வது? சேதமடைந்திருக்கும் கைகளை அகற்றுவது எப்படி? கேட்கும் திறன் பறிபோய்விட்டால் என்ன செய்வது? பார்வையிழப்பைச் சரி செய்ய மருந்து உண்டா? மன வியாதியைக் குணப்படுத்தமுடியுமா? மூளை கலங்கினால் என்னாகும்?

அங்கிருந்த இளம் வயது முயல்களில் ஸ்டாசியாவும் ஒருவர். போர்க்களத்துக்குப் போகவில்லையே தவிர ஒரு போர் வீரன் அனுபவிக்கும் அத்தனை வலிகளையும் இவர்கள் முகாமில் அனுபவித்திருக்கிறார்கள். வா என்று கூப்பிட்டு திடீரென்று கழுத்தைக் கீறிவிட்டு ரத்தம் பீறிட்டுக் கிளம்புவதை உன்னிப்பாகக் கவனிப்பார்கள். தோளில் சுடுவார்கள். எலும்பை அல்லது தசையை அல்லது உடலின் ஒரு பாகத்தை வெட்டியெடுத்து ஆராய்வார்கள். ராவன்ஸ்புரூக் கைதிகள்மீது பரிசோதனைகள் மேற்கொள்ளும் வழக்கம் 1942ல் ஆரம்பமானது.

ஸ்டாசியாவுக்கு மீண்டும் விழிப்பு வந்தது. இந்தமுறையும் அவருடைய கால் கத்தியால் அறுத்துத் திறக்கப்பட்டிருந்தது. காயமடைந்து எத்தனை மணி நேரத்தில் தொற்று நோய் பரவும் என்பதைத் தெரிந்து கொள்ள விரும்பியிருக்கிறார்கள். எதிர்பார்த்தபடி தொற்று ஏற்பட வில்லை என்பதால் கிருமிகளை காயத்தின்மீது பரவ விட்டிருக் கிறார்கள். கிருமிகள் செழித்து வளர ஆரம்பித்ததும் அந்த வளர்ச்சியைத் தடுத்து நிறுத்தும் பணி ஆரம்பமானது. வெற்றி. சூட்டோடு சூடாக அடுத்த பரிசோதனை ஆரம்பமானது. உடைந்த கண்ணாடித் துண்டுகளையும் மரத்துண்டுகளையும் காயமடைந்த இடத்தில் தள்ளி அடைத்தார்கள். இந்தமுறை தொற்று அதுவாகவே தோன்றிவிட்டது. வெற்றி. மீண்டும் அறுவை சிகிச்சை. அதற்குப் பிறகும் ஸ்டாசியா உயிருடன் இருந்தது அவர்களுக்கே ஆச்சரியமாக இருந்தது. நல்ல முயல்.

4 பிப்ரவரி 1945 அன்று ஓர் உத்தரவு வந்து சேர்ந்தது. ஜெர்மன் தேசத்துக்காகவே இந்தப் பரிசோதனைகளை நாம் மேற்கொள் கிறோம் என்றாலும் வெளியுலகின் பார்வைக்கு நம் செயல்கள் தெரியக்கூடாது. எனவே தடயமின்றி எல்லா முயல்களை யும் உடனடியாக அழித்துவிடுங்கள்! இது நடந்தது ஹிட்லரின் பெருங்கனவு சிதைந்து அவருடைய ஜெர்மானிய தேசம் போரில் தோற்றுச் சரணடைவதற்குச் சரியாக மூன்று மாதங்களுக்குமுன்பு.

முகாம் பரபரப்படைந்தது. மருத்துவர்களும் காவலர்களும் அமர்ந்து பேசினார்கள். எத்தனை முயல்கள் எஞ்சியிருக்கின்றன என்று ஆவணங்களைப் பார்த்தார்கள். கிட்டத்தட்ட எழுபது பெயர்கள் கிடைத்தன. அழித்துவிடலாம் என்று அவர்கள் தயாராவதற்குள்

செய்தி முகாமுக்குள் பரவிவிட்டது. ஸ்டாசியாவும் அவர் தோழிகளும் தயாரானார்கள். வதை முடியும் நெருங்கிவிட்டது. பலர் அவசர அவசரமாகத் தங்கள் குடும்பங்களுக்குக் கடிதம் எழுதினார்கள். எழுதி முடித்ததும் அதை மற்ற கைதிகளிடம் ஒப்படைத்தார்கள். ஒருவேளை, நீங்கள் உயிருடன் வெளியில் செல்ல நேர்ந்தால் இதைத் தயவு செய்து என் குடும்பத்திடம் ஒப்படைத்துவிடுவீர்களா?

அப்போதுதான் அந்த மாற்றம் நடந்தது. அழுகையை நிறுத்திக் கொண்டு யார் முதலில் குரலை உயர்த்தியது என்று தெரியவில்லை. ஆனால் அந்தக் குரலில் இருந்த தெளிவும் உறுதியும் நம்பிக்கையும் போர்க்குணமும் தீ போல் பரவி எல்லாப் பெண் கைதிகளையும் பற்றிக்கொண்டது. இனி நாம் அழுக்கூடாது. அழுவதைத் தவிர நமக்கு வேறு மார்க்கம் இல்லையா? இத்தனைக் காலமாக வாய் மூடி எல்லாக் கொடுமைகளையும் பார்த்துக்கொண்டு நின்றிருந்தோம். இனியும் அவ்வாறே இருக்கவேண்டும் என்று என்ன கட்டாயம்? இந்த முயல்களை நாம் வெறுமனே கையசைத்து அனுப்பிவைக்கப் போகிறோமா? அவர்களுடைய மரண வாக்குமூலத்தைக் கையில் ஏந்தி நடனமாடப்போகிறோமா? நாளை அவர்களுடைய சடலங்கள் இதே வழியாக எடுத்துச்செல்லப்படுவதைப் பார்த்துக்கொண்டு நிற்கப்போகிறோமா? கல்லாக மாறி நிற்பதற்குப் பதில் நாம் ஏன் உயிர் பெற்று எழுந்திருக்கக்கூடாது? எங்கோ அடியாழத்தில் தொலைந்து போயிருக்கும் நம் குரலை நாம் ஏன் மீட்டெடுத்துக்கொள்ளக்கூடாது? தொங்கிப்போன கரங்களை நாம் ஏன் உயர்த்திப் பிடிக்கக்கூடாது? இந்த வதை போதும். ஒரு முயலும் இனி இறக்கக்கூடாது. ஒரு புதிய முயலும் இனி தோன்றக்கூடாது.

அன்றிரவே ஸ்டாசியா உள்ளிட்ட அனைத்து முயல்களையும் அவசர அவசரமாக மறைத்து வைக்க ஆரம்பித்தார்கள். தோற்றத்தை மாற்றினார்கள். ஆடைகளை மாற்றினார்கள். குழி தோண்டி உள்ளே இறக்கினார்கள். கழிப்பறைகளில், மறைவிடங்களில் ஒளித்து வைத்தார்கள். ஆயிரக்கணக்கான கைதிகளுக்கு மத்தியில் எழுபது சொச்சம் பேரைத் தேடிக் கண்டறிய முடியாமல் முதல் நாள் சலித்து விட்டனர் காவலர்கள். மறுநாள் வந்தனர். அன்றும் ஒருவரும் சிக்கவில்லை. அடுத்த நாள், மறுநாள் என்று தொடர்ந்து தீவிரமான தேடல் வேட்டை நடைபெற்றது. யார் உயிர் போனாலும் பரவாயில்லை, ஒரு முயலும் பிடிபட்டுவிடக்கூடாது என்பதில் கைதிகள் காட்டிய உறுதி ஒவ்வொரு நாளும் வலுவடைந்து கொண்டே போனது. உலகிலேயே வலுவான சக்தி என்று நெஞ்சு நிமிர்த்தி நின்ற நாஜிகளால் ராவன்ஸ்புரூக் முயல்களில் ஒன்றைக்கூட இறுதிவரை கண்டுபிடிக்கமுடியவில்லை.

முகாம் விடுவிக்கப்பட்டதும் கண்களைத் துடைத்துக்கொண்டு வெளியில் வந்தார் ஸ்டாசியா. 'தங்களுக்கான உணவைக்கூடச் சாப்பிடாமல் மறைத்துவைத்து எனக்குக் கொண்டுவந்து கொடுத்தார்கள். நானும் என்னைப்போன்ற மற்றவர்களும் உயிர் வாழ்வதற்காக எதையும் செய்ய அவர்கள் தயாராக இருந்தார்கள். எங்கள்மீது இரக்கப்பட்டு அவர்கள் இப்படிச் செய்தார்கள் என்று நினைத்துவிடாதீர்கள். அது வெறும் கருணை மட்டுமல்ல. அது ஒரு போராட்டம். அது ஒரு போர். நாங்கள் அனைவரும் அதில் ஒன்றாக இணைந்திருந்தோம். ஒன்றாகப் பணியாற்றினோம், ஒன்றாகச் சண்டையிட்டோம், ஒன்றாக மரணத்தை வென்றோம்.'

பெண்ணுடல் மீது தொடுத்த போரில் நாஜிகள் பெரும் தோல்வியைச் சந்தித்ததோடு முழு வீழ்ச்சியையும் அடைந்தனர். தாங்கள் மேற்கொண்ட பரிசோதனைகளின் முடிவைக் காண்பதற்குமுன்பே தங்களுடைய முடிவை அவர்கள் எதிர்கொள்ள நேரிட்டது. முயல்கள் மிருதுவானவை; ஆனால் பலவீனமானவையல்ல என்னும் உண்மையை அவர்கள் உணர்ந்தனரா என்பது தெரியவில்லை. ஆனால் உலகம் உணர்ந்துகொண்டது.

24. திரௌபதி

'தோப்தி!' முள்ளம்பன்றியின் மேலுள்ள முள்கள் போல் உடலிலுள்ள மொத்த அணுக்களும் அதிர்ந்து விழித்துக்கொண்டன. ஆனால் தோப்தி திரும்பவில்லை. அவள் நடந்துகொண்டிருந்தாள். ஒரு பெண் சோறு வடித்துக் கொடுத்திருந்தாள். வடிந்த சோறு ஆறியவுடன் சிறிதளவு எடுத்து இடுப்புத் துணியில் முடிந்து எடுத்துக்கொண்டு புறப்பட்டுவிட்டாள் தோப்தி. இப்போது அவள் காட்டுக்குள்ளிருக்கும் காம்புக்குச் சென்றாகவேண்டும்.

நடக்கும்போதே விரல்களால் தலைமுடியைக் கோதிக்கொண்டாள். பேன் அகப்படும்போது சட்டென்று பிடித்து இழுத்து நசுக்கினாள். கொஞ்சம் 'கெரோசின்' கிடைத்தால் தலையில் தேய்த்துக் கொள்ளலாம். பிறகு சோடா உப்பைத் தேய்த்து அலம்பிவிட்டால் பேன்கள் ஒழிந்துபோகும். 'ஆனால் இந்த ★★★★ (வசைச்சொல்) தண்ணி இருக்கிற இடத்துக்குப் போற வழியெல்லாம் பொறி வச்சிருக்கானுக. தண்ணீரில் கெரோசின் வாடையடித்தால் அதை வைத்து மோப்பம் பிடித்துத் தேடிக் கண்டுபிடித்து விடுவானுக.'

'தோப்தி!' தன் பெயரைச் சொல்லி யார் அழைத்தாலும் திரும்பிப் பார்க்கக்கூடாது என்று அவளுக்குத் தெரியும். தோப்தி மேஜேனைப் பிடித்துக்கொடுத்தால் சர்கார் இருநூறு ரூபாய் பணம் கொடுப்பார் களாம். அதற்காக ஆசைப்பட்டு யாராவது பின்தொடர்கிறார்களா? நான் தோப்திதான் என்பதை உறுதி செய்துகொள்வதற்காக என்னை அழைத்துப் பார்க்கிறார்களா? வேட்டை விலங்குகளைப்போல் சுற்றிக்கொண்டிருக்கும் வீரர்களிடம் சிக்கிக்கொண்டால் என்னாகும் என்று தோப்திக்குத் தெரியும். எத்தகைய சித்திரவதைகள் செய்யப் படும் என்று மட்டுமல்ல, அப்படிப்பட்ட தருணங்களில் என்ன செய்யவேண்டும் என்றும் அவளுக்குச் சொல்லப்பட்டிருந்தது. அவளுக்குத் தெரிந்த ஒரு பையனைக் கட்டிப்போட்டு ஒவ்வொரு

எலும்பையும் நொறுக்கியிருக்கிறார்கள். பிறகு 'கௌண்டர்' பண்ணி விடலாம் என்று திட்டமிட்டிருந்தார்கள். ஆனால் அதற்குள் அவன் நாக்கைக் கடித்துத் துப்பிவிட்டான்.

தோப்திக்கு இது மறுவாழ்வு. கடந்தமுறை பெரிய தொரையின் ஆள்கள் நடத்திய கௌண்டரில் பல பழங்குடிகள் செத்து விழுந்து விட்டனர். அதில் தோப்தியும் இருந்தாள். உடலெல்லாம் ரத்தம் வழிய அப்படியே மூச்சைப் பிடித்துக்கொண்டு அவள் சடலங்களோடு படுத்துக் கிடந்தாள். காவலர்கள் நகர்ந்ததும் எழுந்து ஓடி வந்து விட்டாள். பெரிய தொரை திரும்பிவந்து உடல்களை எண்ணியபோது, அவருக்குப் பெரிய தலைகுனிவாகப் போய்விட்டது. ஒரு புழுவைப் போல் அவர் துடித்தார். தோப்தி, தோப்தி என்று அரற்றத் தொடங்கினார். அவர் உடலும் கெட்டுப்போனது.

'தோப்தி!' இந்த முறை குரல் சற்று அருகில் ஒலிப்பதுபோல் இல்லை? இது என்னுடைய போரல்ல. என் மூதாதையர்களின் நூற்றாண்டு காலப் போர். என் நரம்புகளில் ஓடுவது கலப்படமற்ற சம்பா பூமி சந்தால்களின் குருதி. தன் இடுப்பில் பிறைபோல் தொங்கிக் கொண்டிருந்த அரிவாளை இதமாகத் தொட்டுப் பார்த்துக் கொண்டபடி நடந்தாள் தோப்தி. இதோ கண்ணுக்கு எட்டிய தூரத்தில் காம்ப் வந்துவிட்டது. ஆனால் தோப்தி அந்த வழியில் செல்லாமல் வேறு வழியில் நடக்கத் தொடங்கினாள். ஒரு காக்கை இன்னொரு காக்கையைத் தின்றாலும் தின்னும்; ஒரு சந்தால் இன்னொரு சந்தாலைக் காட்டிக்கொடுக்கமாட்டாள்.

'ஹால்ட்.' தோப்தி சட்டென்று நின்றாள். எல்லாம் முடிந்துவிட்டது. தனது இரண்டு கைகளையும் உயர்த்தி, வானத்தை நோக்கி முகத்தை உயர்த்தி காட்டின் பக்கம் திரும்பிக்கொள்கிறாள். பிறகு, உடல், உயிர், ஆவி மூன்றையும் ஒருங்கே இணைத்து தனது சக்தியை எல்லாம் ஒன்று திரட்டி, ஓவென்று ஓலமிடுகிறாள். ஒரு முறை, இரண்டு முறை, மூன்று முறை ஓலம் வெடித்தெழுந்தபோது, ஜாட்கானி காட்டின் விளிம்புகளிலிருந்த மரங்களில் வசிக்கும் பறவைகள் உறக்கம் கலைந்து சிறகடித்துக்கொண்டு பறக்கின்றன. ஓலத்தின் எதிரொலி வெகுதூரம் செல்கிறது.'

மஹாஸ்வேதா தேவி தனது கதையை இத்துடன் நிறைவு செய்ய வில்லை. பிடிபட்ட பிறகு தோப்தி என்னவாகிறாள் என்பதையும் சொல்லிவிட்டுதான் நகர்கிறார். நம் இதயத்தைப் பிளந்து போடும் அந்தப் பகுதியை மஹாஸ்வேதா தேவி ஏன் எழுதினார் என்பதைப் புரிந்துகொள்ளவேண்டுமானால் அவரையும் நாம் புரிந்துகொள்ள வேண்டியிருக்கிறது.

மஹாஸ்வேதா தேவியோடு உரையாடுவது மயக்கமூட்டும் அனுபவமாக இருக்கும் என்கிறார் ஆய்வாளர் காயத்ரி சக்ரவர்த்தி ஸ்பிவாக். பேசிக்கொண்டிருக்கும்போதே இடைநிறுத்தி, பாடத் தொடங்கிவிடுவார். கேட்பதற்கு இனிமையான, ரசிக்கும்படியான சொற்கள் மட்டும்தான் அவர் வாயிலிருந்து வரும் என்றில்லை. கூச்சத்தோடு காதுகளைப் பொத்திக்கொள்ளும்படியான சொற்களைக் கூட அவர் சிரித்தபடியே பாடலுக்குள் வேடிக்கையாக நுழைத்து விடுவார். சொற்கள், மனிதர்கள், வாழ்க்கை என்று எதையும் அவர் வேறுபடுத்திப் பார்ப்பதில்லை.

இனிமையான, மகிழ்வூட்டும் கதைகளை வாசிக்க விரும்பும் ஒருவர் மஹாஸ்வேதாவை அணுக வேண்டியிருக்காது. தூக்கிவாரிப் போடும் வரிகளை, உங்களை வெட்கத்திலும் அவமானத்திலும் தள்ளும் சொற்களை அவர் இயல்பாக எழுதிச் செல்வார். ஒரு சில பக்கங்களுக்குள் அடங்கிவிடும் ஒரு கதைகூட காலாகாலத்துக்கும் உங்களை உறங்க விடாமல், உலுக்கியெடுத்துக்கொண்டிருக்கும். திரௌபதியைப்போல்.

மஹாஸ்வேதாவின் படைப்புகளில் இதயப் பகுதியாக பழங்குடிகளின் வாழ்வியல் அமைந்திருக்கிறது. தீராத வேட்கையோடு நெருங்கிச் சென்று அவர்களுடைய மொழி, பண்பாடு, வாய்வழிக் கதைகள், பாடல்கள், போராட்டங்கள் அனைத்தையும் பல்லாண்டுகள் ஆராய்ந்து, கற்றுக்கொண்டவர் அவர். அவர்களுடைய சிக்கல்களை, வலிகளை, வதைகளை இழுத்துவந்து நம் உலகத்தின்மீது வீசி நம்மைத் துணுக்குறச் செய்தவர் அவர். மேற்கு வங்கம், புரூலியா மாவட்டத்தில் உள்ள சாபர் பழங்குடி மக்கள் மஹாஸ்வேதாவைத் தங்களுடைய தாய் என்றே அழைக்கிறார்கள்.

மஹாஸ்வேதாவின் கதைகள் விஷ அம்புகளைப்போல் புறப்பட்டு வந்து நம்மைத் தாக்குகின்றன. இந்தியா, இந்தியா என்கிறாயே உன் இந்தியாவில் வாழும் பழங்குடிகளின் நிலை என்னவென்று தெரியுமா உனக்கு? அவர்கள் ஏன் விலங்குகளைப்போல் வேட்டையாடப் படுகிறார்கள் என்பதைப் புரிந்துகொள்ளவாவது முயன்றாயா? உன் ஜனநாயகம் ஏன் அவர்களுடைய காடுகளில் காலாவதியாகிப் போனது? வன்முறை, வன்முறை என்று கூச்சலிடுகிறாயே, உன் அரசின் கரங்களில் அழுத்தமாகப் படிந்திருக்கும் ரத்தக்கறையை என்றாவது நீ பார்த்ததுண்டா? எதையும் தெரிந்துகொள்ளாமல் அந்த ரத்தக்கறை படிந்த கரங்களோடு கை குலுக்கிக்கொண்டு, அவர்கள் உன் காதுகளில் கிசுகிசுக்கும் கதைகளை நம்பிக்கொண்டு, அவர்களைப்போலவே நீயும் நெஞ்சம் நிமிர்த்தி, தொண்டை நரம்புகள் புடைக்க 'மாவோயிஸ்டுகள்' என்று கத்துகிறாயே? அவர்களைப் பற்றி என்ன தெரியும் உனக்கு?

மஹாஸ்வேதா தேவி (1926-2016) டாக்காவில் பிறந்தவர். தாகூரின் சாந்திநிகேதனில் படித்து ஆங்கிலத் துறையில் பட்டம் பெற்றவர். எழுதியது வங்க மொழியில். நூறுக்கும் அதிகமான நாவல்கள், இருபதுக்கும் அதிகமான சிறுகதைத் தொகுப்புகள் வெளிவந்துள்ளன. தந்தை மணிஷ் கட்டக்கிடமிருந்து கவித்துவமான எழுத்தையும் அம்மா தாரித்ரி தேவியிடமிருந்து (அவரும் எழுத்தாளர்தான்) சமூக அக்கறையுடன் கூடிய உலகக் கண்ணோட்டத்தையும் மஹாஸ்வேதா பெற்றுக்கொண்டிருக்கவேண்டும். சாகித்ய அகாடெமி, மகசாசே, பத்ம விபூஷண், ஞானபீடம் என்று விருதுகளைக் குவித்துக் கொண்டதல்ல; இந்தியா முழுவதிலுமுள்ள 150 பிரிவுகளைச் சேர்ந்த இருபத்தைந்து மில்லியன் பழங்குடி மக்களின் குரலாக உருவெடுத்தது தான் அவருடைய சாதனை.

இனி மிச்சக்கதை. மாலை ஆறு மணிக்கு தோப்தி 'அப்ரிஹெண்ட்' ஆனாள். அதற்குப் பிறகு சாந்தல் பெண்ணான தோப்தியை, அவளுடைய அசலான சமஸ்கிருதப் பெயரைக் கொண்டு அழைக்கத் தொடங்குகிறார் மஹாஸ்வேதா தேவி.

'ஒரு லட்சம் ஒளி வருடங்களுக்குப் பிறகு திரௌபதி கண்ணைத் திறக்கிறாள். என்ன அதிசயம்! வானையும் சந்திரனையும்தான் முதலில் பார்க்கிறாள். பிறகு அவளுடைய மனதிலிருந்து ரத்தம் தோய்ந்த நகநுனிகள் நகர்ந்து நகர்ந்து செல்கின்றன. தான் அசைய முயன்ற போது கால்களும் கைகளும் கட்டில் கால்களில் கட்டப்பட்டிருப்பதை உணர்கிறாள். ஆசனத்திலும் இடுப்பிலும் இது என்ன 'பிசுக் பிசுக்' என்று? அவளுடைய ரத்தம். வாயில் சுருட்டி அடைக்கப்பட்ட துணி மட்டும் இப்போது அங்கில்லை. தாங்க முடியாத தாகம். 'தண்ணீர்' என்று கேட்க வாயை அசைக்க முயன்ற கணத்திலேயே பற்களால் கீழ் உதட்டைக் கடித்து வார்த்தையை விழுங்குகிறாள்... எத்தனை பேர் தன்னைப் புணர்ந்திருப்பார்கள்... கண்களில் ஓரத்தில் நீர் சுரந்தபோது வெட்கமடைந்தாள்... எத்தனை பேர்? நான்கு? ஐந்து? ஆறு? ஏழு?'

திரௌபதியின் வெண்ணிற உடை தனியே கிடக்கிறது. சிறிது நேரம் கழித்து மீண்டும் அவள் 'கவனிக்கப்படுகிறாள்.' முடிந்ததும், அவள் மீது ஆடையை எடுத்து வீசுகிறார்கள். தண்ணீர் தருகிறார்கள். வா பெரிய தொரை கூடாரத்துக்கு. 'திரௌபதி எழுந்து நிற்கிறாள். குவளையை உடைத்து தண்ணீரைத் தரையில் கொட்டுகிறாள். தன் துணியைப் பல்லால் கடித்துக் குதறுகிறாள். இந்த அதிசய நிகழ்ச்சியைக் கண்ட சென்ட்ரி, 'பைத்தியமாயிட்டா, பைத்தியமாயிட்டா' என்று கூச்சலிட்டுக்கொண்டே மேலிட ஆணைக்காக ஓடுகிறான்.'

கூச்சலைக் கேட்டு தொரை வெளியில் வருகிறார். 'இதெல்லாம் என்ன?' ரத்தம் வடியும் தொடையோடு திரௌபதி

நின்றுகொண்டிருக்கிறாள். 'இடுப்பில் கைகளை வைத்துக்கொண்டு சிரிக்கிறாள். நீ தேடிக்கிட்டு இருந்தியே அந்த தோப்தி மேஜேன் நான்தான்.' எங்கே இவள் துணி, இவள் உடலை மறையுங்கள் என்று தொரை பயத்துடன் பின்வாங்குகிறார். திரௌபதி ஆவேசத்துடன் சிரித்துக் குலுங்குகிறாள். 'சிரிக்கச் சிரிக்க, குதறப்பட்ட உதடுகளிலிருந்து ரத்தம் பெருக்கெடுக்கிறது. அந்த ரத்தத்தைப் புறங்கையால் துடைத்துக்கொண்டு வானத்தைக் கிழிக்கும் பயங்கரக் குரலில் கேட்கிறாள். 'துணி என்ன துணி? என்னை நிர்வாணமாக்க உன்னால முடியும். ஆனா என்னை திரும்ப உடுத்த வைக்கமுடியுமா உன்னால?'

திரௌபதியின் ரத்தம் படிந்த கரிய உடல் தொரையை நெருங்குகிறது. 'நான் பார்த்து வெட்கப்பட வேண்டிய ஆம்பிள இங்க யாருமில்ல. என்மேல் துணியைப்போட எவனையும் விட மாட்டேன். வா, என்னை கௌண்டர் பண்ணு...வா...'

திரௌபதியின் கடைசிப் பத்தி இது. 'தனது ஆயுளில் முதல்முறையாக ஒரு நிராயுதபாணியான டார்கெட் முன்னால் நிற்க ராணுவ அதிகாரி பயப்படுகிறார். அது ஓர் அமானுஷ்ய பயம்.'

25. நான் கடவுள் அல்ல பாரத மாதா

வெள்ளை நிறம். அழகிய, மெலிந்த தோற்றம். நீளமான கூந்தல். அந்தக் கூந்தலில் அழகிய மலர்கள் சூடியிருக்கிறார். நெற்றியில் சிவப்புப் பொட்டு. கண்கவர் காவி நிறச் சேலை. நெற்றியில் கிரீடம். கைகளில் அடுக்கு வளையல்கள். காதில் தங்கக் கம்மல். கழுத்தில் தங்கமும் வைரமும் மதிப்புமிக்க கற்களும் பளபளக்கின்றன. கண்களில் அமைதி. உதடுகளில் புன்னகை. ஒரு கை மூவர்ணக் கொடியை ஏந்தியிருக்கிறது. இன்னொன்று நம்மையெல்லாம் பார்த்து அருள் பாலிக்கிறது. சில சமயம் இவருக்குப் பின்னால் ஒரு சிங்கம் அடக்கமாக நின்றிருக்கும். நமக்கு இவரை நன்கு தெரியும். இவர் இந்தியாவின் வடிவம். இந்தியாவின் பெருமிதத்துக்குரிய அடையாளம். பாரத மாதா.

பாரத மாதா எங்கிருந்து தோன்றினார்? இவருடைய பின்னணி என்ன? பண்டைய காலத்தில் இவர் இருந்ததில்லை. மத்திய காலத்தில் இவர் வந்திருக்கவில்லை. முதன் முதலில் இவரை நாம் தரிசிப்பது பிரிட்டிஷ் காலனியாதிக்கக் காலத்தில்தான். வங்காளத்தில் கே.சி. பண்டோபாத்யாய் 1873ல் இயற்றிய ஒரு நாடகத்தின் பெயர் பாரத மாதா. ஏழு ஆண்டுகள் கழித்து பங்கிம் சந்திர சட்டோபாத்யாயா தனது ஆனந்த மடத்தின்மூலம் பாரத மாதாவைப் பிரபலப்படுத்தினார். 1936ம் ஆண்டு வாரணாசியில் பாரத மாதாவுக்கு ஒரு கோயில் உருவானது. அதைத் திறந்துவைத்தவர் காந்தி. ஆனால் அந்தக் கோயிலில் வழிபடத் தக்க தெய்வமாக அமைந்திருந்தது இந்தியாவின் வரைபடம் மட்டுமே.

ரபீந்திரநாத்தின் உறவினர், அபநீந்திரநாத் தாகூர் தான் வரைந்த ஒரு பெண் ஓவியத்துக்கு வங்கமாதா என்றுதான் பெயரிட நினைத்திருந்தார். பின்னர் பாரத மாதா என்னும் பெயரை சூட்டினார். இதில் தோன்றிய பெண் காவி சேலை உடுத்திக்கொண்டு, நான்கு கைகளுடன் ஓர் இந்துக் கடவுளைப்போல் எழுந்தருளியிருந்தார்.

வெள்ளைத் துணி, நெற்கதிர், ஏட்டுப்பிரதி, மாலை ஆகியவற்றை அவர் தனது நான்கு கைகளில் ஏந்தியிருந்தார். பாரதியார் பாரத மாதாவைப் பராசக்தியாகக் கண்டார். பிற்காலத்தில் எம்.எஃப். ஹுசேனும் பாரத மாதாவை பார்வதியாகவே உருவகப்படுத்தி ஓவியம் தீட்டியிருந்தார். 'பாரத் மாதா கீ ஜே!' என்னும் முழக்கம் இந்தியாவை மகிமைப்படுத்தும் முழக்கமாக மாற்றம் பெற்றது. பாரத மாதா இந்தியாவின் அடையாளமாகவும் இந்து மதத்தின் அடையாளமாகவும் ஒரே நேரத்தில் மாறிப்போனார்.

அதற்குப் பிறகு பாரத மாதா மீண்டும் மறுகட்டுமானம் செய்யப் பட்டார். தேசியவாதத்தையும் மதத்தையும் பிசைந்து பாரத மாதாவின் வரலாறு கட்டியெழுப்பப்பட்டது. இந்து மதம் பழமையானது. இந்தியா பழமையானது. இந்நிலையில், இந்தியாவின் அடையாள மாகத் திகழும் பாரத மாதா மட்டும் காலனிய காலத்தில், அதுவும் நூறாண்டுக்கு முன்பு தோன்றியிருக்கமுடியாது. அவரும் பழங்காலத்தைச் சேர்ந்தவராகத்தான் இருக்கமுடியும். காளியும் துர்கையும் லட்சுமியும் அம்மனும் கொண்டாடப்பட்ட நாடு இது. பாரத மாதா அந்தக் கடவுளர்களோடு கடவுளாக இருந்தவர்தான். அவர் சங்க காலத்தில் இருந்திருக்கிறார். வேத கால தெய்வமான பிரித்வியிடம் பாரத மாதாவுக்கான வேர்களை ஒருவர் காணமுடியும். இந்தியாவையும் இந்து மதத்தையும் எப்படிப் பிரிக்கமுடியாதோ அப்படியே இந்தியாவையும் பாரத மாதாவையும்கூடப் பிரித்துப் பார்க்கமுடியாது. அதனால்தான் பாரத மாதா தோற்றத்தில் ஓர் இந்து பெண்ணாகக் காட்சியளிக்கிறார்.

கிறிஸ்தவர்களும் இஸ்லாமியர்களும் சீக்கியர்களும் பௌத்தர்களும் இந்துக்கள் அல்லாத இன்ன பிறரும் பாரத மாதாவைத் தயக்கத்துடன் அணுகுவதற்கு இது ஒரு காரணம். இந்துக்கள் பெரும்பான்மையினர் என்பதால் பாரத மாதாவும் அவர்களில் ஒருவராகக் காட்சியளிக்க வேண்டுமா? நான் இந்து அல்ல, ஆனால் நானும் இந்தியர்தானே? ஏன் இந்த மாதா என்னுடைய ஆடையை அணிந்திருக்கவில்லை? ஏன் என்னைப் போல் இவர் இல்லை? ஏன் பாரத மாதா ஓர் ஆதிவாசியாக இல்லை? ஏன் அவர் கையில் அம்பும் வில்லும் ஏந்தியிருக்கவில்லை? ஏன் அவர் தோல் என்னுடையதைப்போல் கறுப்பாக இல்லை? ஏன் அவர் ஒரு கிறிஸ்தவராகவோ இஸ்லாமியராகவோ இருக்கக்கூடாது? அவர் ஏன் உயர்ந்த சாதிக்காரராக எனக்குத் தோற்றமளிக்கிறார்? அவர் ஏன் உயர் வர்க்கத்தினராகவும் இருக்கிறார்?

சரி விடுங்கள், இந்தியா பல மதங்களை, பலவிதமான நம்பிக்கை களைக் கொண்டிருக்கும் நாடு. இந்தியாவிலுள்ள அனைவருமே இந்தியர்கள், அனைவருமே சமமானவர்கள். அப்படியானால்

அனைவருக்கும் பொதுவான ஒருவர்தானே பாரத மாதாவாக இருக்கவேண்டும்? அனைவரும் அவரைத் தங்களில் ஒருவராக, தங்களுக்கு அணுக்கமானவராக அல்லவா பார்க்கவேண்டும்?

பாரத மாதாவின் மதத்தையும் தோற்றத்தையும் கேள்விகேட்பதோடு நிறுத்திக்கொள்ளாமல் அவருடைய அடிப்படை கட்டமைப்பையும் விமரிசனத்துக்கு உட்படுத்துகிறார்கள் பெண்ணியவாதிகள். பாரத மாதா அடிப்படையில் ஆண்களின் கட்டமைப்பு என்னும் புள்ளியிலிருந்து இவர்களுடைய விமரிசனம் கிளை பரப்பி விரிவடைகிறது.

ஒரு பெண்ணை ஒரு பெண்ணாக இயல்பாக உங்களால் ஒருபோதும் பார்க்கமுடியாதா? அவளைக் கடவுள் நிலைக்கு உயர்த்துவதுதான் அவளுக்குச் செலுத்தும் மரியாதை என்று நீங்கள் நினைக்கிறீர்களா? அப்படி யாராவது முன்வந்து உயர்த்தி வைத்தால்தான் அவளை நீங்கள் மதிப்பீர்களா? அல்லது அப்படி உயர்த்துவதன்மூலம் மட்டுமே அவளைப் பாதுகாப்பாக வைத்திருக்கமுடியும் என்று நினைக்கிறீர்களா? அதனால்தான் நதிகளுக்கும் நிலங்களுக்கும் அவள் பெயரை நீங்கள் சூட்டியிருக்கிறீர்களா? பாருங்கள், பெண்களை நாங்கள் புனிதமாக நடத்துகிறோம், வழிபடுகிறோம் என்று மார்தட்டிக்கொள்ளவே இந்த நாடகம் அரங்கேற்றப்படுகிறதா? நிஜத்தில் நிலைமை அவ்வாறில்லை, இங்கே பெண்களால் கண்ணியத்தோடும் சுயமரியாதையோடும் வாழமுடியாது என்னும் உண்மையை மறைக்கச் சில பெண்களை நீங்கள் கடவுள்களாக மாற்றவேண்டியிருக்கிறதா?

உங்களுடைய தேசம் என்பது ஆண்களின் தேசமாகவே இருக்கிறது. ஆண் மகன் வலுவானவன். நாடு அவனுடைய கட்டுப்பாட்டில் உள்ளது. எதிரிகளிடமிருந்து நாட்டைக் காப்பாற்றுவது அவனுடைய தலையாயக் கடமை. அவ்வாறே ஒரு பெண்ணைப் பாதுகாப்பதும் அவனுடைய கடமை என்றாகிறது. எதிரிகளிடமிருந்து அவன் பெண்ணைக் காப்பாற்றவேண்டும். பெண் அவனுடைய கட்டுப் பாட்டில் இருப்பவள். அவனை நம்பி வாழ்பவள். தேசம் வீரர்களின் கட்டுப்பாட்டில் இருக்கிறது. ஆணின் துணையின்றி ஒரு நாடோ ஒரு பெண்ணோ உயிர்த்திருப்பது சாத்தியமில்லை. காரணம் நாடு பலவீனமானது. அதன் எல்லைகளை எதிரிகள் எப்போது வேண்டுமானாலும் மீறலாம். பெண்ணும் அவ்வாறே. அவள் எல்லைகள் மற்ற ஆண்களால் மீறப்படுவதைத் தடுக்கவேண்டும். அது அந்தப் பெண்ணைப் பாதுகாக்கவேண்டிய ஆணின் கடமை.

தேசியம் என்பது ஆணாதிக்கம் என்பதும் ஒரே நாணயத்தின் இரு பக்கங்கள். தேசியவாதத்தின் கோட்பாடு என்பது அடிப்படையில்

தந்தை வழிக் கோட்பாடாகவே இருக்கிறது. ஒரு நாடு ஆளப்பட வேண்டியது என்பதுபோல் ஒரு பெண்ணும் ஆளப்படவேண்டியவள் ஆகிறாள். அவளை ஒழுங்குபடுத்தவேண்டியது அவசியம். ஒரு பெண்ணின் உடல் அந்நியரால் தீண்டப்படும்போது அவள் தன் புனிதத்தன்மையை இழந்துவிடுகிறாள். நிலமும் அப்படித்தான். அந்நியர்களால் தீண்டப்படும்போது நாட்டின் புனிதம் கெட்டுப் போகிறது. பெண்ணின் உடலுக்குப் புனிதத்தன்மையை ஏற்றியது நீங்கள். அந்தப் புனிதத்தன்மையின் பெயரால் அவளை ஆள்வதும் நீங்கள். நாட்டுக்கும் இது பொருந்தும்.

அதனால்தான் என்னுடைய ஆடையை நீங்கள் முடிவு செய்கிறீர்கள். நான் யாரை மணக்கவேண்டும் என்பது உங்களுக்கு முக்கியமாகிறது. நான் அழகாக இருக்கவேண்டிய அதே சமயம் அடக்கமாகவும் இருக்கவேண்டும். பாரத மாதாவைப்போல். நீங்கள் என் கையில் எதைக் கொடுக்கிறீர்களோ அதை நான் ஏந்திக்கொள்வேன். என் உடலை நீங்கள் யாருக்கும் அளிக்கலாம். உங்கள் கௌரவமும் உங்கள் குடும்பத்தின் கௌரவமும் என் உடலில் தேங்கி நிற்கும். என் கற்பை உங்களுக்கு நான் நிரூபிப்பேன். என் முறைகேடுகள் உங்களால் கட்டுப்படுத்தப்படும். என் உடலுக்கு நீங்கள் அளித்துவரும் இருபத்து நான்கு மணி நேரப் பாதுகாப்புக்குப் பிரதி உபகாரமாக, நான் சரியான ரத்தத்தை அடுத்தத் தலைமுறைக்குக் கடத்திச் செல்வேன்.

உங்கள் தேசியம் ஆண்களின் தேசியம் மட்டுமல்ல, அது பெரும்பான்மையினரின் தேசியமும்தான். அதனால்தான் உங்கள் பாரத மாதா ஓர் இந்துவாகவும் இருக்கிறார். உங்கள் தேசியத்துக்குச் சேவையாற்ற என் உடலை நீங்கள் உங்கள் கட்டுப்பாட்டில் வைத்திருக்கவேண்டியது அவசியமாகிறது. ஆண் குழந்தைகள் பெற்றுக் கொடுப்பதும் அந்தக் குழந்தைகளை நல்ல குடிமகன்களாக வளர்த்தெடுப்பதும் எங்களுக்கு நீங்கள் கொடுத்துள்ள புராஜெக்ட் வொர்க். இந்தப் பணியை நாங்கள் உயர்வானதாக, மேன்மையானதாக, புனிதமானதாகக் கருதவேண்டும். வலுவான ஆண்கள். அந்த வலுவான ஆண்களுக்குக் கீழ்படிந்து நடக்கும் மென்மையான பெண்கள். தேசியவாதத்துக்கு இந்த இரண்டும் அவசியம் அல்லவா?

பிரிட்டிஷ் காலனியாதிக்கத்துக்கு எதிரான போராட்டங்களில் பெண்களை அதிகளவில் ஈடுபடுத்தியவர் காந்தி. இந்தியாவை ஒரு பெண்ணாக உருவகப்படுத்தியவரும் அவர்தான். பெண்களுக்குக் காலம் காலமாக அறிவுறுத்தப்பட்டுவந்த பண்புகளை அவர் கேள்விகளின்றி ஏற்றுக்கொண்டதோடு அந்தப் பண்புகளை மகிமைப் படுத்தும் பணியையும் அவர் மேற்கொண்டார். சீதாவையும் திரௌபதியையும் சாவித்திரியையும் காந்தி உதாரணப் பெண்களாக

உயர்த்திப் பிடித்தார். இந்த மூவருமே தன்னலமற்று இருந்தவர்கள். தூய்மையானவர்கள். மூவருமே தங்களுடைய வலுவான கணவர் களுக்காக எதையும் செய்யச் சித்தமாக இருந்தவர்கள். ஒவ்வொரு பெண்ணும் இவ்வாறு இருந்துவிட்டால் அவள் வீடும் நாடும் நலமாக இருக்கும் என்று நீங்கள் நினைக்கிறீர்களா?

ஒரு பெண்ணைக் கடவுளாக்குவது எளிது. கடினமானது எது தெரியுமா? உங்கள் புனிதம், உங்கள் பரிவு, உங்கள் கௌரவம், உங்கள் தேசியவாதம், உங்கள் கலாசாரம், உங்கள் கருத்தாக்கம், உங்கள் அரசியல், உங்கள் ஆன்மிகம் அனைத்திலும் நிரம்பிக்கிடக்கும் குப்பை களை, கசடுகளை அள்ளியெடுத்து வெளியில் வீசியெறிவதுதான்.

26. என்னைக் கீழே விழ வைத்துவிடாதீர்கள்

அது ஒரு மேடை. கீழேயும் பக்கவாட்டிலும் நடப்பட்டிருந்த வலுவான மரக் கட்டைகள் அந்த மேடையைத் தாங்கிப் பிடித்திருந்தன. மேலே ஏறிச் செல்வதற்கு ஒரு பக்கத்திலிருந்து படிக்கட்டுகள் இருந்தன. அதில் ஏறினால் நம்மைவிட இரு மடங்கு உயரத்தில் தூக்குக் கம்பங்கள் எழுந்து நிற்பதைப் பார்க்கலாம். மொத்தம் நான்கு கயிறுகள் அதில் தொங்கிக்கொண்டிருந்தன. அதிகாரிகள் மேடையில் ஏறிச்சென்று கயிறுகள் சரியாகப் பொருத்தப்பட்டிருக்கின்றனவா என்பதை உறுதி செய்தனர். பிறகு தண்டனைக் கைதிகள் நால்வரும் அழைத்து வரப்பட்டனர். லூயிஸ் பெயின், டேவிட் ஹெரால்ட், ஜார்ஜ் அட்ஸெரோட், மேரி சுர்ரத். 7 ஜூலை 1865 அன்று இவர்களுக்குத் தூக்குத் தண்டனை உறுதி செய்யப்பட்டிருந்தது.

இதற்கு மூன்று மாதங்களுக்கு முன்புதான், 14 ஏப்ரல் 1865 அன்று அமெரிக்க அதிபர் ஆபிரஹாம் லிங்கன், ஜான் வில்க்ஸ் பூத் என்பவரால் சுட்டுக்கொல்லப்பட்டார். பூத்தும் சுடப்பட்டுவிட்டார் என்றாலும் அவர் யாருடன் இணைந்து இந்தக் கொலைக்கான சதித்திட்டங்களைத் தீட்டினார் என்பதை ஆராய்ந்தபோது மேலே கண்ட நால்வரும் அகப்பட்டனர். லூயிஸ், டேவிட், ஜார்ஜ் மூவரும் பூத்தின் கூட்டாளிகள் என்பது உறுதி செய்யப்பட்டது. அதற்கான ஆதாரங்களையும் அவர்களால் திரட்டமுடிந்தது. ஒரு மதுபான விடுதியில் இவர்கள் அடிக்கடி சந்தித்துக்கொண்டதாகவும் விவாதங்கள் நடத்தியதாகவும் தெரியவந்தது. லிங்கன் வழக்கில் அவர்களை இணைக்க இந்த ஆதாரங்கள் போதுமானவையாக இருந்தன.

மேரி? மூன்று வலுவான காரணங்கள் சொல்லப்பட்டன. முதலாவது, சதித்திட்டம் தீட்ட பயன்படுத்தப்பட்ட மது விடுதியை நடத்தி வந்தவர் மேரி. இரண்டாவது, மேரிக்கு பூத்தைத் தெரியும். அந்த விடுதியில் உள்ள ஓர் அறையில்தான் பூத் தங்கியிருந்தான் என்பதையும்

உறுதி செய்தாகிவிட்டது. மூன்றாவது காரணம், மேரியின் மகன் ஜான் சுர்ரத் லிங்கன் கொல்லப்பட்ட செய்தி கேள்விப்பட்டவுடன் கனடாவுக்குத் தப்பிச்சென்றுவிட்டார். அவரும் பூத்தின் கூட்டாளி களில் ஒருவர்தான் என்பதற்கு இதைவிட வலுவான ஆதாரம் இருக்கமுடியாது. மேரிக்கும் மற்ற மூவருக்கும் தாமதமின்றி மரண தண்டனை கிடைத்துவிட்டது. ஜான் இன்றில்லாவிட்டாலும் நாளை கிடைக்காமலா போய்விடுவான்?

கைது செய்யப்பட்ட நாள் தொடங்கி மேரி திரும்பத் திரும்பச் சொல்லிக்கொண்டே இருந்தார். நான் நிரபராதி. எனக்கும் அமெரிக்க அதிபரின் கொலைக்கும் எந்தத் தொடர்பும் இல்லை! ஆனால் அவருடைய தரப்பை ஒருவரும் பொருட்படுத்தியதாகத் தெரியவில்லை. ஒரு பாதிரியை அவர் இருந்த சிறைக்கு அனுப்பி வைத்தார்கள். மரண தண்டனை விதிக்கப்பட்டவர்களுக்காக வழிபாடு நடத்தி அவர்களை ஆற்றுப்படுத்துவதுதான் அவர் பணி. ஆனால் மேரிக்கு அநேகமாக அவராலும்கூட ஆறுதல் அளித்திருக்கமுடியாது.

மேரி ஆழமான இறை நம்பிக்கை கொண்ட ஒரு கத்தோலிக்கராகவே குழந்தை முதல் இருந்துவந்திருக்கிறார். அமைதியான குடும்பம். ஜான் ஹாரிசன் சுர்ரத்தை 1840ம் ஆண்டு மணந்துகொண்டார். மொத்தம் மூன்று குழந்தைகள். ஜான் சுர்ரத் ஜூனியர் இளைய மகன். ஒரு கட்டத்தில் அவர் குடும்பம் மேரிலாண்டுக்குக் குடிபெயர்ந்தது. புதிய தொழில் முயற்சிகளில் ஆர்வம் காட்டிவந்த ஜான் மேரிலாண்டில் தங்குமிடம், உணவகம் ஆகியவற்றைத் தொடங்கினார்.

உள்நாட்டுப் போர் நடைபெற்றுக்கொண்டிருந்த காலகட்டம் அது. அமெரிக்காவில் பண்ணையடிமை முறை நீடிக்கவேண்டுமா கூடாதா என்னும் கேள்வியை முன்வைத்து மாநிலங்கள் ஒன்றோடொன்று மோதலில் ஈடுபட்டுவந்தன. அடிமைமுறை முற்றிலுமாக ஒழிக்கப்படவேண்டும் என்பது ஆபிரஹாம் லிங்கனின் வாதம். ஒழிக்கப்படக்கூடாது என்றன ஏழு தென் மாநிலங்கள். அவை ஒருங்கிணைந்து, அமெரிக்க மாநிலங்களின் கூட்டமைப்பு என்று தங்களை அழைத்துக்கொண்டன. அடிமைமுறையை ஒழித்தால் நாங்கள் அமெரிக்காவிலிருந்து பிரிந்து சென்றுவிடுவோம் என்று இவர்கள் அச்சுறுத்திவந்தனர். அடிமைகளை வீட்டுக்கு அனுப்பி விட்டால் பண்ணைகளை யார் கவனித்துக்கொள்வார்கள்? அடிமைகள் இல்லாமல் செல்வம் ஏது? லாபம் ஏது? அமெரிக்காதான் ஏது? இந்த லிங்கனுக்கு ஏன் இது புரிய மாட்டேன் என்கிறது?

ஜான் சுர்ரத் மட்டுமல்ல மேரியின் நிலைப்பாடும்கூட இதுதான். அடிமைகள் வேண்டும் என்று தென் மாநிலங்கள் கருதினால்

அனுமதித்துவிட்டுப் போகவேண்டியதுதானே? அவர்கள்மீது லிங்கன் ஏன் தன் விருப்பத்தைத் திணிக்கவேண்டும்? ஏன் இத்தனை குழப்பங்களை விளைவிக்கவேண்டும்? இப்படியே உள்நாட்டுப் போர் தொடர்ந்துகொண்டிருந்தால் அமெரிக்கா துண்டுத் துண்டாக அல்லவா உடைந்துபோகும்? அதற்குப் பொறுப்பேற்றுக்கொள்வாரா ஆபிரஹாம் லிங்கன்?

ஜானுக்குத் தென் மாநிலங்களில் நண்பர்கள் இருந்தனர். ஆபத்து காலங்களில் அவர்கள் ஜானின் விடுதிகளில் தங்கிக்கொள்வது வழக்கம். ஜானின் மறைவுக்குப் பிறகு அவருடைய சொத்துகள் மேரியிடம் வந்துசேர்ந்தன. ஒற்றையாளாக எல்லாவற்றையும் கவனித்துக்கொள்ள முடியாததால் மேரி, வாஷிங்டனுக்குக் குடிபெயர்ந்தார். அங்கே அவர் ஆரம்பித்ததுதான் சர்ச்சைக்குரிய அந்த மது விடுதி.

கைது செய்யப்பட்ட பிறகு மேரியின் வழக்கு ராணுவ நீதிமன்றத்திடம் வந்துசேர்ந்தது. மொத்தம் ஒன்பது நீதிபதிகள் வழக்கை விசாரித்தனர். அவர்களில் ஐவர், மேரிக்குக் கருணை காட்டமுடியுமா என்று விண்ணப்பித்து புதிய அதிபராகப் பொறுப்பேற்றிருந்த ஆண்ட்ரூ ஜாக்சனை அணுகியிருந்தனர். குற்றவாளியின் வயது, அவருடைய பாலினம் இரண்டின் அடிப்படையில் அவரை மன்னிக்க இயலுமா? அதிபர் மறுத்துவிட்டார். கருணை மனு அதிபரிடம் வரவேயில்லை என்று சொல்பவர்களும் இருக்கின்றனர். எது எப்படியோ மரண தண்டனைக்குத் தடையில்லை என்றாகிவிட்டது.

மேரி தனது இறுதி பயணத்துக்குத் தயாரானார். சிறையிலிருந்து தூக்கு மேடைக்கு அவர் நடத்திச் செல்லப்பட்டார். அப்போது உடன் வந்த அதிகாரிகளிடம், தன் கையில் பூட்டப்பட்டுள்ள விலங்கு மிகுந்த வலியைத் தருவதாக வருந்தினார். அந்த அதிகாரிகளுக்கு முதலில் என்ன சொல்வதென்று தெரியவில்லை. பிறகு சுதாரித்துக்கொண்டு, இன்னும் கொஞ்ச நேரம்தான், அதன்பின் வலி தெரியாது என்றனர். படிக்கட்டுகள்மீது ஏறி மேடையை அவர்கள் சென்றடைந்தனர்.

நால்வரும் வந்து சேர்ந்ததும் ஒரு ஜெனரல் அவர்களுடைய மரண தண்டனை தீர்ப்பை ஒருமுறை வாசித்துக் காட்டினார். மேடையை ஒட்டி அமைந்திருந்த சுவற்றில் ஆயுதம் தரித்த காவலர்கள் நின்று கொண்டிருந்தனர். மேடைக்குக் கீழே சிலர் நின்றுகொண்டிருந்தனர். அப்போது மேரியின் பார்வை மேடைக்குக் கீழிருந்த பள்ளத்தின்மீது பட்டது. கழுத்தைச் சுற்றி கயிறு இறுகும்போது காலுக்குக் கீழேயுள்ள பலகைகள் திறந்துகொள்ளும். கழுத்து தூக்குக் கயிற்றில் சிக்கியிருக்க, கால்கள் கீழே உதறிக்கொண்டிருக்கும். அந்தப் பள்ளம் அதற்காகத்தான். ஆனால் மேரி அதைக் கண்டு திடுக்கிட்டுப்போனார். கலக்கத்துடன்

வாய்விட்டுக் கேட்டார். நான் இதில் தவறி விழுந்துவிட்டால் என்னாவது? என்னைக் கீழே விழ வைத்துவிடாதீர்கள்!

யாரிடமும் பதிலில்லை. நால்வரின் முகங்களும் மறைக்கப்பட்டன. தூக்கிலிடப்பட்டபோது மேரியின் உடல் முன் பக்கமாக வளைந்தது. இவர் நன்றாகத் தலை வணங்குகிறார் என்று சிரித்தார் ஒரு காவலர். மேரியின் வாழ்க்கை முடிவுக்கு வந்தது. லிங்கனின் கதை மேரியோடு நிறைவு பெறுகிறது. படுகொலை செய்யப்பட்ட முதல் அமெரிக்க அதிபர் லிங்கன். அமெரிக்கா தூக்கிலிட்ட முதல் பெண், மேரி சுர்ரத்.

ஆனால் இந்த முதல் முடிவு இன்றுவரை சர்ச்சைக்கும் விவாதத்துக்கும் உள்ளாகிக்கொண்டிருக்கிறது. மேரியின் மகன் ஜான் பின்னர் கைது செய்யப்பட்டார் என்றாலும் போதுமான சாட்சியங்கள் இல்லாததால் அவருக்கு மரண தண்டனை விதிக்கப்படவில்லை. உண்மையில் மேரியின் நிலையும் இதுதான் இல்லையா? லிங்கனின் கொலைக்கும் மேரிக்கும் உள்ள உறவு சந்தேகத்துக்கு இடமின்றி சாட்சியங்களால் நிரூபிக்கப்பட்டதா? மேரியோடு தூக்கிலிடப்பட்ட மூவரும் பூத்தின் கூட்டாளிகள்தான் என்பதை நேரடி சாட்சியங்கள் உறுதிசெய்தன. மேரிக்கு எதிராக எத்தகைய சாட்சியங்கள் திரட்டப் பட்டன?

ஆம், அடிமைமுறையை ஆதரித்தவர்களோடு அவருக்கு உறவு இருந்திருக்கிறது. லிங்கனை அவர் அநேகமாக வெறுத்திருக்கலாம். லிங்கனின் ஆட்சி அகற்றப்படவேண்டும் என்றும் அவர் நினைத்திருக் கலாம். ஆனால் லிங்கனைக் கொல்லும் திட்டம் அவருக்கு முன்பே தெரிந்திருந்தது என்பதற்கு என்ன ஆதாரம் இருக்கிறது? லிங்கனின் கொலையாளியும் கூட்டாளிகளும் அவர் விடுதியில் தங்கியிருந்தது உண்மை. ஆனால் தங்கள் திட்டத்தை அவர்கள் மேரியிடம் பகிர்ந்து கொண்டதற்கு என்ன ஆதாரம் இருக்கிறது?

இந்தக் கேள்விகளை எழுப்புபவர்களின் நோக்கம், மேரி நிரபராதி என்று வாதிடுவதல்ல. மரண தண்டனை அர்த்தமற்றது என்பதை நிரூபிப்பதுதான். மேரி நிரபராதியாக இருப்பதற்கு வாய்ப்பு இருக்கிறது என்பதை இன்று மிகப் பெரும்பாலானோர் ஒப்புக் கொள்கின்றனர். எனில், 150 ஆண்டுகளுக்கு முன்னர் இந்தச் சந்தேகம் ஒருவருக்கும் ஏற்பட்டிருக்காதா? நிச்சயம் ஏற்பட்டிருக்கும். இருந்தும் மேரியும் மற்றவர்களும் கொல்லப்பட்டதற்குக் காரணம் ஒன்றுதான். லிங்கனின் பரபரப்பான கொலைக்கு அன்றைய அமெரிக்கா பழி தீர்க்க விரும்பியது. நாடு முழுவதும் பரவிய அதிர்ச்சியை, உணர்ச்சிக் கொந்தளிப்பைத் தணிக்க அமெரிக்கா விரும்பியது. பல்லுக்குப் பல். ரத்தத்துக்கு ரத்தம்.

துப்பாக்கிக்கும் தூக்குக் கயிறுக்கும் பெருத்த வேறுபாடு இல்லை. முதலாவதை ஒரு தனி நபர் ஏந்தியிருந்தார். இரண்டாவதை அரசும் நீதிமன்றமும் இணைந்து ஏந்தியிருந்தது. மற்றபடி எல்லோருடைய கரங்களிலும் ரத்தத்தின் கறை சமமாகவே படிந்திருக்கிறது. நீதி, நியாயம், சட்டம் என்று எந்தப் பெயரிட்டு அழைத்தாலும் கொலை, கொலைதான். ஒரு ஜனநாயக நாடு கொலை செய்யாது. மரண தண்டனை ஒழிக்கப்படவேண்டும் என்னும் முழக்கத்தை ஓர் இயக்க மாக முன்னெடுப்பவர்கள் மேரியை இன்று நினைவுகூர்ந்து கொண்டிருக்கிறார்கள். மேரி கீழே விழுந்துவிட்டார். மற்றவர்களையாவது நாம் காப்பாற்றுவோமா?

27. ஆண்களுக்கும் பெண்களுக்கும் என்ன வேறுபாடு?

1800 முடிவில் சூரத்துக்கு அருகிலுள்ள ஒரு கிராமத்துக்கு உள்ளூர் காவலர் ஒருவர் அனுப்பிவைக்கப்பட்டார். சிறிது காலமாக அந்தப் பகுதியிலிருந்து திபுதிபுவென்று ஒரு வதந்தி கிளம்பி ஊரைத் தாண்டி வேக வேகமாகப் பரவிக்கொண்டிருந்தது. பிராமண சமூகத்தைச் சேர்ந்த விஜயலஷ்மி என்னும் 24 வயது பெண் கர்ப்பமடைந்திருக்கிறார் என்பதுதான் வதந்தி. தன் கணவனை இழந்து ஆண்டுகள் ஆன நிலையில் ஒரு பெண் கர்ப்பமடைவதைக் காட்டிலும் மேலதிக தீமை இந்த உலகில் நடந்துவிடுமா , என்ன? இதில் ஏதேனும் உண்மை இருக்கிறதா என்பதைக் கண்டறிவதற்காக அந்தக் காவலர் அனுப்பி வைக்கப்பட்டிருந்தார். நேரில் சென்று பார்த்து இது வதந்தியல்ல, உண்மைதான் என்னும் தகவலை அவர் மாவட்ட நீதிமன்றத்திடம் சமர்ப்பித்தார்.

மார்ச் 1881ல் அதே கிராமத்தில் ஒரு குழந்தையின் உடல் கண்டெடுக்கப்பட்டபோது அந்த வழக்கைத் துப்புத் துலக்கவேண்டிய அவசியமே ஏற்படவில்லை. விஜயலஷ்மியை ஒரு மாட்டு வண்டியில் ஏற்றி சூரத்துக்குக் கொண்டுசென்றது காவல் துறை. ஆம், சமையலறை கத்தியைக் கொண்டு நான்தான் என் குழந்தையைக் கொன்றேன் என்று ஒப்புக்கொண்டார் விஜயலஷ்மி. என் குழந்தை என்னைப்போலவே அவமானத்தால் மெல்ல மெல்ல சாகடிக்கப்படுவதை என்னால் பார்க்க இயலாது. அடுத்த மாதம் அவருக்குத் தூக்குத் தண்டனை விதிக்கப்பட்டது. இப்போது விஜயலஷ்மி ஒரு விவாதப் பொருளாக மாறியிருந்தார். மும்பைக்கு வழக்கு கொண்டுசெல்லப்பட்டபோது அங்கு எழுந்த எதிர்ப்பலைகள் காரணமாக மரண தண்டனை கைவிடப்பட்டு, விஜயலஷ்மி நாடு கடத்தப்பட்டார்.

தாராபாய் ஷிண்டே எழுத வந்த பின்னணி இதுதான். 1850ம் ஆண்டு பெரார் மாகாணத்தில் (இன்றைய மகாராஷ்டிரா) பிறந்தவர் தாராபாய். நான்கு மகன்கள் இருந்தாலும் தன் மகளான தாராபாய்மீது அன்பும் கவனமும் செலுத்தி வளர்த்தார் பாபுஜி ஹரி ஷிண்டே. பெண்களுக் கான பள்ளி எதுவும் இல்லை என்பதை ஒரு குறைபாடாகக் கொள்ளாமல் தாராபாய்க்கு மராத்தி, சமஸ்கிருதம், ஆங்கிலம் ஆகிய மொழிகளைக் கற்பித்ததோடு கூடுதலாக நிறைய நூல்கள் படிக்கவும் ஊக்கமளித்தார் அவர். மற்ற தந்தையர்களைப் போலில்லாமல் இப்படி அவர் இருந்ததற்குக் காரணம் ஜோதிபா புலே நடத்திவந்த 'சத்யஷோதக் சமாஜ்' என்னும் இயக்கத்தின் உறுப்பினராக அவர் இருந்ததுதான். அப்போதைய வழக்கப்படி தாராபாய்க்கு இளம் வயதிலேயே திருமணம் நடந்து முடிந்துவிட்டது. ஆனால் வழக்கத்துக்கு விரோதமாக, புகுந்த வீட்டில் கட்டுண்டு கிடப்பதற்கு மாறாக, தன் கணவருடன் இணைந்து தந்தையின் வீட்டிலேயே வசித்துவந்தார் தாராபாய்.

விஜயலஷ்மி குறித்து தாராபாய் அறிந்துகொள்ள நேர்ந்தது அப்போது தான். ஒரு பழமைவாத பத்திரிகையொன்றில் விஜயலஷ்மியைக் காட்டமாக விமரிசித்து எழுதப்பட்ட சில கட்டுரைகளை தாராபாய் வாசித்தார். 'காலம் ரொம்பவே கெட்டுவிட்டது; பாருங்கள் விதவைகளுக்கெல்லாம் குழந்தை பிறக்கிறது' என்னும் அங்கலாய்ப் போடு வந்திருந்த கட்டுரைகள் தாராபாயைக் கொதிப்படையச் செய்தன. பெண்களின் 'ஒழுக்கம்', 'நடத்தை' ஆகியவற்றைப் பற்றிய குதர்க்க மான விளக்கங்கள் அவரை வருத்தமடையச் செய்தன. 'தவறிழைக்கும் பெண்', 'ஆண்களை வசியம் செய்யும் பெண்', 'முற்றும் துறந்த முனிவர்களையும் சபலத்துக்கு ஆட்படுத்தும் பெண்', 'ஆசைகளை அடக்கிக்கொள்ளத் தெரியாத பெண்' போன்ற சொற்றொடர்கள் நச்சு அம்புகளாகப் புறப்பட்டுவந்து தாராபாயைத் தாக்கின.

எது இவர்களை இப்படியெல்லாம் பிதற்ற வைக்கிறது? விஜயலஷ்மி இப்படியொரு நிலைக்குத் தள்ளப்படவேண்டிய நிலைமை ஏன் ஏற்பட்டது என்பதை ஏன் ஒருவரும் ஆராய விரும்பவில்லை? கணவனை இழந்த ஒரு பெண் என்ன செய்யவேண்டும் என்று இவர்கள் எதிர்பார்க்கிறார்கள்? மறுமணம் செய்துகொண்டால் அவள் சமூகத்தின் விதிகளை மீறிவிடுகிறாள். கணவனின் உறவினர்களால் வேட்டையாடப்பட்டு, கர்ப்பம் அடைந்துவிட்டால் அவள் 'நடத்தை தவறியவளாக' ஆகிவிடுகிறாள். எனக்குத் தெரிந்து தனிமையில் கிடக்கும் பல பெண்கள் இப்படிச் சுரண்டப்பட்டிருக்கிறார்கள். தங்களுக்கு நேர்ந்ததை வெளியில் சொன்னால் சமூகம் சுட்டெரித்து விடும் என்று அவர்களுக்குத் தெரியும். எப்படியும் அவள் சொல்

அம்பலம் ஏறப்போவதில்லை. என்ன கதறினாலும் குற்றம் அவளுடையது மட்டும்தான். இந்தப் பழிபாவத்துக்கு அஞ்சி அவள் எல்லா அவமானங்களையும் உள்ளுக்குள் போட்டுப் புதைத்துக் கொள்ளவேண்டும். விஜயலஷ்மிக்கு நடந்ததும் இதுதானா? பாவத்தைப் புதைத்துக்கொள்ளலாம். குழந்தையை என்ன செய்வது? இந்தக் கேடுகெட்ட சமூகத்தின் கோரப்பிடியிலிருந்து தன் குழந்தையைக் காப்பாற்றும் பொருட்டுதான் அவள் கொலை செய்யத் துணிந்தாளா?

விஜயலஷ்மிக்கு என்ன நடந்திருக்கிறது என்பதை இந்தப் பத்திரிகைகள் ஒரு போதும் பேசப் போவதில்லை. விஜயலஷ்மிகளின் தவறுகள் மட்டும்தான் இவர்கள் கண்களுக்குத் தெரியும். ஏனென்றால் இந்தப் பத்திரிகைகள் ஆண்களின் கைகளால் எழுதப்படுபவை; ஆண்களின் மூளைகளால் சிந்திக்கப்படுபவை; ஆண்களின் கண்களால் வாசிக்கப்படுபவை.

பெண்களுக்கென்றே பிரத்தியேகமாக நடத்தப்படும் பத்திரிகை யொன்றும் 1877ம் ஆண்டு தொடங்கப்பட்டு, மகாராஷ்டிராவில் நடத்தப்பட்டுவந்ததை தாராபாய் அறிவார். பெண் குழந்தைகளுக்குக் கல்வி வேண்டும், கணவனை இழந்த பெண்கள் மறுமணம் செய்துகொள்ளவேண்டும், சதி ஒழிக்கப்படவேண்டும் போன்ற முழக்கங்களுடன்கூடிய கட்டுரைகள் அதில் வெளிவருவதை அவர் கண்டிருக்கிறார். ஆனால் பெரும்பாலான பெண்களுக்கு எழுதப் படிக்கத் தெரியாத நிலையில் இந்தச் சொற்களெல்லாம் எப்படிப் பெண்களின் காதுகளை அடையப்போகின்றன? தவிரவும், சூழலின் அவசியத்தைப் புரிந்துகொள்ளாமல் மிக மிக மிருதுவாக, மிக மிக மென்மையாக அல்லவா இந்தப் பெண்கள் பத்திரிகை பேசிக் கொண்டிருக்கிறது?

நாம் உண்மையில் எதைப் பற்றிப் பேசவேண்டும் தெரியுமா? பெண்களைப் பொதுவெளியில் கீழ்த்தரமாக விமரிசிக்கும் உரிமை எப்படி ஆண்களிடம் சென்று சேர்ந்தது? இந்த ஏகபோக உரிமை அவர்களிடம் இன்னமும் இருந்தாகவேண்டுமா? இந்தச் சமூக அமைப்பு ஏன் அதன் இயல்பிலேயே பெண்களுக்கு எதிரானதாகக் கட்டமைக்கப்பட்டிருக்கிறது? ஏ ஆண் சமூகமே, எங்களை ஏன் இப்படி நடத்துகிறாய் என்று இறைஞ்சிக் கேட்கும் நிலையில் 'அபலைப் பெண்கள்' ஏன் இருக்கவேண்டும்? இதை அனுமதி, அதைக் கொடு, இப்படிச் செய்யாதே என்றெல்லாம் கை வலிக்க விண்ணப்பம் எழுதி அனுப்பிக் காத்திருக்கவேண்டிய துர்பாக்கிய நிலை நமக்கேன் ஏற்படவேண்டும்? எதிர்க்குரலைக் கூடவா இப்படி மிருதுவாக ஒலிக்க விடுவது?

வருத்தமும் கோபமும் ஆற்றாமையும் வெடித்துப் பொங்க, 'ஸ்திரி புருஷ் துல்னா' (ஆண்களுக்கும் பெண்களுக்கும் இடையிலான வேறுபாடு) என்னும் முதல் மற்றும் ஒரே மராட்டிய நூலை எழுதிமுடித்தார் தாராபாய். தமிழ் தலைப்பு. பூனாவில் அச்சிடப்பட்ட அந்த 52 பக்க நூலுக்கு ஒன்பது அணா விலை வைக்கப்பட்டது. 1882ம் ஆண்டு வெளிவந்த இந்நூலைக் கவனமாக மீட்டெடுத்து, மொழி பெயர்த்து நமக்கெல்லாம் அறிமுகப்படுத்தியிருப்பவர் புகழ்பெற்ற சமூகவியல் ஆய்வாளரான, ரோஸாலிண்ட் ஓஹான்லன்.

இறை நம்பிக்கையுள்ள பெண் என்பதால் தனது தாக்குதல் கணைகளைக் கடவுளிடமிருந்து தொடங்கி அத்தனை ஆண்களுக்கும் விரிவுபடுத்துகிறார் தாராபாய். அவற்றிலிருந்து சில கணைகள் மட்டும் இங்கே.

கடவுள்களே, உங்களையெல்லாம் ஒன்று கேட்கவேண்டும். நீங்கள் எங்கும் நிறைந்திருப்பவராம், எல்லோராலும் அணுகக்கூடியவராம். பாரபட்சமற்று நடந்துகொள்வது உங்கள் இயல்பு என்கிறார்கள். எனக்குப் புரியவில்லை. நீங்கள்தானே ஆணையும் பெண்ணையும் உருவாக்கியிருக்கிறீர்கள்? ஆண்களுக்கு அளவில்லா மகிழ்ச்சி, பெண்களுக்குத் தீரா துயரம். இதுதானே உங்கள் படைப்பு? இதில் எங்கே இருக்கிறது பாரபட்சமற்ற நிலை?

ஆண்களே, உங்களை நீங்களே புத்திசாலிகள் என்று அழைத்துக் கொண்டு பெருமைப்பட்டுக்கொள்கிறீர்கள். ஒரு வாதத்துக்கு அதை நான் ஒப்புக்கொள்வதாகவே வைத்துக்கொள்வோம். உங்கள் அறிவுக் கூர்மையைக் கொண்டு நீங்கள் உருவாக்கிய இந்த உலகில் ஏன் இத்தனை தீமைகளும் அக்கிரமங்களும் பாவங்களும் நிறைந்திருக்கின்றன? சிறைச்சாலைகளுக்குச் சென்று பார்த்தால் அங்கே ஆண்களே நிறைந்திருக்கிறார்கள். வெட்டுக் குத்து, தகராறு, கொலை என்று எல்லாக் குற்றங்களையும் நீங்கள்தான் செய்து வைத்திருக்கிறீர்கள். உங்கள் உலகம். உங்கள் பெருமிதம். உங்கள் குற்றங்கள். பிறகு ஏனய்யா எதற்கெடுத்தாலும் பெண்களைக் குற்றம் சாட்டுகிறீர்கள்?

பெண்களுக்குப் புத்தியில்லை என்கிறீர்கள். அவர்களுடைய புத்திக்கூர்மையை நீங்கள் எப்போது எங்கே வைத்துப் பரிசோதித்துப் பார்த்தீர் என்று சொல்லமுடியுமா? பிறந்த வீட்டில் ஒரு பூட்டு, புகுந்த வீட்டில் ஒரு பூட்டு என்று அடைத்து வைத்தால் எப்படி அவர்கள் பள்ளிக்கூடம் செல்வார்கள், படிப்பார்கள், புத்தியை வளர்த்துக் கொள்வார்கள்? பூட்டைப் போட்டு அவர்களைத் தடுத்துவிட்டு, போட்டியின்றி வெற்றி பெற்ற உங்கள் அறிவுக்கூர்மையை என்னென்பது?

முனிவர்களும் புனிதர்களும் தேவலோக அரசர்களும் எப்படியெல்லாம் வாழ்ந்திருக்கிறார்கள் என்று உங்கள் சாஸ்திரங்களை நீங்களே ஒருமுறை புரட்டிப் பார்த்தால் ஒழுக்கம் பற்றிப் பெண்களுக்கு வகுப்பெடுக்க மாட்டீர்கள். பொன்னுக்கும் பொருளுக்கும் ஆசைப்பட்டு உங்கள் சின்னஞ்சிறு மகளை ஒரு வயோதிகருக்குத் திருமணம் செய்துகொடுத்துவிட்டு, தர்மம் பற்றி எப்படி உங்களால் கதைக்கமுடிகிறது? உங்கள் மனைவி இன்னொரு ஆடவனை ஆசைப்பட்டு மணந்துகொண்டால் சும்மா இருப்பீர்களா? ஆனால் நீங்களோ இவள் என் இரண்டாவது மனைவி என்று பெருமையோடு சமூகத்துக்கு அறிமுகப்படுத்துகிறீர்கள். உங்கள் நடத்தை பற்றியெல்லாம் நாங்கள் வாயே திறக்கக்கூடாது. எனக்கு அழகான பெண் வேண்டும் என்று நீங்கள் சொல்லலாம். எனக்கு அழகான ஆண் வேண்டும் என்று ஒரு பெண் சொன்னால், ‘ஆசைகளை அடக்கிக்கொள்ளத் தெரியாத பெண்’ என்று ஏசுவீர்கள். கணவனை இழந்த பெண் செத்துவிட வேண்டும் அல்லது சாகும் வரை தனித்திருக்கவேண்டும். நீங்களோ வாரம் ஒரு திருமணம் செய்துகொள்ளவும் தயார். இதற்கிடையில் பதிவிரதைகளைக் கண்காணிக்கவும் உங்களுக்கு நேரம் இருந்திருக்கிறது, பாருங்கள்!

அப்படியானால் பெண்கள் எப்படி வேண்டுமானாலும் இருந்து கொள்ளலாம் என்கிறாயா என்று சீறிப் பாய்ந்து வராதீர்கள். நான் ஆணுக்குச் சமம் என்று பெண் உணர்ந்தால் போதும், வேறொன்றும் தேவையில்லை. எனக்கும் பலம் உண்டு என்பதை அவள் உணர்ந்தால் போதும். அந்தப் பலம் அவள் அறியாமையை, அச்சத்தை, துயரத்தைப் போக்கிவிடும். அந்தப் பலம் மட்டும் போதும் அவளுக்கு.

விஜயலஷ்மி கையிலெடுத்த ஆயுதத்தைக் காட்டிலும் தாராபாயின் ஆயுதம் கூர்மையானதாக இருந்ததால் பல்வேறு மூலைகளிலிருந்தும் இந்நூலுக்கு எதிர்ப்புகள் கிளம்பிவந்தன. முதல் 500 பிரதிகளுக்குப் பிறகு இந்நூலை அச்சிட ஒருவரும் முன்வரவில்லை. எதிர்ப்புகளையும் வசவுகளையும் மீறி அன்போடு தாராபாய் ஷிண்டேவை அள்ளி அணைத்துக்கொண்டது ஓர் ஆண் குரல். ‘தாராபாய் என் அன்பு மகளைப் போன்றவள். இந்தப் பிரசுரத்தை நான் எல்லோருக்கும் சிபாரிசு செய்வேன்’ என்றார் ஜோதிபா புலே.

28. அதைப் பற்றி உங்களுக்கு என்ன தெரியும்?

சூசன், நிஜமாகவே நீ அதைப் பற்றித்தான் புத்தகம் எழுதிக் கொண்டிருக்கிறாயா? அதிர்ச்சியோடும் தீராத ஆதங்கத்தோடும் என்னிடம் அடிக்கடி கேட்கப்பட்ட கேள்வி இது. 'ரேப்' என்று சொல்லக்கூட அவர்களுக்கு அப்படியொரு தயக்கம். ஆம், நான் வன்புணர்ச்சி குறித்து ஆய்வு செய்துகொண்டிருக்கிறேன், அதைப் பற்றித்தான் எழுதிக்கொண்டிருக்கிறேன் என்று சொன்னபோது அவர்கள் அதிர்ச்சி அதிகரித்தது.

எழுதுதற்கு எவ்வளவோ விஷயங்கள் இருக்க, நீ ஏன் அதைத் தேர்ந்தெடுக்கவேண்டும்? ஆய்வு செய்வதற்கெல்லாம் அதில் என்ன இருக்கிறது? பிறகு அவர்கள் அக்கறையோடு 'காரணம்' கண்டு பிடிக்க ஆரம்பித்தார்கள். அநேகமாக நீ 'பாதிக்கப்பட்டவளாக' இருக்கவேண்டும், சரியா? சிறு வயதில் உனக்கு ஏதேனும் கொடூரம் நிகழ்ந்துவிட்டதா சூசன்? அல்லது அப்படி ஏதாவது நடந்துவிட்டதாக நீயே கற்பனை செய்துகொண்டு மன உளைச்சலில் தவிக்கிறாயா? என்னதான் நடந்தது சொல்லு?

இவர்கள் எதிர்பார்க்கும் பதிலைச் சொல்லமுடியாமல் போனதில் எனக்கு வருத்தம்தான். ஆனால் என்ன செய்வது? எனக்கு அப்படி எதுவும் நடக்கவில்லை என்பதுதான் உண்மை. மேலும், வன்புணர்ச்சியைப்போய் ஆய்வு செய்வதா என்னும் அவர்கள் அதிர்ச்சியையும் என்னால் புரிந்துகொள்ளமுடிகிறது. காரணம், அதன் முக்கியத்துவம் அவர்களுக்குப் புரியவில்லை. எனக்கும்கூட நீண்டகாலம் புரியாமல்தான் இருந்தது. வன்புணர்ச்சி குறித்து பல தவறான கருத்துகளை நான் சுற்றித் திரிந்துகொண்டிருந்தேன். எனக்கு அதைப் பற்றி எல்லாமே தெரியும் என்று நினைத்துக் கொண்டிருந்தேன். அனுபவம் என்னைக் கொஞ்சம் கொஞ்சமாக மாற்றியமைத்தது. எனது மனமாற்றமே இந்தப் புத்தகத்தை எழுதுவதற்கு எனக்கிருக்கும்

ஒரே தகுதி என்கிறார் அமெரிக்கப் பத்திரிகையாளரும் பெண்ணியவாதியுமான சூசன் பிரவுன்மில்லர்.

1975ம் ஆண்டு வெளிவந்த சூசனின் Against Our Will: Men, Women and Rape மிகப் பரவலான ஆதரவையும் கிட்டத்தட்ட சம அளவிலான எதிர்ப்புகளையும் சம்பாதித்துக்கொண்டது. இதற்குச் சுமார் பத்தாண்டுகளுக்கு முன்பு ஓர் அமெரிக்கப் பத்திரிகையில்தான் முதன் முதலாக வன்புணர்ச்சி குறித்து ஒரு கட்டுரை எழுதினார் சூசன். ஆண்களுக்கான பத்திரிகை என்று பெருமிதத்துடன் தன்னை அழைத்துக்கொள்ளும் இதழில் தன் கட்டுரை வெளிவந்ததில் அளவு கடந்த மகிழ்ச்சி அவருக்கு. தவிரவும், அந்தக் கட்டுரை வழக்கமாக பெண்கள் எழுதும் கட்டுரை போலில்லாமல் அமைந்துவிட்டதில் சூசனுக்கு திருப்தி. வன்புணர்ச்சிதான் மையம் என்றாலும் அவர் எழுத்தில் ஒரு துளி கண்ணீர் இல்லை. உருக்கம் இல்லை. அதிர்ச்சி இல்லை. ஐயோ, இந்தப் பெண்களுக்கு இப்படி ஆகிவிட்டதே என்னும் பதைபதைப்பு இல்லை. இவர்களுக்கு நடந்தது நாளை எனக்கும் உங்களுக்கும்கூட நடக்கலாம் என்னும் எச்சரிக்கையுணர்வு இல்லை. உணர்ச்சிகளிலிருந்து விலகி நின்று தன் கட்டுரையை எழுதியிருந்தார் சூசன்.

தன் நண்பர்களோடு சூசன் அவ்வப்போது முரண்படுவது வழக்கம். தோழிகளே, எதற்காக இப்படி அலறுகிறீர்கள்? வன்புணர்ச்சி குற்றமேயல்ல என்றா சொல்லிவிட்டேன்? அது குற்றம்தான். ஆனால் நீங்கள் பயப்படுவதுபோல் அது மற்ற குற்றங்களைக் காட்டிலும் அப்படியொன்றும் கொடூரமானது அல்ல. கொலையும் கொள்ளையும் கடத்தல்களும் சமூகத்தில் நடைபெறுவதில்லையா என்ன? தேவைக்கு அதிகமாக வன்புணர்ச்சிக்கு முக்கியத்துவம் கொடுக்க வேண்டியதில்லை என்றுதான் சொல்கிறேன். நீங்கள் நினைக்கும் அளவுக்கு உலகம் அப்படியொன்றும் கெட்டுப்போய்விடவில்லை. நீங்கள் நம்ப விரும்பும் அளவுக்கு ஆண்கள் அயோக்கியர்களும் இல்லை. என்னைப் போன்ற துணிச்சலான பெண்களை யார்தான் என்ன செய்துவிடமுடியும்? உங்கள் பிரச்னை என்ன தெரியுமா? நீங்கள் எல்லாரும் பயந்தாங்கொள்ளிகளாக இருக்கிறீர்கள். அதிகமாக உணர்ச்சிவசப்படுகிறீர்கள். மேலும், எது வன்புணர்ச்சி என்பதுகூட உங்களுக்குப் புரியவில்லை. என் கட்டுரையைத் தயவு செய்து படியுங்கள்! தயவு செய்து திருந்துங்கள்!

ஒரு நாள் சூசன் வன்புணர்வுக்கு ஆளான பெண்களின் சாட்சியங்களை அருகிலிருந்து கேட்க நேர்ந்தது. அவருக்கு நெருக்கமான சில பெண்களும் தங்களுக்கு நிகழ்ந்த மோசமான அனுபவங்களைப்

பகிர்ந்துகொண்டனர். அந்த அனுபவங்கள் மெல்ல மெல்ல சூசனுக்குள் இறங்க ஆரம்பித்தன. பகலிலும் இரவிலும் அவை சூசனைத் துரத்திச்செல்ல ஆரம்பித்தன. பயந்தாங்கொள்ளிகள் மட்டுமல்ல, வலுவான, படித்த, சிந்திக்கக்கூடிய பெண்களும்கூட பாலியல் வன்கொடுமைக்கு ஆளாகியிருப்பதை அறிந்துகொண்ட போது சூசனின் உடல் தன்னிச்சையாக நடுங்கியது. ஆணித்தரமாக அதுவரை பேசிவந்த சூசன் மற்றவர்களுடைய வாதங்களைக் காதுகொடுத்துக் கேட்க ஆரம்பித்தார். வன்புணர்ச்சி குறித்து வெளிவந்த செய்திக்கட்டுரைகளை, நேர்காணல்களை, வரலாற்றுத் தரவுகளைப் படிக்க ஆரம்பித்தார்.

எனக்கு வன்புணர்ச்சி குறித்து எல்லாம் தெரியும் என்னும் நினைப்பு முற்றிலுமாக அழிந்துபோனதை உணர்ந்தேன். வலிமை குறித்து நான் கொண்டிருந்த கற்பிதம் உடைந்துபோனது. ஆண்கள் குறித்து நான் கொண்டிருந்த பிம்பம் தலைகீழாகத் திரும்பியது. பெண்களில் சிலர் மோசமானவர்களாக இல்லையா, அப்படி ஆண்களிலும் சிலர் இருக்கத்தானே செய்வார்கள் என்னும் என்னுடைய வாதம் எத்தனை வெகுளித்தனமானது என்பது உரைத்தது. நீ மோசமான முறையில் ஆடை அணிந்திருக்கிறாய்; நீ அவனோடு அந்த அளவுக்கு நெருக்கமாக இருந்தது உன் தவறுதான்; அவன் பலாத்காரம் செய்யும் வரை நீ என்ன செய்துகொண்டிருந்தாய்? போன்ற கணக்கற்ற 'விமரிசனங்கள்' எவ்வளவு அபத்தமானவை என்பதை உணர்ந்து கொண்டேன். வன்புணர்ச்சி என்றால் என்னவென்பது புரிய ஆரம்பித்தது. மேலும் மேலும் படிக்கவும் பேசவும் காது கொடுத்துக் கேட்கவும் ஆரம்பித்த போது என்னுடைய அறியாமை விலகியது.

வன்புணர்ச்சி என்பது நான் நினைத்ததைப்போல் எப்போதாவது எங்காவது நடக்கும் ஒரு குற்றச்செயல் அல்ல. அதைப்பற்றி நான் எப்போதாவதுதான் படிக்கிறேன் என்றால் அதற்குக் காரணம் அது எப்போதாவதுதான் ஊடக ஒளியைப் பெறுகிறது. நான் வன்புணர்ச்சி செய்யப்பட்டேன் என்று ஒரு பெண் முறையிட்டால் அவளை ஒட்டுமொத்த உலகமும் எரிச்சலோடுதான் அணுகுகிறது. அவளிடம் என்னென்ன குறைகளைக் கண்டுபிடிக்கலாம் என்றுதான் சிந்திக்கிறது. எப்படியாவது அவளையே குற்றவாளியாக மாற்றி தீர்ப்பெழுதி விடவே உலகம் துடிக்கிறது. மாறுபட்ட சிந்தனை, நடுநிலை, நவீன பெண்ணியம் என்றெல்லாம் பெயர் சூட்டிக்கொண்டு நானும் அதைத்தானே நீண்டகாலம் செய்துகொண்டிருந்தேன்? நீதிமன்றத்தைப் பொருத்தவரை அது ஒரு வழக்கு. சம்பந்தப்பட்ட பெண்ணின் பெற்றோருக்கும் நண்பர்களுக்கும், ஏன் அவளுக்குமேகூட அது ஓர் அவமானகரமான நிகழ்வு. பத்திரிகையாளர்களுக்கு அது ஒரு சம்பவம். அறிவுஜீவிகளுக்கு அது ஒரு விவாதம்.

வன்புணர்ச்சி என்பது அவ்வளவுதானா? ஓர் ஆண் ஒரு பெண்ணைப் பலாத்காரம் செய்ய அவன் ஓர் ஆணாகவும் அவள் ஒரு பெண்ணாகவும் இருப்பதே போதுமானதாக இருப்பது ஏன் என்னும் கேள்வியை ஏன் நீங்கள் எழுப்பவில்லை? கட்டுப்படுத்தமுடியாத பாலியல் உணர்வுதான் ஓர் ஆணைத் தவறிழைக்க வைக்கிறது என்றால் அந்தத் தவறை ஏன் ஒரு பெண்ணால் ஆண்களைப்போல் இயல்பாக இழைக்கமுடியாமல் போகிறது? பாலியல் நுகர்வுதான் அடிப்படை என்றால் ஏன் வன்புணர்ச்சி வன்முறை கலந்ததாக இருக்கிறது? பிரிக்கமுடியாதபடிக்கு இந்த இரண்டும் எப்போதும் ஒன்றிணைந்திருப்பது ஏன்?

வன்புணர்ச்சிக்கென்று ஒரு நீண்ட, நெடிய ரத்த வரலாறு இருக்கிறது என்பதை சூசன் தன் தேடலின் முடிவில் கண்டடைந்தார். அந்த வரலாற்றை விவரிப்பதோடு நிறுத்திக்கொள்ளாமல் அது ஏன் அவ்வாறானதாக இருக்கிறது என்பதற்கான காரணங்களையும் அவர் கண்டறிய முயன்றார். ஆண்கள் அதிகாரம் மிக்கவர்களாகவும் பெண்கள் அவர்களுக்கு அடங்கிப்போகிறவர்களாகவும் வரலாறு நெடுகிலும் இருப்பதற்கும் வன்புணர்ச்சிக்கும் நேரடித் தொடர்பிருக் கிறது. பெண்களைத் தலையில் தட்டி அவர்களுக்கான இடத்தில் அமர்த்தி வைக்க ஆண்களுக்கு ஒரு வலுவான ஆயுதம் தேவைப்படுகிறது. பெயரை உச்சரிக்கும்போதே பெண்கள் குலைநடுங்குமாறு அந்த ஆயுதம் அமைந்திருப்பது அவசியம். எளிதில் கையாளும் வடிவில், எப்போதும் உடனிருக்குமாறு அது இருக்கவேண்டும். ஒருமுறை பாவித்தாலே போதும்; வாழ்நாள் முழுக்க அதன் தாக்கம் நீடித்திருக்கும் என்று சொல்லும்படியான ஆயுதமாகவும் அது இருந்து விட்டால் அதிகாரம் என்றென்றும் நம் கரங்களில் இருக்கும்.

அந்த ஆயுதம் வன்புணர்ச்சி என்றார் சூசன். பாலியல் விழைவு என்பது அந்த ஆயுதத்தைக் கொண்டு ஆண்கள் ஈட்ட விரும்பும் வெற்றியின் ஒருபகுதி மட்டுமே. அதிகாரத்தை நிலைநாட்டுவதே வன்புணர்ச்சி யின் மைய நோக்கம். அதிகாரம் என்பது எப்போதுமே வன்முறையோடு தொடர்புடையதாக இருப்பதால் வன்புணர்ச்சியின் உள்ளடக்கமும் வன்முறையாகவே இருந்துவிடுகிறது. போர்க்களம் முதல் வீதி வரை எல்லா இடங்களிலும், எல்லாக் காலங்களிலும் ஆண்கள் வன்புணர்ச்சியை ஓர் ஆயுதமாகப் பெண்கள்மீது பிரயோகித்துவருவதை நாம் பார்க்கிறோம்.

இந்த ஆயுதம் எப்போது வேண்டுமானாலும் தன்மீது திருப்பப் படலாம் என்னும் அச்சம் ஒவ்வொரு பெண்ணையும் பலமிழக்கச் செய்யப் போதுமானதாக இருக்கிறது. தவிரவும், இதை எந்த ஆணும் எந்தச் சூழலிலும் தன்மீது பயன்படுத்தலாம் என்னும் எண்ணம் அவளை நிம்மதியிழக்கச் செய்கிறது. வீட்டுக்கு வெளியில்தான்

என்றில்லை, வீட்டிலேயேகூட இந்த ஆயுதம் திடீரென்று முளைக்கலாம். முன்பின் அறிமுகமற்றவர் மட்டுமல்ல, நன்கு அறிமுகமான ஒருவர்கூட ஆயுததாரராக மாறலாம். இந்த நினைப்பே ஒரு கொடுங்கனவாக மாறி ஒவ்வொரு பெண்ணையும் உள்ளுக்குள் இருந்தபடி வதைத்துக்கொண்டிருக்கிறது. ஆண்கள் எதிர்பார்த்த படியே அவர்களுடைய ஆயுதம் பெண்களை அதிகாரத்துக்கு அடிபணிபவளாகவும் அடங்கி நடப்பவளாகவும் வெற்றிகரமாக மாற்றி வைத்திருக்கிறது. ஆக, வன்புணர்ச்சிக்கென்று ஒரு வரலாறு மட்டுமல்ல, அரசியலும் இருக்கிறது என்பதைக் கண்டறிந்து வெளிப்படுத்தினார் சூசன்.

வன்புணர்ச்சி என்பது எப்படிப்பட்ட விலங்கு என்பதை அமெரிக்காவும் உலகும் சூசனிடமிருந்து தெரிந்துகொண்டது. சிந்தனையளவில் மட்டுமின்றி செயலளவிலும் சில குறிப்பிடத்தக்க மாற்றங்களை இவருடைய நூல் ஏற்படுத்தியது. எடுத்துக்காட்டுக்கு, பாலியல் வன்கொடுமைக்கு ஆளான ஒரு பெண்ணிடம் சாட்சியம் குறித்து விசாரிக்கத் தேவையில்லை என்னும் முடிவை அமெரிக்க நீதிமன்றங்கள் எடுத்ததற்கு சூசனின் நூல் ஏற்படுத்திய விவாதங்களும் ஒரு முக்கியக் காரணம். சமீபத்தில் மீ2 அலை உலகம் முழுக்க வீசிய போது 82 வயது சூசனின் கருத்துகள் மீண்டும் விவாதத்துக்கு எடுத்துக் கொள்ளப்பட்டு அவற்றின் நிறை, குறைகள் பரிசீலிக்கப்பட்டன.

அப்போது அனைவரும் உடன்பட்டு ஒப்புக்கொண்ட ஓர் உண்மை இதுதான். ‘எங்களை இதுகாறும் அச்சுறுத்திவந்த ஆயுதத்தின் வலிமை எங்கே ஒளிந்துகொண்டிருக்கிறது என்பதை சூசன் புரிய வைத்துள்ளார். இந்தப் புரிதல் எங்கள் அச்சத்தைப் போக்கி, எங்கள் போர்க்குணத்தை அதிகரிக்கச் செய்யும் என்று நம்புகிறோம்.’

29. குப்பை

பழுப்பு காகிதப் பையில் தனது புதிய துப்பாக்கியை மறைத்து வைத்திருந்த வலேரி சோலானஸ், நியூ யார்க் ஸ்டூடியோ ஒன்றின் வாசலில் ஆண்டி வாரோலுக்காகக் காத்திருந்தார். பேருந்துக்கோ ரயிலுக்கோ காத்திருப்பதைப்போல் மிக இயல்பாக நின்று கொண்டிருந்த அந்தப் பெண்ணை ஒருவருக்கும் தெரியாது. ஒருவேளை வாய்ப்புக் கேட்டு வந்திருப்பாரோ? ஆண்டி அப்படியல்ல. ஓவியம், சிற்பம், மேடை நாடகம், புகைப்படம், திரைப்படம் என்று பல தளங்களில் இயங்கிவந்த அவர் அமெரிக்காவின் பிரபலங்களில் ஒருவர். வலேரியை ஆண்டிக்கு முன்பே தெரியும் என்பதால் உள்ளே நுழையும்போதே கையசைத்துத் தன் அறைக்கு அழைத்துச் சென்றுவிட்டார். சொல்லுங்கள், எதற்காக என்னைக் காண வந்தீர்கள்?

வலேரி பைக்குள்ளிலிருந்து ரிவால்வரை எடுத்து ஆண்டியை நோக்கிச் சுட்டார். முதல் குண்டு அவரைத் தாக்கவில்லை. இன்னொருமுறை சுட்டார். அதுவும் குறி தவறிவிட்டது. மூன்றாவது குண்டு வயிற்றுப் பகுதியில் பாய்ந்ததும் ஆண்டி சுருண்டு கீழே விழுந்தார். ஆண்டி இறந்துவிட்டதாகத்தான் மருத்துவர்கள் முதலில் அறிவித்தனர். ஆனால் சுவாசம் இருப்பது தெரிந்ததும் விரைந்து சிகிச்சையளித்து அவரைக் காப்பாற்றினார்கள். சுட்டுமுடித்த கையோடு வலேரி காவல் துறையினரிடம் சரணடைந்தார். ஆனால் அவருக்கு ஒரே வருத்தமாகப் போய்விட்டது. தனது ஆற்றாமையை அருகிலிருந்தவர்களிடம் பகிர்ந்துகொண்டார். 'நான் இன்னும் நன்றாகப் பயிற்சி எடுத்துவந்து சுட்டிருக்கவேண்டும். அவன் பிழைத்துக்கொள்வான் என்று எதிர்பார்க்கவேயில்லை. பெரும்தவறு செய்துவிட்டேன்!'

எல்லாவற்றிலும் முழுமையை, எல்லாவற்றிலும் துல்லியத்தை வலியுறுத்திய வலேரியை இந்தப் பெரும்தவறு உள்ளுக்குள் போட்டு வாட்ட ஆரம்பித்தது. பிறகு யோசித்துப் பார்த்தபோது இது

தன்னுடைய தவறல்ல என்னும் முடிவுக்கு வந்து சேர்ந்தார். கண்டுபிடித்துவிட்டேன். எனக்குள் பொருத்தப்பட்டிருக்கும் ரகசியக் கருவிதான் குறி தவறியதற்குக் காரணமாக இருக்கவேண்டும். அந்த ரகசியக் கருவியை என் ஒப்புதலின்றி எனக்குள் எப்படியோ நுழைத்து விட்டார்கள். அதை வெளியேற்ற முடியவில்லை. நான் நடப்பது, பேசுவது, சிந்திப்பது அனைத்தையும் அந்தக் கருவி கண்காணித்து வருவதோடு அந்தச் செய்திகளை நிழலுலகுக்குத் தொடர்ந்து அனுப்பிக்கொண்டிருக்கிறது. அந்த நிழலுலகக்காரர்கள் என்னைத் தங்களுடைய கட்டுப்பாட்டின்கீழ் கொண்டுவர விரும்புகிறார்கள். என்னைச் செயலழிந்தவளாக மாற்றுவதற்கு அவர்கள் ஓயாமல் சதித்திட்டம் தீட்டிக்கொண்டே இருக்கிறார்கள். நான் சாப்பிட விரும்பினால் சாப்பிடவிடாமல் செய்வார்கள். ஆண்டியைக் கொல்ல விரும்பினால் கொல்லவிடாமல் தடுத்து விடுவார்கள். என் விருப்பங்களையெல்லாம் தடுத்துக்கொண்டே வருகிறார்கள். இன்று நீ வெற்றி பெற்றிருக்கலாம். என் புகழுக்குக் களங்கமும் ஏற்படுத்தி யிருக்கலாம். ஆனால் உன் அழிவு என் கையில்தான், கருவியே!

மெஜாரிட்டி ரிப்போர்ட் என்னும் பெண்ணியப் பத்திரிகையை அவர் வாங்குவது வழக்கம். படிப்பார். பிறகு ஒரு பேனாவைக் கொண்டு வந்து அதில் எங்கெல்லாம் எழுத்துப் பிழைகள் தென்படுகின்றன என்று ஊன்றி கவனித்து எல்லாவற்றையும் சுழிப்பார். ஏன் சமூகம் இப்படியிருக்கிறது? பத்திரிகைகள் தவறு செய்கின்றன. ஆண்டி ஏமாற்றுகிறான். சாலைகளில் குப்பை சேர்கிறது. கருவி பொருத்தி ஒரு பெண்ணைக் குலைக்கும் முயற்சியில் ஒரு குழு ஈடுபட்டிருக்கிறது. அதைக் கண்டும் காணாமலும் மக்கள் இயல்பாகத் தங்கள் வேலைகளை நடத்திக்கொண்டிருக்கிறார்கள். எதைப் பற்றியும் ஒருவருக்கும் அக்கறையில்லை. எல்லாமே அழுக்காகிக் கொண்டிருக்கிறது. அவர்கள் வீசியெறியும் குப்பைகள் குப்பைத் தொட்டிகளைக் கடந்து சாலையெங்கும் வீடெங்கும் கட்டடங்களெங்கும் நாடெங்கும் உலகெங்கும் நிறைந்து அனைவரையும் மூச்சுத் திணறடித்துச் சாகடிக்கும்போது இறுதியாக கண்ணீர் பொங்க ஒப்புக்கொள்வார்கள். வலேரி சோலானஸ், நீ சொன்னதை அன்றே கேட்கத் தவறியதால் வந்த வினை இது!

எதற்காக ஆண்டியைக் கொல்ல விரும்பினாய் என்று கேட்கப்பட்ட போது வெடித்தார் வலேரி. 'சும்மாவா ஒருவரைச் சுடுவேன்? என் கைப்பட ஒரு நாடகத்தை எழுதி இந்த ஆண்டியிடம் அளித்தேன். இதை நீங்கள் தயாரித்தால் நன்றாக இருக்கும் என்று அவரிடம் சொன்னேன். சரி பார்க்கிறேன் என்று வாங்கி வைத்துக்கொண்டாரே தவிர பதிலே இல்லை. ஒரு நாள் நேரில் சென்று கேட்டபோது,

'வலேரி நீ கொடுத்த காகிதங்களைத் தொலைத்துவிட்டேன். சரி, அதில் அப்படி என்னதான் எழுதியிருந்தாய்?' என்று ரொம்பவும் இயல்பாக என்னிடம் கேட்டபோது எனக்கு எப்படி இருந்தது தெரியுமா? என் கதையைத் தொலைத்த ஆண்டியும் தொலைந்துபோக வேண்டியவன்தான் என்று முடிவெடுத்தான். தப்பா?'

இது நடந்தது 3 ஜூன் 1968 அன்று. சரியாக ஓராண்டுக்கு முன்புதான் வலேரியின் முதல் புத்தகம் வெளிவந்திருந்தது. பெயர், ஸ்கம். எஸ்.சி.யு.எம் என்னும் எழுத்துகளை ஒன்றுகூட்டிப் படித்தால் கழிவுப்பொருள் என்று பொருள் தரும். ஆனால் வலேரி அந்த முதல் எழுத்துகளை வைத்து இன்னொரு பெயரை உருவாக்கியிருந்தார். 'சொஸைட்டி ஃபார் கட்டிங் அப் மென்'. அதாவது, ஆண்களை அழித்தொழிக்கும் அமைப்பு. அந்த அமைப்பின் தலைவர் அவர். அமைப்பில் அங்கம் வகிக்கவும் பொறுப்புகளைப் பகிர்ந்து கொள்ளவும் நிர்வாகிகள், உதவியாளர்கள் என்று பலர் அவருக்குத் தேவைப்பட்டனர். கொள்கையை உலகெங்கும் கொண்டு செல்லவும் ஒரு தனிப்படை வேண்டுமல்லவா? ஆள்கள் தேவை என்று விளம்பரம் கொடுத்து நேர்காணல் நடத்தவும் திட்டமிட்டிருந்தார். ஆனால் ஒருவரும் எட்டிக்கூடப் பார்க்கவில்லை. ஒருவரும் வராவிட்டால் என்ன, எனக்கு அமைப்பு நடத்தத் தெரியாதா, என்ன?

வலேரியின் கைதைத் தொடர்ந்து இந்தப் புத்தகத்தை ஒலிம்பியா பிரஸ் என்னும் அச்சகம் பதிப்பிக்க முன்வந்தது. தலைப்பைக் கண்டு மிரண்டு ஓடியவர்கள் பலர் என்றால் படித்துப் பார்த்துவிட்டு கோபமும் எரிச்சலும் அடைந்தவர்கள் பலர். பயந்தவர்களின் எண்ணிக்கை இன்னமும் அதிகம். இது நிஜமாகவே ஆண்களை வெட்டிப்போடும் அமைப்பா? இந்தப் பெண் ஒரு பயங்கரவாதியா? ஆண்களைப் பிடிக்காததால்தான் இவள் ஆண்டியைச் சுட்டாளா? கடவுளே, இந்தக் கொலைகாரியை வெளியில் விட்டுவிடாதீர்கள். இவள் ஒரு நச்சுக் கிருமி. இவளால் நிஜமாகவே ஆண்களுக்கு ஆபத்து.

சட்ட விரோதமாக ஆயுதம் வைத்திருந்தது, கொல்லும் நோக்கில் சுட்டது ஆகிய காரணங்களுக்காக வலேரிக்கு அமெரிக்க நீதிமன்றம் மூன்றாண்டுகள் சிறை தண்டனை விதித்தது. அவரைப் பரிசோதித்த மருத்துவர்கள் வலேரிக்குத் தீவிர மனச்சிதைவு இருப்பதைக் கண்டுகொண்டதைத் தொடர்ந்து மன நோய் காப்பகத்திலும் அவர் சேர்க்கப்படவேண்டும் என்று சொல்லப்பட்டது.

ஹாஹா மனநோயா? எனக்கா அல்லது சமூகத்துக்கா என்று சிரித்தார் வலேரி. ஸ்கம் புத்தகத்தின் தொடக்கம் இது. 'வாழ்க்கை மிக மிக அலுப்பூட்டுவதாக இருக்கிறது. சமூகத்தின் எந்தவொரு

அம்சத்தோடும் பெண்களால் ஒத்துப்போக முடிவதில்லை. அப்படியானால் பொறுப்புமிக்க, துடிப்பான, ஆற்றல்மிக்க பெண்கள் தங்களுடைய திறமைகளையெல்லாம் எப்படிப் பயன்படுத்துவதாம்? நான் ஒரு வழி சொல்கிறேன். பெண்கள் எல்லோரும் ஒன்று சேர்ந்து இந்த அரசாங்கத்தைக் கவிழ்ப்போம். இந்தப் பொருளாதார அமைப்பைத் தகர்ப்போம். தானியங்கி இயந்திரங்கள் இந்த உலகை நடத்திக்கொள்ளட்டும். மிக முக்கியமாக, ஆண் இனத்தை ஒட்டுமொத்தமாக ஒழித்தொழிப்போம்!'

எங்கெங்கும் நிறைந்திருக்கும் குப்பை என்பது உண்மையில் ஆண்தான். எனக்குள் இருக்கும் கண்காணிக்கும் கருவியைப் பொருத்தியவன் ஆண். ஆண்டி தொடங்கி என்னை இதுவரை ஏமாற்றியவர்கள் அனைவரும் ஆண்கள். எல்லாப் பெண்களும் என்னைப் போலவே ஆண்களால் கண்காணிக்கப்படுகிறார்கள். கட்டுப்படுத்தப்படுகிறார்கள். ஏமாற்றப் படுகிறார்கள். வதைக்கப்படுகிறார்கள். சமூகம் ஒழுங்கற்றதாக இருப்பதற்குக் காரணம் ஆண்கள். சீரழிவுக்கும் குற்றங்களுக்கும் காரணம் ஆண்கள். அந்த ஆணா இந்த ஆணா என்று கேட்காதீர்கள். அனைவரும். அவன் அப்படியில்லை, இவன் அப்படியில்லை என்று சாதிக்காதீர்கள். அனைவரும் அயோக்கியர்கள். சிலர் திறமைசாலி களாக இருக்கிறார்களே வலேரி என்கிறீர்களா? ஆம், ஆனால் அவர்கள் அந்தத் திறமையையும் பெண்களுக்கு எதிராகத்தானே திருப்புகிறார் கள்? யார் போரிடுகிறார்கள்? யார் ஆயுதம் தயாரிக்கிறார்கள்? யார் பெண்களின் வாழ்வை நாசப்படுத்துகிறார்கள்? காற்றில் யார் நச்சு கலக்கிறார்கள்? இது யார் நடத்தும் அரசு? இந்தப் பொருளாதாரம் யாருடையது? இந்த உலகை நானே நடத்துகிறேன் என்று பெருமிதப் பட்டுக்கொள்ளத் தெரியும். ஆனால் நீ நடத்துவது குப்பை என்று சொன்னால் கோபம் பொத்துக்கொண்டு வருமா? குப்பையை அள்ளியணைத்துக்கொள்ளவா முடியும்? மூக்கை மூடிக்கொண்டு ஒரு பெரிய பையில் மொத்தமாக அள்ளியெடுத்து வீசியெறிவதுதானே சரியான செயல்? ஸ்கம் செய்யவேண்டியது அதைத்தான்.

சிறையிலிருந்து வெளியில் வந்த வலேரியைப் பார்த்து, இப்போதாவது திருந்திவிட்டாயா என்று கேட்டார்கள். பேச நேரமில்லை. கிருமி வளர்ந்துகொண்டே போகிறது, அழித்தாகவேண்டும் என்று பதிலளித்தார். 1988ம் ஆண்டு தனது 52வது வயதில் இறக்கும்வரை ஸ்கம் அறிக்கையை மக்களிடம் கொண்டு சேர்க்கும் பணியில் தீவிரமாக ஈடுபட்டுவந்தார். குடும்பத்தினர், தெரிந்தவர்கள், நண்பர்கள் அனைவரும் அவளை ஓர் அபாயமாகவே கண்டனர். தன் மகளின் உடைமைகள் அனைத்தையும் (ஸ்கம் புத்தகம் உள்பட) தீயிட்டுக் கொளுத்தி அழித்தார் அவர் அம்மா. உண்மையிலேயே அவள்

இறந்துவிட்டாளா? அவளது இறப்புச் சான்றிதழ் வெளிவந்திருக்கிறதா என்று சந்தேகத்தோடு கேட்டார்கள் மக்கள்.

இறுதிவரை புதிராகவே இருந்திருக்கிறார். இருபது பெயர்கள் வைத்துக்கொண்டிருக்கிறார். தனக்குத் தானே பேசிக்கொள்வார். அவருக்கு மட்டும் சில 'காட்சிகள்' தெரியும். 'குரல்கள்' கேட்கும். புன்னகைப்பார். சீறுவார். அழுவார். பெரும் பணி இருக்கிறது, தோழிகளே வாருங்கள் என்பார். எழுதுவார். கிழித்தெறிவார். கருவியை வெளியில் எடுக்கமுடியாமல் திணறுவார். இன்று ஸ்கம் ஒரு தனித்துவமான பெண்ணியப் படைப்பாக ஏற்றுக்கொள்ளப் பட்டிருக்கிறது. பெண்களின் அறிவார்ந்த வரலாறு எழுதப்படும் போது ஸ்கம்மை நீங்கள் குறிப்பிட்டாகவேண்டும் என்றார் பிரெஞ்சு தத்துவவியலாளர் தெரிதா.

ஆற்றல்மிக்க ஒரு பெண்ணின் கோபத்தை, வெறுப்பை, குமைச்சலை, அழுத்தத்தை ஸ்கம் சுமந்துநிற்கிறது. வலேரியிடம் அளவுகடந்த வெறுப்பு இருந்தது, அளவுகடந்த நேசமும் இருந்தது. அவரே ஓரிடத்தில் சொல்கிறார். 'நான் ஆண்களை ஏன் வெறுக்கிறேன் என்று கேட்கிறீர்கள். நான் பெண்களை உயிருக்குயிராக நேசிக்கிறேனே! என்ன செய்வது?'

30. பெண்களுக்கான பொற்காலம் எது?

'அடடா, என்ன இருந்தாலும் பழங்காலம் போல் வருமா! பெண்களுக்கான பொற்காலமாக அல்லவா அது இருந்தது? உலக நாகரிகங்கள் எல்லாவற்றையும் எடுத்து வைத்துக்கொண்டு ஒப்பிட்டுப் பாருங்கள், அப்போது தெரியும் நம் பாரதத்தின் மேன்மை. பெண்களை கடவுளாக மதித்து, வழிபட்ட புண்ணிய மண் இது. சமஸ்கிருத புனித நூல்களையும் சாஸ்திரங்களையும் காவியங் களையும் எடுத்துப் பாருங்கள். பெண்கள் எப்படியெல்லாம் கொண்டாடப்பட்டிருக்கிறார்கள் என்று தெரியும். பிற்காலத்தில் அந்நியர்கள் உள்ளே நுழைந்து படையெடுப்புகள் நடத்தி எல்லா வற்றையும் கெடுத்துவிட்டார்கள். அது மட்டும் நடக்காமல் போயிருந்தால் அந்தப் பொற்காலம் இன்றுவரை உயிர்த்திருக்கும். என்ன செய்வது, நாம் கொடுத்து வைத்தது அவ்வளவுதான்.'

இப்படியொரு சித்திரம் உருவானதற்கு நாம் மட்டுமல்ல, பிரிட்டிஷ் ஆட்சியாளர்களும் அதிகாரிகளும்கூட ஒரு வகையில் காரணமாக இருந்திருக்கிறார்கள். வேதங்களையும் உபநிஷத்துகளையும் அபிக்ஞான சாகுந்தலத்தையும் இன்னபிற சமஸ்கிருத, பாலி மொழிப் பதிவுகளையும் கண்டெடுத்து மொழிபெயர்த்த அவர்கள், ஆஹா இதுவன்றோ அற்புத தேசம் என்று இந்தியாவைக் கொண்டாடித் தீர்த்தார்கள். கிரேக்கம் அல்ல, இந்தியாவே உலக நாகரிகங்களுக் கெல்லாம் தாய்; லத்தீன் அல்ல சமஸ்கிருதமே உயர்ந்த மொழி என்று ஆர்ப்பரித்தார்கள்.

இதே சமஸ்கிருதப் பதிவுகளின் அடிப்படையில் இன்னொரு தரப்பினர் இந்தியா பிற்போக்கான தேசம், மூடநம்பிக்கைகளைக் கொண்டிருக்கும் தேசம், நாகரிகமற்ற தேசம் என்னும் முடிவுக்கு வந்து சேர்ந்தனர். இவர்களுக்குப் பதிலடி கொடுக்க தேசியவாத உணர்வு கொண்ட இந்தியர்கள் வெகுண்டெழுந்து, 'பாரதத்தின்

பழம்பெருமை தெரியுமா உங்களுக்கு?' என்று ஒரு பொற்காலத்தைக் கடந்த காலத்தில் கட்டமைக்க ஆரம்பித்தனர். மொத்தத்தில் இந்தியர்களும் பிரிட்டிஷாரும் போட்டிப்போட்டு உருவாக்கிய சித்திரம் இது.

ஆனால் உண்மை என்ன? ஒரே பதிவுகளைக் கொண்டு இரண்டு எதிரெதிர் தீர்ப்புகள் வழங்கப்பட்டது எப்படி? உண்மையிலேயே நம் கடந்தகாலம் எப்படி இருந்தது? பெண்களுக்கான பொற்காலம் என்று அதனை அழைக்கமுடியுமா? உமா சக்கரவர்த்தி, கும்கும் ராய், ரொமிலா தாப்பர் மூவரும் மேற்கொண்ட ஆய்வுகள் இந்த இரண்டு தீர்ப்புகளையும் நிராகரித்து மிதமான, நடைமுறை சாத்தியமுள்ள ஒரு சித்திரத்தை நமக்கு வழங்குகிறது. இதே வேதங்களை, இதே சாஸ்திரங்களை, இதே காவியங்களைக் கொண்டு இந்த மூவரும் முன்வைக்கும் வாதங்கள் சிலவற்றைப் பார்ப்போம்.

ஆண்களுக்குச் சமமாகப் பெண்கள் வரலாற்றில் எந்தக் காலத்திலும் நடத்தப்பட்டதில்லை. ஓர் அரசர் தன் ஆட்சிக்கு உட்பட்ட பிரதேசத்தைச் சேர்ந்த எந்தவொரு பெண் மீதும் காதல் வயப்படலாம். அரண்மனைக்கு அழைத்துக்கொண்டு செல்லலாம். அரசர் விரும்பி விட்டார் என்பதற்காகத் தன் மனைவியை அவருக்கு அன்பளிப்பாக அளித்த கணவன்கள் இருந்திருக்கிறார்கள். அதிகாரத்தின் கீழ்நிலை யில் இருக்கும் ஒரு கிராமத் தலைவனும் தன் கட்டுப்பாட்டின் கீழுள்ள பெண்களை இதேபோல் அபகரித்துக்கொள்ளமுடியும்.

பெண்கள் சொத்து வைத்துக்கொள்ள அனுமதிக்கப்படவில்லை. மாறாக, பெண்ணைச் சொத்தாகக் கருதும் போக்கு இருந்திருக்கிறது. நகைகள், நிலம், ஆபரணங்கள், கால்நடைகள் ஆகியவற்றோடு பெண்களும் சொத்துகளாகப் பட்டியலிடப்பட்டிருக்கிறார்கள்.

வீட்டுப் பெண்களே அதிகம் என்றாலும் பல்வேறு தொழில்களில் ஈடுபடும் பெண்களைப் பற்றிய குறிப்புகள் சமஸ்கிருதப் பதிவுகள், புத்த ஜாதகக் கதைகள், சங்க இலக்கியம் ஆகியவற்றில் இடம் பெற்றுள்ளன. மட்பாண்டம், கைவினைப் பொருள்கள் உருவாக்கி யிருக்கிறார்கள். வேளாண் கூலிகளாக இருந்திருக்கிறார்கள். ஆனால் இதே தொழில்களை மேற்கொள்ளும் ஆண்களைக் காட்டிலும் பெண்களுக்குக் குறைவான ஊதியமே அளிக்கப்பட்டிருக்கிறது. குறைவான அங்கீகாரமும். சமூகத்தில் உயர்ந்த இடத்தைப் பிடித்த வணிகம், வட்டித் தொழில் ஆகியவற்றில் பெண்கள் அனுமதிக்கப் படவில்லை.

பாலியல் தொழில் நகர வாழ்வோடு பின்னிப் பிணைந்திருந்தது. இதில் ஈடுபடும் பெண்களை அரசு கவனமாகக் கண்காணித்து,

கட்டுப்பாட்டில் வைத்துக்கொள்ளவேண்டும் என்கிறது அர்த்தசாஸ்திரம். பாலியல் நாட்டம் கொண்ட ஓர் ஆண் எத்தகைய பெண்களையெல்லாம் அணுகலாம் என்பதை காமசூத்திரம் விவரிக்கிறது. வீட்டு வேலை செய்யும் பெண்கள், அடிமைகள், மக்களை மகிழ்விக்கும் கலைஞர்கள், 'தவறிழைத்த' அல்லது குற்றச் செயல்களில் ஈடுபட்ட பெண்கள், தங்களுடைய உருவத் தோற்றத்துக்கு முக்கியத்துவம் கொடுத்து அலங்கரித்துக்கொள்ளும் பெண்கள் ஆகியோரை இந்தப் பட்டியலில் வாத்சாயனார் சேர்க்கிறார்.

சமஸ்கிருத காவியமான மிருச்சகடிகத்தின் மையப் பாத்திரமான வசந்தசேனை நடனப் பெண்ணாகவும் கணிகையராகவும் இருக்கிறார். அவளிடமிருந்த செல்வம் விரிவாக விவரிக்கப்பட்டிருப்பதை வைத்துப் பார்க்கும்போது குடும்பப் பெண்களைக் காட்டிலும் நடனப் பெண்கள் சொத்துரிமை பெற்றவர்களாக இருந்தது தெரிகிறது. ஒப்பீட்டளவில் அவர்கள் சுதந்தரமானவர்களாகவும் காட்சியளிக் கிறார்கள். இதே மிருச்சகடிகத்தில் அடிமைப் பெண்கள் பற்றிய குறிப்புகளையும் பார்க்கமுடிகிறது.

சமூகத்தின் அடிப்படை, குடும்பம் (கிரஹம்). குடும்பத்தின் தலைவர், கிரஹபதி. சொத்துகளையும் இல்லத்திலுள்ள பெண்களையும் நிர்வகிக்கும் பொறுப்பு கிரஹபதியைச் சேரும். குடும்பம், வர்ணம், சாதி ஆகிய அமைப்புகள் பெண்களை மையப்படுத்தி இயங்கிவந்தன. பெண்கள் ஒழுக்கமாக இருக்கும்வரை இந்த அமைப்புகள் சரியாக இயங்கும். அவர்கள் தவறிழைத்தால் அது அமைப்பைப் பாதிக்கும். ஓர் ஆண் தன் பிறப்பை, குலத்தை, ஆத்மாவை, தர்மத்தைக் காக்க வேண்டுமானால் பெண்களைத் தன் கட்டுப்பாட்டில் வைத்திருக்க வேண்டும் என்கிறது மனுஸ்மிருதி.

கன்னியாதானம் மூலம் பிறந்த வீட்டிலிருந்து புகுந்த வீட்டுக்குச் செல்லும் பெண் கிரஹபதியின் மாண்பைக் கவனத்தோடு காக்க வேண்டும். சடங்குகள், மரபுகள், கட்டுப்பாடுகள் அனைத்தையும் கடைபிடிக்கவேண்டும். நம்முடைய நடத்தை குடும்பத்தை மட்டுமல்ல, சமூகத்தையே பாதிக்கும் என்பதை அவள் நினைவில் வைத்திருக்கவேண்டும். ஒரு நல்ல பதிவிரதையாக ஏற்கப்படுவதைக் காட்டிலும் உயர்வான அங்கீகாரம் அவளுக்கு வேறில்லை.

இந்த விதிமுறைகளை உன் மனைவி ஒழுங்காகப் பேணுகிறாளா என்பதை அவ்வப்போது கண்காணிப்பது கணவனின் கடமையாகிறது. உன் நிலத்தைப் பாதுகாப்பதுபோல் உன் வீட்டுப் பெண்ணைப் பாதுகாக்கவேண்டும். உன் குழந்தையை உலகுக்குக் கொண்டுவந்து சேர்க்கும் வாகனம் அவள். உன் சுத்தமான குருதியை மட்டுமே அந்தப்

பாத்திரம் தாங்கியிருக்கவேண்டும் என்பதில் நீ கவனமாக இருக்க வேண்டும். உன்னுடைய குலம் தூய்மையாக இருக்கவேண்டியது அவசியம். பெண்களை நம்பமுடியாது. அவர்கள் சஞ்சல மனம் படைத்தவர்கள். அவர்களிடம் எந்த ஆயுதமும் இல்லையே என்று நினைக்காதே. அழகே அவர்களுக்கொரு ஆயுதம்தான். உன் மனைவிக்கு ரகசியக் காதலன் இருக்கிறானா என்பதைக் கண்டுபிடி. அப்படி ஒருவன் இருந்தால் அவனால் உன் உயிருக்கே ஆபத்து நேர்ந்துவிடும் என்று மனுஸ்மிருதிக்கு எழுதப்பட்ட ஓர் உரை எச்சரிக்கிறது.

கர்ப்பிணிப் பெண்களைப் பாதுகாக்க பல ஆலோசனைகளை மனுஸ்மிருதி அளிக்கிறது. ஒரு கர்ப்பிணியிடமிருந்து சுங்க வரி வசூலிக்கக்கூடாது. பயணக் கட்டணம் வசூலிக்கக்கூடாது. அவரிடமிருந்து மட்டுமல்ல, உதவிக்காக அவருடன் வருபவர்களிட மிருந்தும். ஒரு கர்ப்பிணி தவறிழைத்தால் அபராதம் விதிக்கக்கூடாது. கைது செய்யவோ சித்திரவதை செய்யவோ கூடாது. கொலைக்குற்றம் செய்தாலும் தண்டிக்கக்கூடாது. என்ன இருந்தாலும் அவள் நம் வாரிசைக் கொண்டுவருபவள். நம் குலம் தொடர உதவும் முக்கியமான கருவியல்லவா?

குழந்தை என்றால் ஆண் குழந்தை. பெண் குழந்தை இருக்கும் வீடு, 'ஆண் குழந்தையில்லா வீடு' என்று அழைக்கப்பட்டது. எந்த வீட்டில் ஆண்களே இல்லையோ அந்த வீட்டில் திருமண தொடர்புகள் வைத்துக்கொள்ளக்கூடாது என்று அறிவுறுத்தப்பட்டது. எனக்கு வீரமிக்க ஆண் குழந்தை வேண்டும் அல்லது என் எதிரிக்கு வீரமிக்க ஆண் குழந்தை பிறக்கக்கூடாது ஆகியன வேண்டுதல்களாக இருந்தன.

காளிதாசரின் விக்ரமோர்வஸ்யம் என்னும் காவியத்தில் புரூரவனின் காலில் ஊர்வசி பலமுறை விழுந்து வணங்குகிறார். இது இயல்பானது என்பதால் போகிற போக்கில் காளிதாசர் இதனைக் குறிப்பிட்டிருப்பார். விதிவிலக்காக ஓரிடத்தில் கோபமுற்றிருக்கும் ஊர்வசியைச் சமாதானப்படுத்த புரூரவன் அவள் கால்களைத் தொட்டு வணங்குகிறான். இந்நிகழ்வு அசாதாரணமானது என்பதால் உணர்ச்சிப்பூர்வமாக காளிதாசர் இதனை விவரித்திருப்பார். நடக்கக்கூடாத ஒன்று நடந்துவிட்ட உணர்வை ஏற்படுத்தியிருப்பார்.

ஊர்வசி எத்தனை முறை தன் கணவனை வணங்கினாலும் அதனால் எந்த மாற்றமும் காவியத்தில் நிகழ்ந்துவிடவில்லை. ஆனால் ஒரேயொருமுறை புரூரவன் வணங்கியதைத் தொடர்ந்த ஊர்வசி தன்னுடைய கோபத்தைக் கைவிட்டுவிட்டு இனி நான் இவ்வாறு இருக்கமாட்டேன்; ஒரு நல்ல மனைவியாக அடங்கியிருப்பேன் என்று

புரூரவனிடம் விண்ணப்பித்துக்கொள்கிறாள். இதே உத்தியை காளிதாசர் தன்னுடைய மற்றொரு காவியமான மாளவிகாக்கினிமித்திரத்திலும் கையாண்டிருப்பார். அரசர் தன் காலைத் தொட்டு வணங்கியதைத் தொடர்ந்து ஐராவதியிடம் பெரும் மனமாற்றம் ஏற்படுகிறது. ஒரு பெண் கோபம் கொள்வது தவறு; கணவனைப் பகைத்துக்கொள்வது அதைவிடவும் தவறு; சாதாரணப் பெண்ணாக இருந்தாலும் சரி அரசியாக இருந்தாலும் சரி விட்டுக்கொடுத்துப் போவதே தன்னைப் போன்ற பெண்ணுக்கு அழகு என்பதை ஐராவதி உணர்ந்து திருந்துகிறார்.

பொதுவாக காவியங்களில் சமஸ்கிருதம், பாலி ஆகிய இரு மொழிகளும் கலந்தே இருக்கும். ஆனால் அதில் ஒரு கணக்கு இருக்கிறது. அரசர்கள், அமைச்சர்கள், பிராமணர்கள், வணிகர்கள் உள்ளிட்டவர்கள் பெரும்பாலும் சமஸ்கிருதத்திலும் பணியாளர்கள், பெண்கள் ஆகியோர் பாலி மொழியிலும் உரையாடுவது வழக்கம். இந்த விதி தளர்த்தப்பட்டிருக்கிறது என்றாலும் உயர்மொழி ஆணுக்கு, கீழ்மொழி பெண்ணுக்கு என்பதே ஒப்புக்கொள்ளப்பட்ட பொது மரபாக இருந்திருக்கிறது. ஆண்களிலேயே கீழ்ச்சாதியினருக்கு உயர் மொழி அளிக்கப்படவில்லை. அதே சமயம் ஒரு பெண் உயர் குடியைச் சேர்ந்தவராக இருந்தாலும் காவியத்தில் அவர் பாலியே பேசினார். பெண் கடவுள், அப்சரஸ் ஆகியோருக்கும் இது பொருந்தும்.

இன்னும் ஏராளமான எடுத்துக்காட்டுகளின் அடிப்படையில் மூன்று வரலாற்றாசிரியர்களும் வந்தடைந்த முடிவு இதுதான். ‘நமக்குக் கிடைத்திருக்கும் பதிவுகளின் அடிப்படையில் பார்க்கும்போது பெண்களுக்குப் பொற்காலம் என்றொன்று எந்தக் காலத்திலும் இருந்ததில்லை என்பது தெரிகிறது. பொற்காலம் என்னும் கருத்தே தவறானது. வேத காலம், குப்தர் காலம், மௌரியர் காலம் என்று தொடங்கி இன்றுவரை எல்லாக் காலகட்டங்களிலும் பெண்கள் இரண்டாம் பாலினமாகவே கருதப்பட்டிருக்கிறார்கள். அரசியல் காரணங்களுக்காக ஒரு பொற்காலத்தை நாம் உருவாக்கிக் கொள்ளலாம். ஆனால் அது வரலாற்று உண்மை ஆகிவிடாது! நாம் எவ்வளவு வளர்ந்திருக்கிறோம் அல்லது வளரவில்லை என்பதையும் எவ்வளவு மாறியிருக்கிறோம், மாறவில்லை என்பதையும் கடந்தகாலப் பதிவுகள் நமக்கு உணர்த்துகின்றன.’

31. சிலந்திகள், வெளவால்கள், ஆண்கள்

முற்றிலும் புதிய பேட்மேனை முற்றிலும் புதிய முறையில் அறிமுகப் படுத்தியவர் கிறிஸ்டோஃபர் நோலன். காமிக்ஸ் வரலாற்றில் ஒரு சூப்பர் ஹீரோவை ரத்தமும் சதையுமுள்ள ஒரு மனிதனாகத் திரையில் காட்சிப்படுத்தியவர் நோலன்தான். பறந்தோமோ, சண்டை இட்டோமோ, வென்றோமோ என்றில்லாமல் 'தீமை என்றால் என்ன? இந்த உலகம் ஏன் ஆபத்தானதாக இருக்கிறது? ஏன் மனிதர்கள் சுயநலன் மிக்கவர்களாக இருக்கிறார்கள்? கடமை என்பது என்ன? தேடல் என்றால் என்ன?' என்றெல்லாம் ஓர் அரசியல் தத்துவப் பேராசிரியர் போல் பேட்மேன் ஆராய்வது புதிதானது மட்டுமல்ல, சுவையானதும்கூட.

அசாதாரணமான செயல்களை அசாதாரணமானவர்கள் நிகழ்த்து வதில்லை. சூழலே சாமானியர்களை அவ்வாறு உருமாற்றுகிறது என்னும் கருத்து அழுத்தமாக வலியுறுத்தப்படும்போது, கார்ல் மார்க்ஸை யார் படித்தது, நோலனா அல்லது பேட்மேனா என்னும் சந்தேகம்கூட எழுந்துவிடுகிறது. ஆனால் பேட்மேனின் (புரூஸ் வெய்ன்) காதலி ரேச்சல் டாஸைப் பார்க்கும்போது அந்தச் சந்தேகம் சட்டென்று மறைந்துவிடுகிறது. சிக்மண்ட் ஃபிராய்ட் பொறாமைப்படும் அளவுக்கு பேட்மேனின் ஆழ்மனதை அகழ்வாராய்ச்சி செய்யும் நோலன் மிகவும் தட்டையாக ரேச்சலை உருவாக்கியிருக்கிறார். ஆழ்மனதை விடுங்கள், மனம் என்றொன்று ரேச்சலுக்கு உண்டா என்று சந்தேகிக்கும் அளவுக்கு ஒரு பொம்மையைப்போல் அவர் வந்து போகிறார். இத்தனை பிரமாண்டமான ஒரு படத்தில் ரேச்சல் மட்டும் ஏன் அட்டைப் பெட்டிபோல் தோற்றமளிக்கவேண்டும்?

தீமையை அழித்து நன்மையை நிலைநாட்டுவதற்காக நிஜமாகவே வானத்திலிருந்து குதித்த கடவுள், தோர். நார்டிக் தொன்மக் கதைகளில் இடம்பெற்றிருக்கும் இந்தக் கதாபாத்திரம் காமிக்ஸ் உலகிலும்

திரைப்படத்திலும் மிகப் பிரபலம். கையில் பெரிய சுத்தியலோடு (அதைக் கொண்டு ஒரு தட்டு தட்டினால் மலை பொடியாகிவிடும்) வந்து விழும் இந்த விசித்திரக் கடவுளைக் காப்பாற்றி மீட்டெடுக்கிறார் ஜேன் ஃபோஸ்டர். இவர் அடிப்படையில் ஓர் இயற்பியல் ஆய்வாளர் என்பதால் தோர் வசித்துவந்த கிரகம் குறித்துத் தெரிந்துகொள்வதில் ஆர்வம் காட்டுகிறார். இந்த ஆர்வம் தோர் மீதான காதலாக மலர்கிறது. சுதாரித்து எழுந்ததும் தோர் பறந்து பறந்து எதிரிகளை அழிக்க ஆரம்பிக்கிறார். அதற்குப் பிறகு அது கடவுளின் படம். ஜேனுக்கு இடமில்லை.

க்வென் ஸ்டேஸி எப்போதும் வகுப்பில் முதல் இடம் பிடிப்பவர். பரிவோடு நடந்துகொள்பவர். உடல் வலுவற்ற ஒரு மாணவர் சக மாணவர்களால் கிண்டலடிக்கப்பட்டால், தாக்கப்பட்டால் பாதிக்கப் பட்ட மாணவருக்குச் சார்பாக நின்று குரல் கொடுக்கக்கூடியவர். தன்னுடைய காதலன் பீட்டர் பார்க்கராக இருக்கும்போதும் சரி, ஸ்பைடர்மேனான மாறிய பிறகும் சரி அவனுடைய தேவைகளைப் புரிந்துகொண்டு, ஆதரவாக நடந்துகொள்பவர். ஸ்பைடர்மேன் அற்புத சக்தி கொண்டவன் என்றாலும் வில்லனை அழிக்கும் பெரும் பணியில் அவனுக்குத் தன்னாலான உதவிகளைச் செய்யமுடியுமா என்று பார்க்கக்கூடியவர்.

ஸ்டேஸியின் அப்பாவோ தனது துடிப்பான மகளைப் பொத்திப் பொத்திப் பாதுகாக்கிறார். ஆபத்தான பணிகளில் ஈடுபடும் நீ என் மகளை மணந்துகொள்ளக்கூடாது என்று தான் இறப்பதற்கு முன்னால் ஸ்பைடர்மேனிடம் வேண்டுகோளும் வைக்கிறார். ஸ்பைடர்மேனும் இதற்கு ஒப்புக்கொள்கிறார். ஸ்டேஸியிடமிருந்து அவர் காதல் பறிக்கப்படுகிறது. துணிச்சல் இருந்தும், புத்திசாலியாக இருந்தும் ஸ்டேஸியால் தன் அப்பாவிடம் தன் தரப்பை வலுவாக எடுத்து வைக்கமுடியவில்லை.

அப்பா, நான் எங்கு போனாலும் நீ உடன் வரத் தேவையில்லை. ஐயோ விழுந்துவிட்டால் என்னாகும் என்று ஒரு குழந்தையை நடக்கவிடாமல் வைத்திருப்பாயா? ஆபத்துகள் தெருவில் மட்டுமல்ல, வீட்டுக்குள் ளிலிருந்தும் வரலாம். என் கை விரல்களைப் பிடித்துக்கொண்டு நான் செல்லும் இடமெல்லாம் உன்னால் வரமுடியாது அப்பா. தவிரவும், துப்பாக்கி இருந்தும், பெரிய கேப்டனாக இருந்தும், காவல்துறையே உன் கட்டுப்பாட்டின்கீழ் இருந்தாலும் நீயும் இறுதியில் ஆபத்தைச் சந்திக்கத்தான் நேர்ந்தது இல்லையா? உன்னையும் ஒருவன் கொல்லத்தான் செய்தான் இல்லையா?

அனுமதித்திருந்தால் தன் காதலனிடமும் ஸ்டேஸி திடமாகப் பேசியிருப்பார். இதோ பார், பீட்டர். உன்னைப்போல் என்னைச் சிலந்தி எதுவும் கடிக்கவில்லை என்றாலும் என்னிடம் இயல்பாகவே வலுவும் துணிச்சலும் இருக்கிறது. என்னை அள்ளியெடுத்து உன் கரங்களுக்குள் வைத்து அழுத்தி, இதைப் பத்திரமாகப் பார்த்துக்கொள் என்று அப்பா சொல்ல நான் ஒன்றும் பொம்மையல்ல. சரி, பார்த்துக் கொள்கிறேன் என்று வாக்குறுதி கொடுக்க நீ என் உடைமையாளனும் அல்ல. அப்படி உன்னை நீயே நியமித்துக்கொள்ள வேண்டிய அவசியமும் இல்லை. உன் தோளைப் பற்றிக்கொள்ளவும் உன் விரல்களைப் பிடித்துக்கொள்ளவும் நான் விரும்புகிறேன் என்பதற்காக என்னைப் பலவீனமானவள் என்று நினைத்துவிடாதே! என் காதலை ஏற்கவேண்டுமா நிராகரிக்கவேண்டுமா என்பதை முடிவு செய்யும் உரிமை உனக்கிருக்கிறது. ஆனால் உன்மீதான என் காதலை எனக்காக நீ தியாகம் செய்வதை எந்தத் தர்க்கத்தின் பெயராலும் அனுமதிக்கமுடியாது. என்னைத் துறந்தால்தான் உலகைக் காக்க முடியும் என்று யார் சொல்லிக்கொடுத்தது உனக்கு?

காமிக்ஸை முன்வைத்து இப்படியெல்லாம்கூட விவாதிக்கமுடியும் என்பதே சமீபத்திய கண்டுபிடிப்புதான். அறுபதுகளிலும் எழுபது களிலும் அமெரிக்காவில் எழுந்த பெண்ணிய அலைகள்தான் இந்த மாற்றத்துக்கு முக்கியக் காரணம் என்கிறார்கள் துறை சார்ந்த ஆய்வாளர்கள். பெண்கள் ஏன் இரண்டாம் குடிமக்களாக நடத்தப் படுகிறார்கள்? ஏன் வேலையிடங்களில் பெண்களைக் காணமுடிய வில்லை? அப்படியே அரிதாகக் கண்டாலும் அவர்களுக்கு ஏன் ஆண்களுக்குச் சமமாக ஊதியம் வழங்கப்படுவதில்லை? பெண்கள் மீதான பாலியல் குற்றங்கள் ஏன் பொருட்படுத்தப்படுவதில்லை? பெண்களுக்குச் சாதகமாகச் சட்டவிதிகள் ஏன் திருத்தப்படக் கூடாது? சமூகத்தில் ஆண்களுக்கு நிகரான இடத்தைப் பெண்களுக்குப் பெற்றுக்கொடுக்கவேண்டி ஒலித்த லிபரல், பெண்ணியக் குரல்கள் எழுப்பிய கேள்விகள் சமூகத்தின் மூலை, முடுக்குகளிலெல்லாம் பரவி எதிரொலித்தது.

அதன் விளைவாகக் கலைப் படைப்புகளில் பெண்கள் சித்திரிக்கப் படும் விதம் கேள்விக்கு உட்படுத்தப்பட்டது. காமிக்ஸ் உலகமும் இதிலிருந்து தப்பவில்லை. அரைகுறை ஆடை அணிந்து கொண்டு ஆண்களை மயக்குவதற்கும் ஐயோ என்னைக் காப்பாற்றுங்கள் என்று பரிதாபமாக அலறுவதற்கும் மட்டுமே உங்களுக்குப் பெண் கதாபாத்திரங்கள் தேவைப்படுகின்றனவா? அபூர்வமாக வந்து போகும் அந்தப் பெண்களும்கூட 'அழகிகளாகத்தான்' இருந்தாக வேண்டுமா? வில்லனைத் துரத்தும் சூப்பர் ஹீரோவைத் துரத்திச் சென்று காதலிப்பதுதான் ஒரு பெண்ணின் உன்னதமான லட்சியமா?

வீட்டிலும் பொதுவெளியிலும் மட்டுமல்ல பல மில்லியன் பேர் வாசிக்கும் காமிக்ஸ்களிலும் பெண்கள் கண்ணியமாக நடத்தப்பட வேண்டும் என்று வலியுறுத்த விரும்புகிறோம். உடைமையாக, கவர்ச்சிப் பண்டமாக, பயன்படுத்திவிட்டுத் தூக்கியெறியும் பிளாஸ்டிக் பொருளாக ஒரு பெண் சித்திரிக்கப்பட்டால் அந்தச் சித்திரிப்பு தவறானது என்பதைச் சுட்டிக்காட்டும் உரிமை எங்களுக்கு இருக்கிறது. இந்தச் சமூகத்தில்தான் நீங்கள் இயங்கியாகவேண்டும் என்னும் போது, இந்தச் சமூகத்தில்தான் உங்கள் பிழைப்பு நடக்கிறது என்னும் போது, இந்தச் சமூகத்தோடு சேர்ந்து நீங்களும் ஏன் மாற முயற்சிக்கக் கூடாது? எல்லாம் தெரிந்த உங்கள் சூப்பர் ஹீரோக்களுக்கும் ஏன் இந்த எளிய உண்மையை நீங்கள் கற்றுக்கொடுக்கக்கூடாது?

ஆரம்பத்தில் அவர்கள் கண்டுகொள்ளவில்லை. மாறவோ மாற்றிக் கொள்ளவோ விரும்பவில்லை. ஆனால் ஆண்களால், ஆண்களுக்காக என்றொரு துறை இனியும் இந்த உலகில் தழைத்திருக்கப் போவதில்லை என்பது தெரிந்ததும், சந்தை நலனுக்காகக் கொஞ்சம் கொஞ்சம் மாறத் தொடங்கினார்கள். பெண் கதாபாத்திரங்களை ஓரளவு நாகரிகமாக உருவாக்கத் தொடங்கினார்கள். பெண்களுக்கும் கொஞ்சம் உரையாடல்களைக் கொடுத்தார்கள். அவர்களுக்கும் கதையில் ஓர் ஓரமாக இடம் கொடுக்கப்பட்டது. 'அழகிகளுக்கு' மத்தியில் ரேச்சல்களும் ஸ்டேஸிகளும் உருவாகத் தொடங்கினார் க்ள். மேலே கண்டதுபோல் இவர்களுடைய உருவாக்கங்களிலும் பிரச்னை கள் இருக்கத்தான் செய்கின்றன என்றாலும் முந்தைய காலங்களோடு ஒப்பிடும்போது நிலைமை மாறியிருக்கிறது என்றுதான் சொல்ல வேண்டியிருக்கிறது. இல்லாவிட்டால், அவர்கள் சுயமாகவே சிந்தித்து, தவறுகளை உணர்ந்து, திருந்தி, ஒரு வொண்டர் உமனை உருவாக்கிக் கொடுத்திருப்பார்கள் என்றா நினைக்கிறீர்கள்? ஏன் உங்கள் சிலந்தி ஓர் ஆணைத் தேடிப் பிடித்துக் கடிக்கவேண்டும் என்றொரு கேள்வியை அவர்களை நோக்கி வீசவேண்டியிருக்கிறது. அந்தக் கேள்வி அவர்களைக் கடிக்கும்வரை காத்திருக்க வேண்டியிருக்கிறது.

ஆம், இன்னமும் மாறவேண்டியது மிக மிக அதிகம். கிறிஸ்டோஃபர் நோலன் தொடங்கி வொண்டர் உமன்வரை போதாமைகள் நீடிக்கத்தான் செய்கின்றன. தொடர்ந்து உன்னிப்பாகக் கவனித்து, தொடர்ந்து கூர்மையான கேள்விகளை எழுப்பி, தொடர்ந்து போராடினால் மட்டுமே இந்தப் போதாமைகளைக் களையமுடியும். தலைகீழாகத் தொங்கிக்கொண்டிருக்கும் வௌவால்களைத் தட்டியெழுப்பி, இதுதான் உலகம் நிமிர்ந்து நேராகப் பார் என்று சொல்வது எளிதல்ல. அதைச் செய்ய ஒரு பெரிய வொண்டர் உமன் படையே தேவை.

32. உடலின் பாடல், பாடலின் உடல்

மத்தியப் பிரதேசத்திலுள்ள மால்வாவில் அமைந்துள்ள சிறிய கிராமம் அது. அடர்ந்த இருள். பிரகலாத் திபன்யா குழுவினர் மேடையில் அமர்ந்து பாடிக்கொண்டிருந்தனர். முதியோர்களும் ஆண்களும் பெண்களுமாக நூற்றுக்கணக்கானவர்கள் மைதானத்தில் திரண்டிருந்தனர். கால் வலிக்கும்போதெல்லாம் மடக்கிக்கொண்டும் நீட்டிக்கொண்டும் அல்லது அப்படியே மணலில் படுத்துக்கொண்டும் கிடந்தார்களே தவிர ஒருவரும் இடத்தைவிட்டு அகலவில்லை. கையோடு கொண்டுவந்திருந்த பொட்டலத்தைப் பிரித்து சிலர் சப்பாத்தியைப் பிய்த்துத் தின்ன ஆரம்பித்தனர். நல்ல குளிர் என்பதால் கிட்டத்தட்ட அனைவருமே போர்வையால் உடலைச் சுற்றியிருந்தனர். குழந்தைகள் உறங்க ஆரம்பித்துவிட்டனர். வானத்தில் நட்சத்திரங்கள் மின்னிக்கொண்டிருக்க, பிரகலாத் தனது இறுதிப் பாடலைப் பாடி ஐந்து மணி நேர நிகழ்ச்சியை முடித்துவைத்தார்.

மந்திரத்தை உச்சரிக்க கிளி போதும் / வேதத்தை மைனா இசைக்கும் / ஒரே களிமண்ணின் படைப்புகள்தான் அனைத்தும் /அந்தக் களிமண்ணில் நாம் அனைவரும் இணைகிறோம்.

பிரகலாத் குழுவினரை வழியனுப்பி வைக்கும்போதுதான் அதிலொரு பெண் இருந்ததையே பலர் கவனித்தனர். அதுவும் வயதான, வெளிநாட்டுப் பெண். வியப்பை அடக்கமுடியாமல் ஒருவர் கேட்டேவிட்டார். 'அம்மா நீங்கள் யார்? நீங்களும் மேடையில் இருந்தீர்களா? நான் கவனிக்கவேயில்லையே!' ஆமாம் என்று புன்னகைத்தபடியே தன் கைகளை நீட்டினார் லிண்டா ஹெஸ். 'நான் அமெரிக்காவில் பேராசிரியராக இருக்கிறேன். கபீர் குறித்து ஆய்வு செய்துகொண்டிருக்கிறேன். பிரகலாத்ஜியிடமிருந்து சில பாடல் களைக் கற்றுக்கொண்டிருக்கிறேன்.' ஆச்சரியமாக இருக்கிறது. கபீரை ஏன் உங்களுக்குப் பிடித்திருக்கிறது? அவரை எப்படி ஆய்வு

செய்யப்போகிறீர்கள்? அவரைப் பற்றி என்ன புதிதாக கண்டுபிடித்து விடமுடியும் என்று நினைக்கிறீர்கள்? ‘தெரியவில்லை. ஏனோ கபீர் எனக்குள் கலந்துவிட்டதைப்போல் உணர்கிறேன்.’

மேற்கத்திய உலகம் கபீர் குறித்துத் தெரிந்துகொண்டது குறிப்பாக மூன்று வழிகளில். சீக்கியர்களின் புனித நூலான, ஆதி கிரந்தத்தில் கபீரின் நூற்றுக்கணக்கான பாடல்கள் இடம்பெற்றிருக்கின்றன. இரண்டாவதாக, கபீரைப் பின்பற்றிவரும் கபீர் பந்த் என்னும் பிரிவு (இது 17ம் நூற்றாண்டில் தொடங்கப்பட்டது என்கிறார்கள்) ‘பிஜக்’ என்னும் தலைப்பில் கபீரின் பாடல்களைத் திரட்டியுள்ளன. இந்த இரண்டும் முழுமையானவை அல்ல; கபீர் வாழ்ந்த 15ம் நூற்றாண்டைச் சேர்ந்த பாடல்கள் பல விடுபட்டுள்ளன என்று சொல்லி கபீர் கிரந்தாவளி என்னும் தொகுப்பை ராஜஸ்தானிலுள்ள மற்றொரு கபீர் அமைப்பு 1928ல் வெளியிட்டது. ஆனால் இவர்கள் தொகுத்த பல பாடல்கள் 16ம் நூற்றாண்டைச் சேர்ந்தவையல்ல என்பது பின்னர் கண்டறியப்பட்டது. இவை போக, மூலைக்கு மூலை கபீர் பதிப்புகள் குவிந்துகிடந்தன.

கபீரை ஆங்கிலத்தில் மொழிபெயர்க்க விரும்பிய லிண்டா ஹெஸ் எதிர்கொண்ட முதல் சவால், கபீரின் பாடல்களைக் கொண்டிருக்கும் அதிகாரபூர்வமான புத்தகம் எது என்பதைக் கண்டறிவதுதான். என் உடல் யாருக்குச் சொந்தம் என்று சொல்லிவிடமுடியாது. அது பலருக்கும் உரியதாக இருக்கிறது என்று முழங்கும் கபீரின் குரலை எங்கே, எப்படித் தேடிக் கண்டறிவது? விரிவான தேடலுக்குப் பிறகு 1976ம் ஆண்டு ஷுக்தியோ சிங் என்பவரோடு இணைந்து பிஜக்கைத் தேர்ந்தெடுத்து மொழிபெயர்த்தார் லிண்டா ஹெஸ். கபீர் பற்றிய நீண்ட அறிமுகக் கட்டுரையோடு வெளிவந்த இந்தப் புத்தகம் (ஆக்ஸ்ஃபோர்ட்) லிண்டாவை உலகறிந்த கபீர் ஆய்வாளராக முன்னிறுத்தியது. கபீரை இரண்டு அட்டைகளுக்கு இடையில் கைப்பற்றிவிட்டதில் அளவில்லா மகிழ்ச்சி லிண்டாவுக்கு. ஆனால் அந்த மகிழ்ச்சி நீண்டகாலம் நிலைத்திருக்கவில்லை.

ஒருமுறை குஜராத்தில் கபீரின் இசை நிகழ்ச்சி ஒன்றில் கலந்து கொண்டார் லிண்டா. அவருக்கு நன்கு பரிச்சயமான ஒரு பாடலைத் தான் பாடகர் பாடிக்கொண்டிருந்தார். திடீரென்று ஓரிடத்தில் ஒரு வரி நெருட, தன்னிடமுள்ள புத்தகத்தை எடுத்து ஒப்பிட்டுப் பார்த்தார். என்னுடைய புத்தகத்திலுள்ள வரி ஏன் வேறானதாக இருக்கிறது? இந்தப் பாடகர் ஏன் இந்த வரியை மாற்றிவிட்டார்? ஒருவேளை இவர் பாடுவதுதான் அசலான வரியோ, நான் தெரியாமல் மாற்றி விட்டேனோ? இந்தக் குழப்பத்திலிருந்து விடுபடுவதற்குள் பாடலின் இறுதி வரியை வந்தடைந்திருந்தார் பாடகர். ஆனால் இங்கும் பிசிறு

தட்டியது. ஒரே பாடல். ஆனால் இவர் பாடுவது என்னிடமுள்ள இறுதி வரியை அல்ல. இதெப்படி சாத்தியம்?

ராஜஸ்தான் சென்றபோது மற்றொரு பாடகர் இதே பாடலைப் பாட நேர்ந்தது. சரி, இவர் எந்த வரியைப் பயன்படுகிறார் பார்க்காம் என்று காத்திருந்த லிண்டாவுக்கு மூச்சே நின்றுவிடும் போலிருந்தது. குறிப்பிட்ட அந்த வரிக்குப் பதிலாக புதிதாக ஒரு பத்தியே பாடி முடித்தார் பாடகர். எனக்குத் தெரிந்து பல ஆண்டுகளாக இப்படித்தான் பாடிக்கொண்டிருக்கிறேன். இதிலென்ன உங்களுக்குப் பிரச்னை? சில தினங்கள் கழித்து அதே பாடகர் அதே பாடலைச் சில சொற்களை நீக்கியும் சிலவற்றைச் சேர்த்தும் பாடியபோது, லிண்டா தனது முதல் பெரும் பாடத்தைக் கற்றுக்கொண்டார்.

அடிப்படையில் நான் ஓர் ஆய்வாளர். பிரதிகளை வழிபடுவது என் இயல்பு. எழுத்தில் இல்லாத எதுவொன்றையும் சந்தேகி என்றே என்னுடைய ஆய்வுப் படிப்பு எனக்குக் கற்றுக்கொடுக்கிறது. வாசி, வாசி, வாசி. ஒவ்வொரு சொல்லையும் கையில் எடுத்து வைத்து எடை போடு. அதன் வேரைத் தேடிப்பிடி. அதன் ஆயிரம் அர்த்தங்களைத் தேடு. ஒவ்வொரு பிரதியையும் இன்னொரு பிரதியோடு ஒப்பிடு. ஆயிரம் சொற்களிலிருந்து உன் சொல்லை உருவாக்கு. ஆயிரம் பிரதிகளிலிருந்து உன் பிரதியைச் செதுக்கி எடு. எழுத்துகளிலிருந்து எழுத்து. சொற்களிலிருந்து சொற்கள். பிரதிகளிலிருந்து ஒரு பிரதி. அது ஒரு பிரதி.

கபீர் இந்தக் கட்டமைப்பு விதியைக் குலைத்துத் தலைகீழாக்கினார். கபீர் ஒரேயொரு எழுத்தைக்கூடக் காகிதத்தில் உருவாக்கவில்லை. அவர் பிரதிகளுக்குத் தன் முதுகைக் காட்டி அமர்ந்துகொண்டார். புனித நூல்களை அவர் தன் விரலால் தீண்டியதும் இல்லை. பண்டிதர்களின் விளக்கவுரைகளையும் மண்டை பிளக்கும் தத்துவத் தர்க்கங்களையும் அவர் தன் காதுகளில் ஏற்றுக்கொண்டதில்லை. கபீருக்கு எழுதவோ படிக்கவோ தெரிந்திருக்குமா என்பது சந்தேகமே. எழுத்தும் பிரதியும் நூலும் அவரை ஈர்க்கவில்லை. பண்டிதரிடமிருந்தும் வேத விற்பன்னரிடமிருந்தும் மௌல்வியிடமிருந்தும் அவர் விலகியிருந்தார். அவர் வாசித்த ஒரே பிரதி, மக்கள். சாமானிய, எளிய, மக்கள். எழுதவோ படிக்கவோ தெரியாத மக்கள். அடித்தட்டு, கீழ்ச்சாதி மக்கள்.

கபீர் அவர்களிடம் கற்றுக்கொண்டார், அவர்களுடன் விவாதித்தார், அவர்களுக்காகப் பாடினார். ஆம், இது முக்கியம். அவர் எழுதவில்லை, பாடினார். கபீரின் படைப்புகள் கவிதைகளல்ல, பாடல்கள். 'கஹே கபீர் சுனோ!' என்பது கபீரின் முத்திரை வாசகம்.

இதன் பொருள், 'கபீர் சொல்கிறேன், கேளுங்கள்!' எழுதுகிறேன், படியுங்கள் அல்ல, சொல்கிறேன், கேளுங்கள். கிட்டதட்ட ஐம்பதாண்டுகளாக கபீரோடு உறவாடி வரும் லிண்டாவை மின்னல் போல் இந்த வாசகம் தாக்கி அவரைக் குலைத்துப்போட்டது. பிரதியை வழிபடும் வழக்கத்தை அந்த நொடியே கைவிட்டேன். ஸ்டான்ஃபோர்ட் பல்கலைக்கழகத்தின் பேராசிரியர் என்னும் உயர்ந்த நாற்காலியில் இருந்து கீழே இறங்கிவந்தேன். குளிரூட்டப்பட்ட அறைகளில் அமர்ந்து, புத்தகங்களுக்கு மேல் புத்தகங்களைக் கவிழ்த்துக்கொண்டு பேனாவையும் பென்சிலையும் கணினியையும் சூடான தேநீரையும் வைத்துக்கொண்டு பணியாற்றும் முறையிலிருந்து வெளியே வரத் தொடங்கினேன்.

நான் என் கண்ணால் கண்டதைப் பேசுகிறேன் / நீயோ காகிதத்தில் படித்து பேசுகிறாய் / உன் மனமும் என் மனமும் எப்படி ஒன்றிணையும், நீயே சொல்! கபீரோடு ஒன்றிணையவேண்டுமானால் காகிதங்களைக் கடக்கவேண்டும். கபீரின் குரல் நூலகத்தில் இருக்காது. அவர் வாழ்ந்து, பழகிய மக்களிடம்தான் அந்தக் குரல் தங்கியிருக்கிறது. மின் வசதியில்லாத குடிசை வீடுகளின் தாழ்வாரத்தில் கபீரின் குரலைக் கண்டெடுக்கமுடியும். கடற்கரை மணலிலிருந்து சிப்பி சேகரிப்பதைப்போல் மத்தியப் பிரதேசத்திலிருந்தும் வாரணாசியிலிருந்தும் ராஜஸ்தானிலிருந்தும் அவர் பாடல்களைச் சேகரிக்க முடியும். மால்வாவின் வெறுமையான ஒற்றையடிப் பாதைகளிலும் கூச்சல் நிறைந்த பஜார்களிலும்தான் கபீரைத் தரிசிக்கமுடியும். காவியங்களில் கபீரைக் காணமுடியாது. உயர்ந்த, பண்பட்ட சங்கீதத்தில் கபீரின் பாடல் அமைந்திருக்காது. ஓ, நீ கபீர் பாடல் பாடுபவனா என்று கவனமாக ஒதுங்கிப்போகிறார்களே கற்றறிந்த பண்டிதர்கள், அவர்களால் கபீரை ஒருபோதும் புரிந்துகொள்ள முடியாது.

தாழ்த்தப்பட்ட சாதியைச் சேர்ந்த பிரகலாத்ஜி பாடும்போது கபீர் உயிர்பெற்று எழுவதை லிண்டா ஹெஸ் கண்டார். குளிரிலும் வெக்கையிலும் கிடந்து இரவெல்லாம் பாடல்களைக் கேட்டு மகிழும் எளிய கிராமத்து மக்களின் தோள்கள் கபீரின் தோளை உரசிக்கொண்டு நிற்பதை லிண்டா கண்டுகொண்டார். இந்தப் பாடகர்கள் சில சமயம் கபீரின் சொற்களை மாற்றிவிடுகிறார்கள், தாமாகவே சில பாடல்களைப் புனைந்து, கஹே 'கபீர் சுனோ' சேர்த்து உணர்வு பொங்க பாடிவிடுகிறார்கள். இது கபீரின் பாடல்தான் அம்மா என்று சத்தியமும் செய்துவிடுகிறார்கள். லிண்டா ஹெஸ் பதறுவதைக் கைவிட்டுவிட்டு கன்னத்தில் கை ஊன்றி புன்னகைத்தபடி அவற்றையெல்லாமும் ரசிக்க ஆரம்பித்தார். என் கபீர் கடவுளாக்கும்

என்பார்கள் சிலர். அவரிடமுள்ள அற்புத சக்திகளைச் சிலர் அடுக்கினார்கள். கபீர் ஒரு பிராமணரிடம்தான் தீட்சை பெற்றார் தெரியுமா என்பவர்களையும் யார் சொன்னது, அவர் இஸ்லாமியர் என்பவர்களையும் பதறாமல் கடந்து சென்றார் லிண்டா. ஒரு காலத்தில் ஒதுக்கி வைத்தவர்களெல்லாம் சந்தை மதிப்பறிந்து கபீரை அள்ளியணைத்துக்கொண்டதைப் பார்த்து வாய்விட்டுச் சிரித்தார்.

கபீர் இறந்தபோது அவர் உடல் யாருக்குச் சொந்தம் என்று இஸ்லாமியர்களுக்கும் இந்துக்களுக்கும் சண்டை மூண்டதாம். என் உடல் எல்லோருக்கும் உரியது என்றார் கபீர். என் பாடலும்தான். கபீரின் உடல் என்பதே அவர் பாடல்தான். எல்லா ஆடைகளும் ஒரே நூலிலிருந்து வருவதுபோல், எல்லா உடல்களும் ஒரே மண்ணிலிருந்து வந்தவை. நான் மேல், நீ கீழ். நான் இந்து, நீ இஸ்லாம். நான் படித்தவன், நீ கல்லாதவன். நான் நகரம், நீ கிராமம். நான் ஆண், நீ பெண். நான் வெள்ளை, நீ கறுப்பு. இப்படி நீ வேறுபடுத்திச் சண்டையிட்டாலும் மனித உடல் வேறுபாடுகளைக் கடந்தது என்றார் கபீர். இந்த வேறுபாடுகளை உடைப்பதற்காகவே அவர் பாடினார்.

நீ கடவுளுடன் உரையாட விரும்புகிறாயா, இடைத்தரகர்களை விட்டுத் தள்ளு, நேரடியாக உரையாடு. உன்னைச் சக மனிதனிட மிருந்து பிரிக்கும் எதையும் செவிமடுக்காதே. என் பாடலைக் கேள். என் உடலிலிருந்து உன் உடலுக்கும் அதிலிருந்து இன்னொன்றுக்கும் என் பாடலை முடிவின்றிக் கடத்திக்கொண்டே இரு.

ஒரு நாள் வீதிகளில் சுற்றித் திரிந்துவிட்டு களைப்போடு தன் அறைக்குள் நுழைந்தா லிண்டா ஹெஸ். ஒரு கணம் மூச்சடைத்தது. எனக்கு எதற்கு இத்தனை பெரிய வசதியான அறை! இதில் இருபது பேர் படுத்துத் தூங்கலாம் போலிருக்கிறதே! 'நான் நினைத்துப் பார்க்கமுடியாதபடி கபீர் எனக்குள் ஒன்றுகலந்துவிட்டார் என்பது அப்போதுதான் உறைத்தது.'

33. புரட்சியின் குரல்

அவரை அப்படி அழைப்பதோ கொண்டாடுவதோ அப்படியொன்றும் கொடுந்தவறு அல்ல என்றாலும் மேரி உல்ஸ்டோன்கிராஃப்ட்டை ஒரு பெண்ணியவாதியாக உயர்த்திப் பிடிக்கும்போது அவருடைய மற்ற பரிமாணங்கள் கண்டுகொள்ளப்படாமல் போவதற்கான சாத்தியங்கள் அதிகம். ஆம், பெண்களுக்காகவும் அவர்களுடைய உரிமைகளுக்காகவும் ஒலித்த அழுத்தமான குரல் அவருடையது. பெண்ணியத்தின் வரலாற்றை இன்று எவர் எழுதினாலும் மேரியின் பெயரை அவர் தவிர்க்கவியலாது என்பதும் உண்மைதான். ஆனால் மேரி இறந்து கிட்டத்தட்ட இருநூறு ஆண்டுகள் கழிந்த பிறகே பெண்ணியம் என்னும் கருத்தாக்கம் உருபெற்றது என்பதையும் கவனிக்கவேண்டும்.

மேரி அடிப்படையில் ஓர் அரசியல் சிந்தனையாளர். மேலோட்ட மாகச் சில சீர்திருத்தங்களைக் கோரும் அரசியல் அல்ல அவருடையது; சில சலுகைகளைப் பெண்களுக்குப் பெற்றுக் கொடுப்பதல்ல அவர் நோக்கம். பெண்களை மதியுங்கள், அவர்களை ஏற்றுக்கொள்ளுங்கள் என்று ஆண்களிடம் மன்றாடுவதற்காக அவர் எழுதவில்லை. ஆண் மேலே, பெண் கீழே என்னும் சமூகக் கட்டமைப்பை மேரி மாற்றியமைக்க விரும்பினார். அதை அப்படியே தலைகீழாக மாற்றி பெண்ணை மேலே கொண்டுசென்று நிறுத்தவில்லை அவர். இருவரையும் ஒரே தளத்தில் அருகருகில் நிற்க வைக்க அவர் விரும்பினார். இதுவே இயற்கையானது என்றார்.

ஆனால் மேரியின் சமூகமோ ஆணும் பெண்ணும் சமமல்ல என்பதை இயற்கையைக் கொண்டும் அறிவியலைக் கொண்டும் நிரூபிக்கும் பணிகளில் மும்முரமாக இருந்தது. ஓர் உதாரணம். 'ஒரு குழந்தையின் தலை அதன் ஒட்டுமொத்த உடலோடு ஒப்பிடும்போது அளவில் பெரியது. அதே போல் ஒரு பெண்ணின் தலை ஆணின் தலையை

விடப் பெரியது. இதிலிருந்து நமக்கு என்ன தெரிகிறது? பெண்கள் குழந்தைத்தனமானவர்கள், குறைவான அறிவு கொண்டவர்கள். அவர்களால் ஆண்களைப் போல் சிந்திக்கவோ புத்திசாலித்தனமாகச் செயல்படவோ முடியாது. இது ஓர் அடிப்படை அறிவியல் உண்மை. இது இயற்கையின் விதியும்கூட.'

மேரி எரிச்சலடைந்தார். குழந்தைகள் ஒன்றுபோலவே பிறக்கிறார்கள். ஆண், பெண் என்று பேதம் பிரித்து, ஆண் இப்படித்தான் இருப்பான், பெண் இப்படித்தான் இருப்பாள் என்று பாகுபடுத்துவது நாம்தான். ஏன் பெண்கள் தாழ்ந்த நிலையில் இருக்கிறார்கள் என்பதற்கான காரணங்களை ஆராய்ந்து, பிரச்னைகளைக் களையவேண்டுமே தவிர பாகுபாட்டை நியாயப்படுத்தக்கூடாது என்றார் மேரி. இயற்கை பெண்களை இழிவாகப் பார்ப்பதில்லை. ஓர் ஆணின் தலைக்குள் இருக்கும் அதே அளவிலான மூளைதான் ஒரு பெண்ணின் தலைக்குள்ளும் இருக்கிறது. ஆணின் மூளை வலுவானது, பெண்ணின் மூளை வலுவிழந்தது என்று அறிவியல் சொல்வதில்லை. இருந்தும் ஏன் பெண்களைச் சமூகம் இழிவாகக் கருதுகிறது? இதற்கான விடை அறிவியலிடமோ இயற்கையிடமோ இல்லை. உங்கள் மண்டையோடு ஆராய்ச்சிகளை மூட்டை கட்டிவிட்டு நாம் வாழும் சமூகத்தை ஆராயுங்கள் என்றார் மேரி.

இப்படிச் சொன்னதற்கு அவருக்குக் கிடைத்த பட்டப்பெயர், 'பாவாடை அணிந்த கழுதைப் புலி'. எத்தனையோ விலங்குகள் இருக்க கழுதைப் புலியை இழுப்பானேன்? அதற்கும் அவர்களிடம் ஓர் 'அறிவியல்' காரணம் இருந்தது. கழுதைப் புலி ஆணாகவும் இல்லாமல் பெண்ணாகவும் இல்லாமல் இரண்டின் கலவையாக இருக்குமாம். ஆணுக்கும் பெண்ணுக்கும் வேறுபாடில்லை என்று வாதிடும் இந்த மேரியும் அப்படிப்பட்ட உயிரினமாகத்தானே இருந்தாகவேண்டும்?

அறிவுலகம் என்பது ஆண்களின் உலகம் என்பதை மேரி அறிவார். அந்த உலகுக்குள் அடியெடுத்து வைக்கும் ஒரு பெண்ணுக்கு வசவுகளும் கண்டனங்களும் மட்டுமே கிடைக்கும் என்பதும் அவருக்குத் தெரியும். பெண் கல்வியின் அவசியத்தை வலியுறுத்தி 1787ம் ஆண்டு மேரி எழுதிய நூல் பெரிதாகக் கண்டுகொள்ளப்படவில்லை. பிறகு புனைவு கலந்த ஒரு சுயசரிதையை வெளியிட்டார். தனித்துவமிக்க ஒரு பெண்ணின் கதையாக அது பார்க்கப்பட்டது என்றாலும் வெளிவந்ததே தெரியாமல் அடங்கிப்போனது. மேரியை உலகுக்கு அறிமுகப்படுத்திய பெண்களின் உரிமைகள் (A Vindication of the Rights of Woman) 1792ம் ஆண்டு வெளிவந்தது. இதற்கு இரண்டாண்டுகள் முன்பு வெளிவந்த 'ஆண்களின் உரிமைகள்'

மேரியை ஒரு முதன்மையான அரசியல் சிந்தனையாளராக நமக்கு அறிமுகப்படுத்துகிறது. புகழ்பெற்ற ஆங்கிலோ-ஐரிஷ் அரசியல் வாதியும் அரசியல் தத்துவவியலாளருமான எட்மண்ட் பர்க் என்பவருக்கு எழுதப்பட்ட மறுப்பு அது.

1789ம் ஆண்டு நடைபெற்ற பிரெஞ்சுப் புரட்சி உலகம் முழுக்க அதிர்வலைகளை ஏற்படுத்திக்கொண்டிருந்தது. அறிவுலகமும் இரண்டாகப் பிளவுபட்டிருந்தது. முடியாட்சியைத் தூக்கியெறிந்த பிரெஞ்சுப் புரட்சியை ஆதரிக்கவேண்டுமா எதிர்க்கவேண்டுமா? முதல் பிரிவினர் எதிர்த்தனர். அதிகாரத்தையும் அரசையும் தூக்கி எறிவது குழப்பத்தையே ஏற்படுத்தும்; காலம் காலமாக நிலவி வரும் சமூக ஒழுங்கைக் குலைப்பது தவறு. புரட்சி தவறான பாதை. எட்மண்ட் பர்க் இந்தப் பிரிவைச் சேர்ந்தவர். இரண்டாவது பிரிவினர் புரட்சியை வரவேற்றனர். பிரான்ஸில் நீண்டகாலமாக நிலவிவந்த முடியாட்சிமுறை மக்களின் வாழ்வைச் சீரழித்திருக்கிறது. சாமானிய மக்களின் உரிமைகளை நசுக்கி, பண்பாட்டு அழிவையும் சமூக ஏற்றத்தாழ்வையும் அதிகரித்திருக்கிறது. இப்படிப்பட்ட அநீதியான ஆட்சிமுறை அகற்றப்படுவது சரியானதே என்று இவர்கள் வாதிட்டனர். மேரி அவர்களுள் ஒருவர்.

புரட்சி அலை வீசிக்கொண்டிருந்தபோது பிரான்ஸுக்குப் பயணம் செய்து அங்கு நிலவிய கொந்தளிப்பான அரசியல் சூழலை நேரில் கண்டவர் மேரி. அவருடைய தாய் நாடான பிரிட்டன் பிரான்ஸுக்குப் பகை நாடு. இன்னொரு பக்கம், ஒரு வெளிநாட்டவராக அதிலும் எதிரி நாட்டவராக பிரான்ஸில் தங்கியிருந்தது தனிப்பட்ட முறையில் அவருக்குப் பல இன்னல்களை ஏற்படுத்தின. இருந்தும், பிரெஞ்சுப் புரட்சியின் முக்கியத்துவத்தை மேரி உணர்ந்திருந்தார். புரட்சி அரங்கேறிய முறையில் உங்களுக்கு வருத்தங்கள் இருக்கலாம். ஆனால் இது ஒரு வரலாற்று முக்கியத்துவம் வாய்ந்த திருப்பம் என்பதை நீங்கள் மறுக்கமுடியாது. இது ஒரு புதிய தொடக்கத்தை பிரான்ஸுக்கு ஏற்படுத்தும் என்று நான் நம்புகிறேன். சுதந்தரம், சமத்துவம், சகோதரத்துவம் என்னும் முழக்கம் பிரான்ஸுக்கு மட்டுமே உரியது என்று நான் நினைக்கவில்லை. கொடுங்கோல் ஆட்சி உலகின் எந்த மூலையில் நிலவினாலும் அங்கு இந்த முழக்கம் எதிரொலிக்கும் என்று நம்புகிறேன். அணையொன்று உடைவது போல் மக்கள் அழுத்தங்களைக் கடந்து வெடித்துக் கிளம்புவார்கள் என்று எதிர்பார்க்கிறேன்.

பிரெஞ்சுப் புரட்சியைப் பலரும் எதிர்த்தனர் என்றாலும் குறிப்பாக எட்மண்ட் பர்க்கை மேரி எதிர்த்ததற்குக் காரணம் இருந்தது. குடிமக்கள் என்பவர்கள் எப்போதும் அடக்கமாகவும் அமைதியாகவும்

அதிகாரத்துக்குக் கட்டுப்பட்டும்தான் இருக்கவேண்டும்; பெண்களைப் போல். ஆண்மையுள்ள வலுவான ஓர் அரசால் அவர்கள் ஆளப்படுவதே இயற்கையானது என்பது பர்க் முன்வைத்த வாதங்களுள் ஒன்று. மிகச் சிறந்த சிந்தனையாளராக இருந்தும் பர்க்கிடம் வெளிப்பட்ட ஆணாதிக்க உணர்வை மேரி சரியாக இனம் கண்டுகொண்டார். பெண்கள், வலுவிழந்தவர்கள். அவர்கள் ஆண்மையுள்ளவர்களால் ஆளப்படவேண்டும் என்னும் தர்க்கம்தான் உங்களைப் புரட்சிக்கு எதிராகக் கொண்டுசென்று நிறுத்தியுள்ளதா? அமைதியான மக்கள் வலுவான மன்னரைத் தூக்கி எறிந்ததுபோல் அமைதியான பெண்கள் ஆண்களின் அதிகாரத்தை நொறுக்கித் தள்ளிவிடுவார்களோ என்று அஞ்சுகிறீர்களா? சமூக ஒழுங்கு குலைந்துவிட்டதே என்று நீங்கள் பதறுவதன் உண்மை காரணம் இதுதானா? அடங்கியிருப்பவர்கள் அடங்கியே இருக்கவேண்டும்; அவர்களைச் சுரண்டுபவர்கள் சுரண்டிக்கொண்டே இருக்கவேண்டும். இதுதானே உங்கள் தத்துவமும் சமூக ஒழுங்கும்? அப்படியானால் பிரெஞ்சுப் புரட்சியை மட்டுமல்ல, உங்களை வதைக்கும் பாலினப் புரட்சியையும் நான் சேர்த்தே வரவேற்கிறேன்!

மேரியின் கூர்மையான எதிர்வினையைக் கண்டு பர்க்கின் ஆதரவாளர்கள் சினம் கொண்டார்கள் என்றாலும் பெரிதாக அலட்டிக் கொள்ளவில்லை. காரணம், அந்தப் பிரசுரத்தில் மேரியின் பெயர் இடம்பெற்றிருக்கவில்லை. பர்க்கை எதிர்த்து எழுதும் துணிச்சல் ஓர் ஆணுக்குத்தான் இருக்கும் என்று அவர்களாகவே நினைத்துக் கொண்டு சிடுசிடுப்பை மறைத்துக்கொண்டு அமைதியாக இருந்து விட்டார்கள். உண்மை தெரியவந்தபோது அவர்கள் பேரதிர்ச்சி அடைந்தனர். என்னது, இதை எழுதியது ஒரு பெண்ணா? என்ன துணிச்சல்? என்ன திமிர்? பர்க் போன்ற செல்வாக்குமிக்கவர்களைத் தாக்கினால் தானும் பிரபலம் ஆகிவிடலாம் என்று நினைத்து இப்படியொரு குறுக்குவழியை அவள் தேர்ந்தெடுத்திருக்கவேண்டும். இந்தக் கேடுகெட்ட பெண்ணின் நடத்தை எப்படி இருக்கும் என்று நமக்குத் தெரியாதா, என்ன? 1798ல் வெளிவந்த ஒரு பத்திரிகையில் அகர வரிசையிலான பொருளடக்கத்தில் மேரியின் பெயர் 'பி' என்னும் எழுத்துக்குக் கீழே, 'பிராஸ்டிட்யூட்' என்னும் தலைப்பில் அச்சிடப் பட்டிருந்தது.

மேரி தொடர்ந்து எழுதிக்கொண்டிருந்தார். அவரைப் பொருத்தவரை எழுத்து என்பது இடைவிடாமல் தொடரவேண்டிய ஒரு விவாதம். அரசியல் அதிகாரம், எதேச்சாதிகாரம், சுதந்தரம், வர்க்கம், பாலியல், திருமணம், குழந்தை பிறப்பு, சொத்துடைமை (இது முழுமையான பட்டியலல்ல) என்று அவர் தொட்டு விவாதித்த பெரும்பாலான

அம்சங்கள் கடும் சர்ச்சைகளையும் எதிர்ப்புகளையும் மட்டுமே சந்தித்தன. ஆனால் அவர் பின்வாங்கவில்லை. என் தரப்பை எடுத்துச் சொல்வதற்காக நான் வசைபாடப்படுகிறேன் என்றால் என் சமூகம் உடைந்துகிடக்கிறது என்ற பொருள். என் சமூகம் திருத்தியமைக்கப் படவேண்டும் என்று பொருள்.

ஆண்களுக்கும் பெண்களுக்கும் இடையில் நிலவும் ஏற்றத் தாழ்வையும் அதிகார வர்க்கத்துக்கும் அடித்தட்டு வர்க்கத்துக்கும் இடையில் நிலவும் ஏற்றத்தாழ்வையும் ஒரே புள்ளியில் இணைத்துப் பார்க்கமுடிந்தது மேரியால். ஓர் அரசியல் சிந்தனையாளராகவும் திகழ்ந்ததால் மட்டுமே இது சாத்தியமானது. உனக்கெதற்கு அரசியல் என்னும் கேள்விக்கு மேரி அளித்த விடை முக்கியமானது. புரட்சிகரமான ஒரு காலகட்டத்தில் வாழ்ந்த ஒரு புரட்சிகரமான சிந்தனையாளரின் குரல் அதில் வெளிப்படுவதைப் பார்க்கலாம்.

'எந்தவொரு பெண்ணுக்கும் தனிப்பட்ட வாழ்க்கை என்பது இல்லை; அரசியல் வாழ்க்கை மட்டுமே இருக்கிறது. அவள் தனக்காக நடத்தும் போராட்டம் என்பது அடிப்படையில் ஓர் அரசியல் போராட்டமே!'

34. சாத்தான்கள், சூனியக்காரிகள், ஆண்கள்

16ம் நூற்றாண்டு முடிவடைவதற்குச் சில ஆண்டுகள் எஞ்சியிருந்த நிலையில் ஜெர்மனியிலுள்ள நார்ட்லிங்கன் என்னும் இடத்தில் தன் கணவருடன் இணைந்து ஓர் உணவு விடுதியை நடத்திவந்த மரியா ஹால் என்பவர் நகர கவுன்சில் அதிகாரிகளால் கைது செய்யப் பட்டார். தனியறையில் அடைக்கப்பட்டதும் மரியாவின் ஆடைகள் களையப்பட்டு உடலிலுள்ள ரோமங்கள் அனைத்தும் நீக்கப்பட்டன. ஓர் அங்குலம் விடாமல் உடல் பரிசோதிக்கப்பட்டது.

பிறகு விசாரணை ஆரம்பமானது. சாத்தானை நீ நேரில் கண்டிருக்கிறாயா? உன்னிடம் சாத்தான் பேசியதா? என்ன பேசியது? ஆசை வார்த்தைகள் சொல்லி உன்னை அது மயக்கியதா? உன்னைக் காதலிப்பதாகச் சொன்னதா? சாத்தானின் வலையில் நீ விழுந்தது உண்மையா? சாத்தானை நீ முத்தமிட்டாயா? உன் உடலைச் சாத்தானுக்குக் கொடுத்தாயா? ஆம் எனில் எங்கே வைத்து? பதிலுக்கு சாத்தானிடமிருந்து பணமோ பொருளா பெற்றுக்கொண்டாயா? எத்தனை முறை சாத்தானோடு உறவு கொண்டாய்? எங்கெல்லாம் இது நடந்தது? சாத்தானோடு சேர்ந்து விருந்து உண்டிருக்கிறாயா? உனக்குப் பறக்கத் தெரியுமா? இதுவரை எத்தனை குழந்தைகளை உண்டிருக்கிறாய்

‘இல்லை, இல்லை‘ ஒவ்வொரு கேள்விக்கும் மிரட்சியோடு தலையசைத்தார் மரியா. ‘நீங்கள் நினைப்பதைப்போல் நான் சூனியக்காரி அல்ல.’ ஆனால் எந்தச் சூனியக்காரிதான் முதல் விசாரணையிலேயே உண்மையை ஒப்புக்கொண்டிருக்கிறாள்? அவர்களுக்கு இதில் நல்ல அனுபவம் இருந்தது. 1500 தொடங்கி 1660 வரை ஐரோப்பாவில் வெவ்வேறு பகுதிகளில் நடைபெற்ற விசாரணைகளின் முடிவில் மொத்தம் 80,000 பேர் சூனியக்காரர்களாக அறிவிக்கப்பட்டனர். இவர்களில் பாதி பேர் கொல்லப்பட்டார்கள்.

ஆண்கள், குழந்தைகள் ஆகியோரும் அடக்கம் என்றாலும் கிட்டத் தட்ட 80% பேர் பெண்கள்தாம்.

உடல் பரிசோதனை தொடங்கும்போதே அவமானம் தாளாமல் உண்மையை ஒப்புக்கொண்டுவிடுவார்கள் சில பெண்கள். சிலரோ சித்திரவதைக் கருவிகளைக் காட்சிப்படுத்தும்வரை வாயைத் திறக்கமாட்டார்கள். பெரும்பாலானோர் பலகட்ட வதைகளுக்குப் பிறகு கொஞ்சம் கொஞ்சமாக உடைந்து பேச ஆரம்பிப்பார்கள்.

ஒரு பெண்ணை உடைக்க என்னென்ன வழிமுறைகள் கையாளப் பட்டன? ஆடை அகற்றப்படும். பிறகு தூணில் கட்டிப்போட்டுவிட்டு சாட்டையால் மாற்றி மாற்றி விளாசுவார்கள். தோல் பிய்ந்துவரும் வரை அல்லது மயங்கிச் சரியும்வரை. கைகளைக் கட்டி அந்தரத்தில் மாட்டிவிடுவார்கள்; கால்களில் கனமான கற்கள் கட்டப்படும். நாள் கணக்கில் தொங்கிக்கொண்டிருக்கவேண்டும். இயந்திரக் காலணி போன்ற ஒற்றை கால்களில் பொறுத்தி, எலும்பு உடையும்வரை திருகுவார்கள். அல்லது அமர வைத்து கட்டிப் போட்டுவிட்டு, திருகாணிகளைக் கொண்டு உடல் முழுக்க காயப்படுத்துவார்கள். கழுத்தில் கயிறு கட்டி மூச்சு திணறத் திணற இழுப்பார்கள். ஆம், நான் சூனியக்காரிதான் என்று அலறும்வரை ஒன்று மாற்றி இன்னொன்று தொடரும்.

ஒப்புதல் மட்டும் போதாது; நீங்கள் அளிக்கும் சாட்சியம் விரிவானதாக இருக்கவேண்டும். விசாரணை அதிகாரிகளைத் திருப்தி செய்யும் அளவுக்கு உங்கள் பதில்கள் அமைந்திருக்கவேண்டும். ஜெர்மன் மொழியில் இப்படிப் பதிவாகியுள்ள பெண்களின் வாக்கு மூலங்களை நெருங்கிச் சென்று ஆராய்ந்துள்ளார் லிண்டல் ரோப்பர் என்னும் விருதுபெற்ற ஆய்வாளர். அவருடைய 'Witch Craze' என்னும் நூலில் பதிவாகியுள்ள விரிவான வாக்குமூலங்கள் அதிர்ச்சியூட்டக்கூடியவை.

இது ஒரு பெண்ணின் வாக்குமூலத்திலிருந்து ஒரு சிறிய பகுதி மட்டும். 'நான் சமையலறையில் வேலை செய்துகொண்டிருந்தபோது என் முதுகை யாரோ தொட்டது போலிருந்தது. திரும்பினால் சாத்தான். என்னோடு வந்துவிடு; நான் உனக்கு எல்லா வசதிகளையும் செய்து தருகிறேன் என்றான். அவனுக்கு ஆடுகளின் கால்கள் இருந்தன. வால் இருந்தது. கறுப்பு ஆடையும் இறகுகள் கொண்ட நீண்ட தொப்பியும் அணிந்திருந்தான். அவன் முகம் எனக்குத் தெரிந்ததாக இருந்தது, சில சமயம் அது பாதிரியின் முகம்போல இருந்தது. இந்தா இதை வைத்துக்கொள் என்று பணம் கொடுத்தான். அதை சமையலறையில் உள்ள ஒரு நீல நிறப் பெட்டியில் பாதுகாத்தேன்.

சாத்தான் என்னை விருந்துக்கு அழைத்துச் சென்றான். நான் என் வீட்டிலிருந்து பறந்துபோனேன். அடர்ந்த காட்டுக்குள் ஓரிடம். அங்கே மற்ற சூனியக்காரிகளைக் கண்டேன். இரவு உணவு கொதித்துக்கொண்டிருந்தபோது அனைவரும் சேர்ந்து பாடினோம். இறைச்சியோடு சேர்த்துக் குழந்தைகளையும் நாங்கள் உண்டோம். உன்னைவிட்டுப் பிரிய மாட்டேன்; உன்னை உயிருக்கும் மேலாக நேசிக்கிறேன் என்றான் சாத்தான். அனைவரும் சேர்ந்து மனிதர் களையும் தேவாலயத்தையும் பழித்தோம்.

சாத்தானோடு உடன்படிக்கை செய்துகொண்டேன். அதன்படி, கேட்கும்போதெல்லாம் என் உடலை அவனுக்குக் கொடுத்தேன். ஆனால் சாத்தானும் என்னைக் கைவிட்டுவிட்டான். அவன் கொடுத்த நாணயங்கள் காய்ந்த இலைகளாக மாறின. அவன் ஏற்படுத்திய காயங்களை என் உடலில் நீங்கள் காணலாம். அவனுடன் இருந்த தருணங்கள் மகிழ்ச்சிகரமாக இல்லை, அவன் தீண்டும்போது குளிர்ச்சியாக இருந்தது, இதமாக இல்லை.'

'நான் மூன்று குழந்தைகளைக் கொன்றேன்' என்றார் பார்பரா. சில தினங்கள் கழித்து, அவ்வாறு தான் செய்யவில்லை என்றார். கயிற்றில் சில தினங்கள் தொங்கவிட்ட பிறகு, 'குழந்தைகளைக் கொன்றதோடு சாத்தானுடன் சேர்ந்து உண்ணவும் செய்தேன்' என்று ஒப்புக் கொண்டார். இது எங்கே நடந்தது, எப்படி என்பது நினைவில்லை என்றார். ஆனால் 15 முறை சித்திரவதை செய்தபிறகு, சாத்தானுடனான சந்திப்பையும் அதன் தொடர்ச்சியாக தான் செய்த எண்ணற்ற பாவங்களையும் துல்லியமாக அவரால் நினைவுகூரமுடிந்தது. 'என்னைக் கொன்றுவிடுங்கள். நான் சூனியக்காரிதான்' என்று அவர் அரற்றவும் ஆரம்பித்தார்.

பல தினங்கள் தொடர்ச்சியாக சாட்டையால் அடித்து, பல கட்ட விசாரணைகளை நடத்திய பிறகு ஒரு நாள் சிறையில் மக்தலேனாவின் உயிரற்ற உடல் கண்டெடுக்கப்பட்டது. உண்மையை ஒப்புக் கொள்வதற்கு முன்பே சாத்தான் சிறைக்குள் நுழைந்து அவள் வாயை மூடிவிட்டதாக அதிகாரிகள் முடிவுக்கு வந்தனர். சாத்தான் சிறைக்குள் அவ்வப்போது நுழைந்து தன் காதலிகளைச் சந்தித்ததாகவும் அவர்களோடு உறவு கொண்டதாகவும் அதிகாரிகள் புகார் தெரிவித்தனர். முகத்தைக் காணவில்லை; ஆனால் நிழலுருவத்தைக் கண்டோம் என்றார்கள். ஆம், சாத்தானோடு நேற்று காதலில் ஈடுபட்டேன் என்று பெண்களும் ஒப்புக்கொண்டனர்.

லிண்டல் ரோப்பர் விரிவாகவும் நுணுக்கமாகவும் அலசும்போது இந்த வாக்குமூலங்கள் புதிய அர்த்தங்களை அளிக்கின்றன. இல்லாத

சாத்தானை இத்தனை பெண்கள் எப்படிக் கண்டார்கள்? ஆடை, நிறம் முதற்கொண்டு எப்படி விவரிக்கமுடிந்தது? தனக்குத் தெரிந்த விலங்குகளையும் மனிதர்களையும் இணைத்து ஓர் உருவத்தை அவர்கள் உருவாக்கினார்கள். சாத்தான் இப்படித்தான் இருக்கும் என்று சிறு வயது முதலே சொல்லப்பட்ட கதைகளையும் அவர்கள் பயன்படுத்திக்கொண்டார்கள். இதுபோக தேவாலயத்தில் காணப்படும் சுவரோவியங்களிலும் சாத்தான் இருந்தது.

சாத்தானுடனான உடன்படிக்கை என்பது அவர்களுடைய திருமண உடன்படிக்கைதான். வன்முறையோடு தன் உடலைத் தீண்டும் கணவனையும் காதலிப்பதாகச் சொல்லிக் கைவிட்ட ஆடவனையும் பெண்கள் சாத்தானாகக் கண்டிருக்கிறார்கள். என்னைத் தீண்டிய சாத்தான் பாதிரியின் முகத்தைக் கொண்டிருந்தது என்று ஒரு பெண் சொல்லும்போது அநீதியான முறையில் பெண்களைச் சூனியக்காரி களாக மாற்றிய தேவாலய அமைப்பையே அவள் வசை பாடியிருக்கிறாள். சிறைக்குள் அடைக்கப்பட்ட பிறகும் தன்னைப் பாலியல் பலாத்காரம் செய்த காவலர்களை, சாத்தான்கள் என்றல்லவா அழைக்கமுடியும்?

உயிருள்ளவரை நேசிப்பேன், வசதியாக வைத்துக்கொள்வேன், எப்போதும் ஆறுதலாக இருப்பேன் போன்ற வாக்குறுதிகள் 'காய்ந்த இலைகளாக' மாறின. குழந்தைகள் முடிவின்றிப் பிறந்துகொண்டே இருந்ததும், தொடர்ந்து படுக்கையில் விழுந்து கிடந்ததும், பிறந்த குழந்தைகளில் பெரும்பாலானவை உடனுக்குடன் இறந்துபோனதும் தீராத மன உளைச்சலையும் குற்றவுணர்வையும் பெண்களுக்கு ஏற்படுத்தியிருந்தன. இவர்களில் சிலர், ஆம், குழந்தைகளைச் சாப்பிட்டேன் என்று வாக்குமூலம் அளித்தனர்.

பெண்கள்மீதான வெறுப்பே சூனியக்காரிகளை உருவாக்கியது. விசாரணையில் ஈடுபட்ட அதிகாரிகளில் பாதிரிகளும் தேவாலயங் களில் பணியாற்றியவர்களும் ஆழ்ந்த இறை நம்பிக்கை கொண்டவர் களும் அடங்குவர். இளம் பெண்கள் ஏவாளையும் அவருடைய ஆதி பாவத்தையுமே அவர்களுக்கு நினைவுபடுத்தினார்கள். அவர்களைப் பொருத்தவரை பெண்கள் ஆண்களை மயக்கி காதல் வலையில் சிக்க வைப்பவர்கள், இறைப்பணியைச் செய்யவிடாமல் தடுப்பவர்கள், பாலியல் இச்சைகளைத் தூண்டிவிடுபவர்கள், பாவச்செயலில் தள்ளிவிடுபவர்கள். பெண்களின் அழகு அவர்களை அலைகழித்தது. காதலுணர்வை வெல்லமுடியாமல் போனபோது அவர்களுடைய தன்மானம் காயமுற்றது. 'சூனியக்காரிகளை' மூர்க்கத்துடன் வேட்டையாட ஆரம்பித்தனர். என் உடலையும் உள்ளத்தையும்

வதைக்கும் உன்னை நானும் வதைப்பேன். எனக்குள் நெருப்பை மூட்டிவிட்ட உன்னை தீயிலிட்டு எரிப்பேன்!

ஆனால் எத்தனை முயன்றும் மரியா ஹாலை வழிக்குக் கொண்டுவரமுடியவில்லை. பத்து, இருபது, முப்பது என்று தொடங்கி 62 வடிவங்களில் மரியா சித்திரவதைகளை விட்டுவிட்டு அனுபவித்தார். அவளை உடைக்க மேற்கொண்டு கருவிகளோ வழிமுறைகளோ இல்லாமல் போனபோது அவர்கள் திகைத்துப் போனார்கள். நான் சூனியக்காரி அல்ல என்று இறுதிவரை திரும்பத் திரும்ப வலியுறுத்திய மரியாவைக் கண்டு அதிகாரிகள் சற்று பயந்து போனது உண்மை. உண்மையிலேயே இவள் சூனியக்காரி இல்லையோ? நம் வழிமுறைகளில் எங்கேனும் தவறு நிகழ்ந்துவிட்டதோ? பாவம் செய்யாத ஒரு பெண்ணையா நாம் வதைத்திருக்கிறோம்? எனில், இதுவரை நம்மால் எரிக்கப்பட்டவர்களில் மரியாபோல் பாவமிழைக்காத ஆத்மாக்களும் இருந்திருக்குமோ?

சூனியக்காரிகளை வேட்டையாடும் வழக்கம் தேய்ந்து, தேய்ந்து ஒரு கட்டத்தில் முற்றிலுமாக மறைந்துபோனதற்கு மரியாவும் ஒரு காரணம். அதே சமயம், மரியா மட்டுமல்ல, வாக்குமூலம் அளித்த ஒவ்வொரு பெண்ணின் குரலும் எதிர்க்குரல்தான் என்பதை லிண்டல் ரோப்பரின் நூலைப் படிக்கும்போது உணரமுடிகிறது. அவர்களிட மிருந்து வந்து விழுந்த ஒவ்வொரு சொல்லிலும் வலியும் வேதனையும் ரத்தமும் கண்ணீரும் ஒட்டியிருந்தது. அனைத்தையும் ஒன்றுதிரட்டி நிஜத்தையும் கற்பனையையும் கலந்து அவர்கள் சாத்தானை உருவாக்கினார்கள். அந்தச் சாத்தான் ஓர் ஆணாக இருந்ததில் வியப்பதற்கு என்ன இருக்கிறது?

35. கடவுளைத் தோற்கடித்தவர்

அராக்னி ஓர் அழகிய இளம் பெண். மிகத் திறமையான நெசவாளர். மயக்க வைக்கும் அராக்னியின் திரைச் சீலைகளைக் காண்பதற்கு தூர தேசத்திலிருந்தெல்லாம் பலர் திரண்டு வருவது வாடிக்கை. இதோ இந்தச் சாதாரணத் துணியை அராக்னி தன் விரல்களால் ஒருமுறை வருடிக்கொடுத்தால் போதும், அதை என் வாழ்நாள் முழுக்க ரத்தினக் கம்பளம் போல் பாதுகாப்பேன் என்று மருகியவர்கள் ஏராளம் இருந்தனர்.

ஒரு நாள் மூதாட்டி ஒருவர் அராக்னியை நாடி வந்து வியந்தார். இது கடவுளின் வரம் அராக்னி, நெசவுக் கடவுளான ஏதெனாவின் கடைக்கோடிக் கண் பார்வை உன்மீது விழுந்திருக்கிறது. அவர் கொடுத்த அற்புதமான வரம் உன்னை எந்த அளவுக்குப் பிரபலமாக்கி யிருக்கிறது, பார்த்தாயா?

அராக்னி மறுத்தார். என்னிடம் திறமையுள்ளது என்று பெரிய மனதோடு அங்கீகரித்ததற்கு நன்றி. ஆனால் ஏன் ஏதெனாவை வானத்திலிருந்து இழுக்கிறீர்கள்? நானே சிறிது சிறிதாக முயன்று, கற்றுத் தேர்ந்து, மேம்படுத்திக்கொண்ட ஒரு கலை இது. கடவுள் அருளால் மட்டும்தான் ஒரு பெண் திறமைசாலியாக மாறவேண்டுமா? ஆம், நெசவுக் கலையைக் கண்டுபிடித்தவர் ஏதெனா. ஆனால் அவர் கண்டுபிடித்ததை இன்னொருவர் கற்றுக்கொண்டு அவரைவிடவும் விஞ்சி நிற்பது சாத்தியம்தான் இல்லையா?

மூதாட்டி அதிர்ந்தார். 'என்ன சொல்கிறாய் அராக்னி? இத்தனைப் பெருமிதம் ஒரு பெண்ணுக்கு அழகா? கடவுளை ஒரு மனிதனால் மிஞ்சமுடியுமா?'

'என்னிடம் ஏன் கேட்கிறீர்கள்? நான் நெய்ததையும் ஏதெனா நெய்ததையும் அருகருகில் வைத்து ஒப்பிட்டுப் பார்த்தால் உங்களுக்கே விடை கிடைக்குமே!'

‘ஐயோ, அராக்னி, உடனடியாகத் தரையில் விழுந்து ஏதெனாவை வணங்கி அவர் மன்னிப்பைக் கோரு! இந்தத் திமிர் உனக்கு ஆபத்தையே தேடித்தரும்.’

‘எனக்கு அச்சமில்லை. உங்களுக்கோ கடவுளுக்கோ இருந்தால் தீர்த்து வைக்க நான் தயார். ஏதெனா இங்கே வருவாரேயானால் அவரை வரவேற்று நேரடியாகச் சவால் விடுவதற்கு நான் தயார். என்னுடன் போட்டியிட ஏதெனா தயாரா?’

அந்த நொடியே மூதாட்டி உருவில் இருந்த ஏதெனா தன் வேடத்தைக் கலைத்தார். கிராம மக்கள் ஓடோடி வந்து விழுந்து தொழுதனர். இப்போதும் கெட்டுப்போய்விடவில்லை, ஏதெனாவை வணங்கி மன்னிப்புக் கேள் அராக்னி என்று கூட்டாக ஓலமிட்டார். அராக்னியோ ஒன்றுமே நடக்காததுபோல் ஏதெனாவை நிமிர்ந்து பார்த்தார். ஏதெனாவின் உதடுகள் படபடத்தன. என்னைவிடவும் நீ திறமைசாலியா, அதையும் பார்த்துவிடுவோம், வா!

இருவருடைய விரல்களும் நளினமாக வண்ண நூல்களைக் கோர்த்துக் கோலமிட ஆரம்பித்தன. ஏதெனா முதலில் முடித்து, தன்னுடைய வேலைப்பாட்டை மக்கள் முன் காட்சிப்படுத்தினார். கடவுள்களின் வீர தீர பராக்கிரமங்களையெல்லாம் அழகாக நெய்திருந்தார் ஏதெனா. இதோ என்னுடையது என்று தான் நெய்ததை விரித்தார் அராக்னி. அவருடைய துணியிலும் கடவுள்களே நிறைந்திருந்தனர் என்றாலும் அவர்களை மதி கெட்டவர்களாகவும் தொட்டதற்கெல்லாம் கோபம் கொள்பவர்களாகவும் காட்டியிருந்தார் அராக்னி. இவை போக, பெண்கள் மீது காமம் கொண்டு அவர்களை அடையத் துடிக்கும் கடவுளர்களையும் அராக்னி உள்ளவாறே சித்தரித்தார்.

ஏதெனாவை இது கொதிப்படையச் செய்தது என்றால் அராக்னியின் சித்திரங்கள் தன்னோடு போட்டியிடும் அளவுக்கு நயமாக இருந்தது அவர் ஆத்திரத்தை மேலும் கிளப்பிவிட்டது. அராக்னியின் துணியைப் பிடுங்கி துண்டு துண்டாகக் கிழித்துப்போட்டதோடு அவரைத் தாக்கவும் ஆரம்பித்தார் ஏதெனா. நீ மட்டுமல்ல, உன் குழந்தைகள், அவர்களுடைய குழந்தைகள் என்று அனைவரும் இனி சபிக்கப் பட்டவர்களே என்று முழங்கினார் ஏதெனா.

உடனே அராக்னி சுருங்கிச் சுருங்கி ஒரு கருமணியாக மாறினார். அந்த மணியிலிருந்து எட்டு கால்கள் வெளியில் துருத்திக்கொண்டு வந்தன. உலகின் முதல் சிலந்தி இவ்வாறாக வெளிப்பட்டது. கடகடவென்று மேலே ஏறிச்சென்று வலையொன்றைப் பின்ன ஆரம்பித்தார் அராக்னி. ஏதெனா கடகடவென்று சிரித்தார். ‘இனி நீ இப்படியே கிடந்து பின்னிக்கொண்டிருக்கவேண்டியதுதான். உன் திறமையை

இனி ஒருவரும் மெச்ச மாட்டார்கள். நீ சிரமப்பட்டுப் பின்னும் வலை ஒவ்வொன்றையும் மக்கள் அழிப்பார்கள்.'

கிரேக்கத் தொன்மக் கதைகளில் ஒன்று இது. ஏதெனாவால் அவமானப்படுத்தப்பட்ட அராக்னி மனமுடைந்து தற்கொலை செய்துகொள்ள முயன்றதாகவும் அதைத் தடுத்து நிறுத்திய ஏதெனா அவரைச் சிலந்தியாக மாற்றியதாகவும் வேறு சில கதைகள் சொல்கின்றன. மற்றபடி, அராக்னி கடவுளால் தண்டிக்கப்பட்டதில் மாற்றம் ஏதுமில்லை.

இதிகாசப் புராணங்களையும் தொன்மங்களையும் வெறுமனே கற்பனை என்று ஒதுக்கிவிடாமல் அவற்றை உள்புகுந்து ஆராயும் முறையியல் இன்று நன்கு வளர்த்தெடுக்கப்பட்டுள்ளது. வரலாறு, மானுடவியல், நாட்டார் வழக்கியல், உளவியல் போன்ற அறிவுசார் துறைகளைச் சேர்ந்த ஆய்வாளர்கள் தொன்மக் கதைகளை மீண்டும் மீண்டும் புதிதாக வாசித்து, புதிய கோணங்களில் அவற்றை ஆராய்ந்துகொண்டிருக்கிறார்கள். ஒவ்வொருமுறையும் புதிய கண்டுபிடிப்புகளை அவர்கள் அளித்துக்கொண்டே இருக்கிறார்கள். ஒரு சமூகம் ஏன் சில கதைகளைக் கட்டமைக்கிறது என்பதை அறிந்து கொள்ளும்போது அந்தக் கதைகளையும் அவற்றை உருவாக்கிய மனிதர்களையும் இன்னும் நெருங்கிச் சென்று புரிந்துகொள்ள முடிகிறது.

கடவுளைப் பழித்த பெண் தண்டிக்கப்பட்ட கதை அல்லது தனது மிதமிஞ்சிய திமிரால் அழிந்த பெண்ணின் கதை என்பதைக் கடந்து அராக்னியிடமிருந்து நாம் வேறென்ன தெரிந்துகொள்ளமுடியும்? அராக்னி சுயமாகச் சிந்திக்கக்கூடிய ஒரு பெண். தன் திறமைமீது அவருக்கு அசாத்திய நம்பிக்கையும் பெருமிதமும் இருந்தது. இந்தப் பெருமிதம் திமிர் என்று மற்றவர்களால் அர்த்தப்படுத்திக்கொள்வதை அவர் சட்டை செய்யவில்லை. தன்னுடைய கலையை அவர் வெறுமனே ஓர் அழகியல் செயல்பாடாக மட்டும் காணவில்லை. அதைக் கொண்டு பொருள் பொதிந்த ஓர் உரையாடலை நிகழ்த்த முடியும் என்று அவர் நம்பினார். கலையை ஒரு வாகனமாகக் கொண்டு தனது தரப்பை முன்வைக்கமுடியும் என்று அவர் நம்பினார். என் சரி, தவறுகளுக்குக் காரணம் நான். நான் உயரத்தைத் தொடுகிறேனா அல்லது பெரும்பள்ளத்தில் விழுகிறேனா என்பதை என் சிந்தனைகள், செயல்கள் தீர்மானிக்கின்றன. கடவுளல்ல. உங்களுக்குக் கடவுள் முக்கியம் என்றால் வைத்துக்கொள்ளுங்கள்; ஆனால் அவரை என்மீது திணிக்காதீர்கள்.

கடவுள் என்பதை அரசர் என்றோ அரசு என்றோ அல்லது வெறுமனே அதிகார வர்க்கம் என்றோகூட அர்த்தப்படுத்திக்கொள்ளமுடியும் என்றால் அந்த அதிகார வர்க்கத்தை கேள்விகளுக்கும் விமரிசனத்துக்கும் உட்படுத்தவேண்டும் என்கிறார் அராக்னி. எத்தனை பலமிக்கதாக இருந்தாலும் அநீதியான முறையில் அதிகாரம் ஏவப்படும்போது, அதற்கு எதிராக நிமிர்ந்து நிற்கவேண்டியது அவசியம் என்று வலியுறுத்துகிறார் அராக்னி. நீ ஓர் ஓவியனாக இருந்தால் உன் எதிர்ப்பை வண்ணத்தில் காட்டு. நீ பாடகன் என்றால் குரலில் வெளிப்படுத்து. கவிஞனென்றால் சுட்டுப் பொசுக்கும் திறன்மிக்க சொற்களைக் கொண்டு உன் கவிதையைக் கட்டியெழுப்பு. அல்லாது போனால் உன் கலை வெறும் படமாகவும் பாடலாகவும் கவிதையாக வும் மட்டுமே சுருங்கிக்கிடக்கும். அதில் அழகு இருக்கலாம், அர்த்தம் இருக்காது. வண்ணங்கள் இருக்கலாம், உண்மை இருக்காது. மகத்தான ஓருடல் இருக்கலாம், உயிர் இருக்காது. எதிர்ப்பே எனது படைப்பு, அதுவேதான் எனது இருப்புக்கும் வாழ்க்கைக்கும் அர்த்தத்தைக் கொடுக்கிறது என்கிறார் அராக்னி.

எனில் அராக்னி தாக்கப்பட்டதற்குக் காரணம் அவருடைய துடிப்புமிக்க எதிர்ப்புணர்வும் அதிகாரத்துக்கு எதிரான அவருடைய கலை வெளிப்பாடும்தான் என்று சொல்லமுடியுமா? முடியும் என்கிறார் கிறிஸ்டின் மேப்பெல் புளூம்பர்க் என்னும் ஆய்வாளர். அராக்னி என்றால் கிரேக்க மொழியில் சிலந்தி என்று பொருள். 'ஸ்பின்' (நூற்றுதல்), 'ஸ்பைடர்' ஆகிய சொற்களுக்கான ஆதாரம் 'ஸ்பினான்' என்னும் முற்கால ஆங்கிலப் பதம். திருமணமாகாத பெண் 'ஸ்பின்ஸ்டர்' என்று அழைக்கப்படுகிறார். வேறு சில மொழிகளிலும் பெண், சிலந்தி, பின்னுதல் ஆகியவற்றுக்கு ஒரே சொல் வழங்கப் படுவதை கிறிஸ்டின் மேப்பெல் சுட்டிக்காட்டுகிறார்.

அதே போல் கதை எழுதுதல், வலை பின்னுதல், துணி நெய்தல் ஆகியவை ஒன்றுபோல் விவரிக்கப்படுவதைச் சுட்டிக்காட்டி ஒரு முக்கியமான கேள்வியையும் எழுப்புகிறார்.அராக்னி உண்மையில் திரைச்சீலை பின்னினாரா அல்லது எழுதினாரா? சுதந்திரச் சிந்தனையும் பகுத்தறிவும் அசாத்திய துணிச்சலும் கொண்ட ஒரு கலகக்கார எழுத்தாளராக ஏன் அவர் இருந்திருக்கக்கூடாது? கடவுள் தனக்கு ஒத்துவராத திரைச்சீலையைக் கிழித்தெறிந்து அதைப் படைத்த வரைத் தண்டித்திருக்கிறார். அதிகாரத்தை எதிர்க்கும் படைப்பு இன்று தணிக்கை செய்யப்படுகிறது, படைப்பாளர் தண்டிக்கப்படுகிறார். அந்தப் படைப்பாளர் ஒரு பெண்ணாக இருக்கும்போது தாக்குதல் மேலதிகம் தீவிரம் கொள்கிறது.

தாக்குதல் தீவிரமாகும்போது அராக்னி இன்னமும் தீவிரமாகத் தனது வலையைப் பின்னிக்கொண்டு போகிறார். தரையிலும் இல்லாமல் வானத்திலும் இல்லாமல் அந்தரத்தில் தொங்கியபடியே அவர் தன் பணியை இடைவிடாமல் செய்துகொண்டிருக்கிறார். பூமி வாழத் தகுதியற்றதாக இருக்கிறது, மேலுலகில் எனக்கு நம்பிக்கையில்லை. இந்த இடைநிலை வாழ்க்கை போதும் எனக்கு என்கிறார் அவர்.

தன்னை யாராவது கவனிக்கிறார்களா, இல்லையா என்பதுபற்றி அவருக்குக் கவலையில்லை. தனது படைப்பு உதாசீனப்படுத்தப் படுவதைப் பற்றியோ பரிகசிக்கப்படுவது பற்றியோ அழிக்கப்படுவது பற்றியோ அவர் வருத்தம் கொள்வதில்லை. என் சமூகம் சிக்கலானதாக மாறிக்கொண்டிருக்கும்போது நானும் சிக்கலான, நுட்பமான வலைகளைப் பின்னிக்கொண்டு போவேன் என்கிறார் அராக்னி. நீங்கள் அழிக்க அழிக்கப் புதிய வலைகள் தோன்றிக் கொண்டே போகும். நசுக்க, நசுக்க புதிய சிலந்திகள் வெளிப்பட்டுக் கொண்டே இருப்பார்கள். ஒருநாள் நீங்கள் உணர்வதற்கு முன்பு முழு பூமிப் பந்தையும் வலைக்குள் நாங்கள் கொண்டுவந்திருப்போம். உங்கள் புனிதமும் உங்கள் மேட்டிமைத்தனமும் உங்கள் அதிகாரமும் உங்கள் தணிக்கையும் சின்னச் சின்னப் பூச்சிகளாக அந்த வலையில் சிக்குண்டுத் தவிக்கும். பார்க்கத்தான் போகிறீர்கள்.

36. தனக்கென்று ஓர் அறை

‘ஆனால் நாங்கள் உன்னைப் பேச அழைத்தது, ‘பெண்களும் புதினமும்’ என்னும் தலைப்பில் அல்லவா? இதில் அறை எங்கே வந்தது என்று நீங்கள் கேட்கலாம். உங்கள் குழப்பத்தை நான் புரிந்துகொள்கிறேன். ஏன் இப்படியொரு தலைப்பை வைத்தேன் என்பதை விளக்கமுடியுமா என்று பார்க்கிறேன்.’ அக்டோபர் 1928ல் வர்ஜீனியா உல்ஃப் ஆற்றிய இரு சொற்பொழிவுகள் பின்னர் ஒரு சிறிய நூலாக (A Room of One's Own) வெளிவந்தது. அந்நூலின் தொடக்க வரிகள் இவை. தனது விநோதமான தலைப்புக்கான காரணங்களை நிதானமாக, படிப்படியாக வர்ஜினியா உல்ஃப் விவரிக்கும்போது உலகின் மாபெரும் படைப்புகளில் ஒன்றாக இது ஏன் கருதப்படுகிறது என்பதைப் புரிந்துகொள்ளமுடிகிறது.

ஒரு நாள் என்னுடைய தேநீர் கோப்பையைக் கலக்கியபடியே யோசித்தேன். ஜேன் ஆஸ்டின் பற்றி சில வார்த்தைகள். எமிலி புராண்ட்டி பற்றி கொஞ்சம். ஜார்ஜ் எலியட் பற்றி ஒரு சித்திரம். அத்தோடு உரையை முடித்துக்கொண்டுவிடலாமா? பெண்களும் புதினமும் என்றால் பெண்கள் எழுதிய புதினங்கள், இல்லையா? வழக்கமான ஒரு தலைப்பு, சம்பிரதாய ஓர் உரை. இந்தத் தேநீரை அருந்தி முடிப்பதற்குள் அந்த உரையைத் தயார் செய்துவிடமுடியும். ஒருவேளை நான் தவறாகப் புரிந்துகொண்டுவிட்டால் என்ன செய்வது? புதினங்களில் பெண்கள் என்பதைக் குறித்து நான் பேசுவேன் என்று நீங்கள் எதிர்பார்த்துக் காத்திருந்தால் என்ன செய்வது? ஒரு பெண் என்ன எழுதியிருக்கிறாள் என்பதைப் பற்றி மட்டும் பேசிவிட்டு, அவளைப் பற்றி என்ன எழுதப்பட்டிருக்கிறது என்பதைப் பேசாமல் சென்றுவிட்டால் நீங்கள் ஏமாற்றமடையக்கூடும் அல்லவா

தேநீர் அருந்தி முடித்ததும் நடக்கத் தொடங்கினேன். சாம்பல் கோட்டும் நீண்ட தொப்பியும் அணிந்த ஆண்கள் லண்டன் வீதிகளில் நடமாடிக்கொண்டிருந்தார்கள். அவர்கள் வேலைக்குப் போய்க்

கொண்டிருப்பார்கள் என்று நினைக்கிறேன். அவர்களுக்கு எப்போதுமே முக்கியமான வேலைகள் அமைந்துவிடுகின்றன.

ஆக்ஸ்பிரிட்ஜ் என்று பெருமிதத்தோடு சுருக்கி அழைக்கப்படும் ஆக்ஸ்போர்ட், கேம்பிரிட்ஜ் வளாகங்களுக்குள் நுழைந்தேன். அப்போதுதான் வெளியில் வந்த ஒரு பாதிரியார் என்னைப் பார்த்தபடியே கடந்துசென்றார். படிக்கட்டுகளில் ஏறினேன். நூலகத்தின் கதவுகள் திறந்துகிடந்தன. அலமாரியை நெருங்கி ஒரு புத்தகத்தைக் கையில் எடுத்தேன். ஏதோ ஒரு ஜான் எழுதிய புத்தகம். என்ன புத்தகம் என்பது முக்கியமல்ல. ஜானால் இவ்வளவு பெரிய ஒரு புத்தகத்தை எழுதமுடிந்திருக்கிறது. இந்தப் புத்தகத்துக்கு அருகிலுள்ள மற்றொரு புத்தகத்தையும் ஜான்தான் எழுதியிருக்கிறார். வேறு ஜான்.

ஒரு பெரிய மேஜையின் முன்பாக ஜான் அமர்ந்திருப்பதை நான் காண்கிறேன். அவர் தன்னுடைய கோட்டைக் கழற்றி வைத்துவிட்டு கண்களை மூடி யோசித்தபடி அமர்ந்திருக்கிறார். அந்த அறையில் அவரைத் தவிர வேறு யாருமில்லை. சிந்தனையோட்டம் தடைபடும் போது ஜன்னலுக்கு வெளியில் பார்க்கிறார் ஜான். சில நிமிடங்கள் கழித்து அவர் காகிதங்களுக்குள் நுழைகிறார். தடையின்றி சில மணி நேரங்கள் எழுதுகிறார். புகை வழியும் அவர் உதடுகளில் புன்னகை மலர்கிறது. காகிதங்களை நகர்த்தி வைத்துவிட்டு மீண்டும் கோட்டை எடுத்து அணிந்துகொள்கிறார். அறையைவிட்டு வெளியில் வந்து, வரவேற்பறையைக் கடந்து வீதிக்குள் நுழைகிறார். பிறகு ஓர் உணவகத்துக்குள் சென்று கால்களை நீட்டி இருக்கையைப் பின்னுக்குத் தள்ளிவிட்டு ஒய்யாரமாக அமர்ந்துகொள்கிறார். முதலில் ஒயின் வருகிறது. சுவைக்கிறார். பிறகு அடுத்தடுத்து அவருக்கு விருப்பமானவை ஒவ்வொன்றாக வந்து சேர்கின்றன. மீண்டும் அவர் தன் அறைக்குள் நடந்துசெல்லும்போது அவர் நடையில் ஒரு துள்ளல் இருப்பதை நீங்கள் காணலாம்.

மிஸ், உங்களிடம் அனுமதிக் கடிதம் இருக்கிறதா என்னும் கேள்வி என்னை ஜானிடமிருந்து பிரித்து மீண்டும் நூலகத்துக்குள் கொண்டுவந்து தள்ளுகிறது. என்ன கடிதம் என்றேன் என்னை உற்று நோக்கிக்கொண்டிருந்த அந்த அதிகாரியிடம். அனுமதிக் கடிதம் இல்லாமல் ஒரு பெண் நூலகத்துக்கு வரமுடியாது என்றார் அவர். நான் ஜானின் புத்தகத்தை மற்ற ஜான்களின் புத்தகங்களுக்கு மத்தியில் கிடத்திவிட்டு படிக்கட்டுகளில் வேகமாக இறங்கினேன். என்னுடைய நடையில் துள்ளல் இல்லை என்பதை நீங்கள் இந்நேரம் உணர்ந்திருக்கலாம்.

மேரி இப்போது வீட்டில்தான் இருப்பார். எந்த மேரி என்பது முக்கியமல்ல, ஷேக்ஸ்பியரின் தங்கை என்று வைத்துக்

கொள்ளுங்கள். இளம் வெயிலைக் கண்டதும் கைக்குட்டையை அழுத்தி அதுவரை துடைத்துக்கொண்டிருந்த தட்டுகளைவிட்டு அகன்று சென்று ஒரு மூலையில் கிடந்த மரக்கூடையை இடுப்பில் எடுத்துக்கொள்கிறாள் மேரி. ஈரமான துணிகளை ஒவ்வொன்றாக எடுத்து உதறி, கொடியில் காயப்போடுகிறாள். நன்றாக வெளுத்து ஈர மினுமினுப்போடு இருக்கும் ஜானின் சட்டைகளையும் தன்னுடைய பாவாடைகளையும் உலர்த்தி முடித்த பிறகு மேரி குழந்தைகளின் சின்னச் சின்ன துணிகளைக் கவனமாக எடுத்து உலர்த்துகிறாள். காலிக் கூடையை உள்ளே வைத்துவிட்டு மிச்சமிருந்த தட்டுகளையும் முள் கரண்டிகளையும் துடைத்து அதனதன் இடங்களில் பொருத்துகிறாள்.

சில ஆண்டுகளுக்கு முன்பு தான் எழுத ஆரம்பித்திருந்த கதை மேரியின் நினைவுக்கு வருகிறது. கட்டிலுக்குக் கீழேயுள்ள பெட்டியைத் திறந்து காகிதக் கத்தைகளை வெளியில் எடுக்கிறாள். தொடர்வதற்கு முன்பு ஏற்கெனவே எழுதியதை வாசிப்போம் என்று நினைக்கிறாள். இரண்டு பக்கங்கள் நகர்வதற்குமுன்பு அறையில் மெல்லிய இருள் சூழ்கிறது. மீண்டும் எழுந்து காகிதக் கத்தைகளைக் கவனமாகச் சேகரித்து ஒரு பையில் போட்டு மீண்டும் அதைப் பெட்டியில் வைத்துவிட்டு வெளியில் வந்து, கூடையை எடுத்து இடுப்பில் போட்டுக்கொண்டு ஒவ்வொரு துணியாக எடுத்து உள்ளே போடுகிறாள். களைத்து முடித்து மீண்டும் இருக்கைக்குத் திரும்பும்போது கொஞ்சம் கண்களை மூடிக்கொள்ளலாம் போலிருக்கிறது.

ஜானைப் போல் மேரியால் ஒரு பெரிய புத்தகத்தை எழுதமுடியப் போவதில்லை. நான் ஒரு முக்கியமான வேலையில் இருக்கிறேன், என்னைத் தொந்தரவு செய்யாதே என்று ஜான் போல் சொல்லிவிட்டு ஓர் அறைக்குள் சென்று கதவைச் சாத்திக்கொள்ள மேரியால் முடியாது. தன் சிந்தனைகளைத் தொகுத்துக்கொள்ள ஜானைப்போல் மேரியால் ஜன்னல் கதவைத் திறந்து வெளியில் பார்வையைச் செலுத்த முடியாது. ஒரு கையில் தேநீர் கோப்பையைப் பிடித்துக்கொண்டு விதவிதமாக உருமாறும் மேகங்களைக் காணும் எவருக்குமே மின்னல் கீற்றுபோல் புதிய சிந்தனைகள் தோன்றும். ஜான்களுக்கு அப்படித்தான் தோன்றியிருக்கிறது. போரும் சமாதானமும் என்னும் மாபெரும் படைப்பை லியோ டால்ஸ்டாய் அப்படித்தான் படைத்தார். சார்லஸ் டிக்கன்ஸ் ஒன்று, இன்னொன்று, மற்றொன்று என்று பல நாவல்களைப் படைத்துமுடித்தது ஒரு தனியறையில் அமர்ந்துதான். அந்த அறை இல்லாவிட்டால், அதில் ஜன்னல் இல்லாமல் போயிருந்தால், அதன் வழியே வானமும் மேகமும் வீதியும் நட்சத்திரங்களும் மழையும் மனிதர்களும் தெரியாமல் போயிருந்தால் டிக்கன்ஸோ டால்ஸ்டாயோ கதேவோ ஷேக்ஸ்பியரோ உருவாகியிருக்கமுடியும் என்றா நினைக்கிறீர்கள்?

ஒரு சின்ன கிண்ணத்தில் உணவு நிரப்பி மணிக்கணக்கில் குழந்தைகளோடு மேரிபோல் போராடிக்கொண்டிருந்தால் அவர்களால் உலகப் புகழ்பெற்ற கவிதைகளை, நாடகங்களை, புதினங்களைப் படைத்திருக்கமுடியுமா? வெயில் மறைந்தால் துணிக்கூடை நினைவுக்கு வந்தாக வேண்டிய அவசியம் இருந்திருந்தால் அவர்களால் சுமக்கமுடியாத கனத்தோடுகூடிய பெரும் புத்தகங்களை உருவாக்கியிருக்கமுடியுமா?

கதவை மூடிவிட்டு வீதியில் இறங்கி உணவுக்கூடத்தை நோக்கி மேரியால் நடக்கமுடியுமா? தேநீரும் கேக்கும் கொண்டு வாருங்கள் என்று சொல்லிவிட்டு கால்களை நீட்டி, கண்களை மெல்ல மூடி, கைகளை மேலே உயர்த்தி சோம்பல் முறிக்கமுடியுமா? இதோ, இரண்டே விநாடிகளில் என்று பணியாளர் நகர்ந்து செல்வாரா? இந்தா வைத்துக்கொள் என்று ஒரு நோட்டை உருவி அவனிடம் கொடுத்துவிட்டு மேரியால் புன்னகையோடு விடைபெற்றுச் செல்லமுடியுமா? நூலகத்துக்குள் ஒரு முழு நாள் அமர்ந்துகிடந்து, உலகுக்கும் தனக்குமான தொடர்புகள் அனைத்தையும் துண்டித்துக்கொள்ள முடியுமா? எழுதிமுடித்த காகிதங்கள் அப்படியே தன் அறையில் இருக்கும் என்று மேரியால் நிம்மதி கொள்ளமுடியுமா? ஜேன் ஆஸ்டன் தன்னுடைய கையெழுத்துப் பிரதிகளை ஒரு காகிதத்தில் சுற்றிக் கவ்னமாக பாதுகாத்து வைத்திருக்கவேண்டியிருந்தது.

உன்னிடம் அனுமதி கடிதம் இருக்கிறதா என்று மேரியிடம் கேட்டது போல் ஜானிடம் அதிகாரி கேட்பதில்லை. கேம்பிரிட்ஜில் உனக்கென்ன வேலை என்பதுபோல் ஒரு பார்வையை ஜானை நோக்கி பாதிரியார் வீசுவதில்லை. புதினமா கொடுங்கள் என்று ஜானிடமிருந்து இயல்பாக பிரதியைப் பெற்றுக்கொள்கிறார் பதிப்பாளர். ஜானின் நாவலை ஒரு விமரிசகர் நாவலாக அங்கீகரித்துப் படிக்கிறார், நிறைகுறைகள் சுட்டிக்காட்டுகிறார். அதே விமரிசகர் தன் விழிகளை அகலமாக விரித்து மேரியிடமிருந்து பிரதிகளை வாங்கி தன் மேஜையின்மீது வைக்கிறார். ஓ, புதினம் எழுதியிருக்கிறீர்களா என்ன என்கிறார் அவர். இப்போதெல்லாம் பெண்கள் கவிதை எழுதுவதில்லையா என்றும் அவர் விசாரிக்கிறார். மேரி விடைபெற்றுச் சென்றதும் அவர் அந்தப் பிரதியை உற்று நோக்குகிறார். அவருடைய கூர்மையான இலக்கியத் திறன் உடனடியாக அதை 'ஒரு பெண்ணின் படைப்பு' என்று வகைப்படுத்திவிடுகிறது. கவிதையோ நாடகமோ நாவலோ அல்ல அது. ஒரு பெண்ணின் படைப்பு மட்டுமே.

மேரியின் ஒரு புத்தகத்தைக் கையில் எடுத்துப் பார்த்தேன். முதல் சில வரிகளைப் படித்தபோதே எனக்குத் தெரிந்துவிட்டது. இவை மேரியின் வரிகள். ஜானின் வரிகள் இப்படி இருக்காது. ஜானின் சொற்கள் இப்படி அமையாது. இந்த வரிகளை நூற்றாண்டுகால

போராட்டங்களுக்குப் பிறகு மேரி மெல்ல மெல்ல உருவாக்கி யிருக்கிறாள். நான் எழுதும் இந்த வரிகள் ஜானின் வரிகளைப் போல் இருக்கக்கூடாது என்னும் முழு விழிப்போடு சிந்தித்து மேரி இந்த வரிகளைப் படைத்திருக்கிறாள்.

அறிவுக்கூர்மையுள்ள விமரிசகனாக என்னைக் கற்பனை செய்து கொண்டேன். மேரிகளைப் போலல்லாமல் ஜான்கள் சிந்தனைக் குறைபாடு கொண்டவர்கள் என்று அதில் வருகிறதா என்று பார்த்தேன். அப்படி எதுவும் இல்லை. ஜானை மட்டம் தட்டி பக்கத்துக்கு ஒரு வரியாவது வந்திருக்கவேண்டுமே என்று பார்த்தேன். இல்லை. ஜானுக்கு வண்டி வண்டியாக மேரி புத்திமதி சொல்லியிருக்கிறாளா என்று பார்த்தேன். இல்லை. குறைந்தபட்சம் ஜானை மேரி வெறுத்திருப்பாள் என்று எதிர்பார்த்தேன். அதுவும் நடக்கவில்லை. ஒருவேளை ஜானை முழுமுற்றாகப் புறக்கணித்துவிட்டாளோ என்று பார்த்தால் அதுவும் இல்லை. ஜான் ஜானாகவே இடம்பெற்றிருந்தான்.

இத்தனை தடைகளுக்கும் போதாமைகளுக்கும் இடையிலும் மேரியால் எப்படி இப்படியோர் புதிய உலகைப் படைக்கமுடிந்தது என்று வியந்து போனேன். ஒருவேளை மேரி எழுதவராமல் போயிருந்தால் என்னாகியிருக்கும்? ஜான் படைத்தது மட்டுமே உலகம் என்று நாம் நினைத்துக்கொண்டிருப்போம். ஜான் எழுதியது மட்டுமே கவிதை. ஜான் இயற்றியது மட்டுமே நாடகம். ஜானின் தத்துவம், ஜானின் வரலாறு, ஜானின் அறிவியல். ஆனால் இதுவல்ல உலகம் என்பதை மேரி நமக்குக் காண்பித்துவிட்டாள். மேரியின் வரிகளை ஜானால் எவ்வளவு முயன்றாலும் எழுதமுடியாது. மேரியின் பார்வை ஜானிடம் இல்லை. எத்தனைப் பெரிய சிந்தனையாளராக இருந்தாலும் ஜானால் மேரியைப் போல் சிந்திக்கமுடியாது. நம் பார்வையிலும் புரிதலிலும் உள்ள மாபெரும் இடைவெளிகளை மேரி இட்டு நிரப்பியிருக்கிறாள். அதற்கு அவளுக்கு நாம் நன்றி சொல்ல வேண்டும்.

அவளுக்கென்று ஓர் அறை. அவளுக்கென்று கொஞ்சம் பணம். இந்த இரண்டும் கிடைத்துவிட்டால் மேரி இன்னமும் நிறைய எழுதுவாள். நம் பார்வையை இன்னமும் அகலப்படுத்துவாள். மேரியின் விழிகளைக் கொண்டு இந்த உலகைக் காணும்போது ஒரு புதிய உலகைக் காண்பது நமக்கும் சாத்தியமாகும்.

நீங்கள் கேட்டுக்கொண்டபடி ‘பெண்களும் புதினமும்’ என்னும் தலைப்பை ஒட்டித்தான் பேசினேன் என்று நினைக்கிறேன். தலைப்பைவிட்டு விலகியிருந்தால், உரையின் அளவு மிகுந்திருந்தால் இந்த மேரியின் மன்னிப்பை ஏற்றுக்கொள்ளுங்கள். வாய்ப்புக்கு நன்றி!

37. ஒரு பணிப்பெண்ணும் தூக்குக் கயிறும்

தன்னுடைய எஜமானரைத் திருப்திப்படுத்த இன்னின்ன வேலைகள் தான் செய்யவேண்டும், இன்னின்னவெல்லாம் செய்யத் தேவை யில்லை என்று எந்த வரையறையும் இருந்ததில்லை என்பதால் என்ன சொன்னாலும் கீழ்படியவேண்டிய நிலையில்தான் ஒரு பணியாளர் இருந்தார். அந்தப் பணியாளர் ஒரு பெண்ணாக இருக்கும் பட்சத்தில் ஓர் ஆண் செய்யவேண்டிய அனைத்தையும் செய்துமுடித்த பிறகு இன்னொன்றையும் செய்தாகவேண்டும். இயலாது, உடலுழைப்பை மட்டுமே விற்க வந்தேன், உடலையல்ல என்று அவள் மறுக்க முடியாது.

18ம் நூற்றாண்டு கனடாவில் கியூபெக்கில் வசித்துவந்த பிரான்ஸ்வாஸ் லொவான் ஒரு பணிப் பெண். அப்படியொருவர் இருந்திருக்கிறார் என்பது அப்போது நடைபெற்ற ஒரு வழக்கு தொடர்பான ஆவணங்களிலிருந்து நமக்குத் தெரிய வருகிறது. தன்னுடைய எஜமானனிடமிருந்து ஒரு ஜோடி கையுறை திருடிய குற்றத்துக்காகக் கைது செய்யப்பட்டதோடு நில்லாமல் விசாரணை யின் முடிவில் அவருக்கு மரண தண்டனையும் கொடுக்கப் பட்டிருக்கிறது.

தண்டனையின் கொடூரத்தைவிடவும் லொவானின் குற்றம் நம்மை வெகுவாக அல்லலுற வைக்கிறது. செல்வத்தில் கொழிக்கும் ஓர் எஜமானன் வீட்டிலிருந்து அபகரிக்கப்பதற்குப் போயும் போயும் கையுறைதானா கிடைத்தது அவளுக்கு? ஒரு துண்டு ரொட்டிக்கும் கூட ஈடாகாத அற்பமான ஒரு பொருளை எதற்காக அவள் கவர்ந்து சென்றாள்? தெரியாது. ஆனால் தனக்கு விதிக்கப்பட்ட தண்டனையி லிருந்து அவள் எப்படித் தப்பினாள் என்பதை மட்டும் அறிய முடிகிறது. அவள் வாழ்க்கை பற்றி நமக்குக் கிடைக்கும் ஒரே ஒரு குறிப்பு இதுதான். ஆனால் இதைக் கொண்டு அவளைப் பற்றிய

எந்தவிதமான சித்திரத்தையும் நம்மால் உருவாக்கிக்கொள்ள முடியவில்லை.

வரலாறு ஏற்படுத்தும் பெரும் இடைவெளிகளை இட்டு நிரப்பும் திறன் கற்பனைக்கு மட்டுமே இருக்கிறது. 'தி ஹேண்ட்மெயிட்ஸ் டேல்' புகழ் ஆட்வுட் தனது 'மேரியிங் தி ஹாங்மேன்' என்னும் கவிதையின்மூலம் லொவானை மீளுருவாக்கம் செய்து அளிக்கும் போது ரத்தமும் சதையுமாக ஒரு பணிப்பெண்ணை நாம் தரிசிக்கிறோம்.

தூக்குத் தண்டனை விதிப்பது அப்போது எளிதானதாக இருந்திருக்கிறது. ஆனால் தண்டனையை நிறைவேற்றுவதற்குத் தேவையான அளவுக்குத் தூக்கிலிடுபவர்கள் கிடைக்கவில்லை. கூடுதல் பணம் தருகிறோம் வாருங்கள் என்று கூவினாலும் வருவார் இல்லை. எனவே ஒரு மாற்று வழி கண்டுபிடித்தார்கள். மரண தண்டனை விதிக்கப்பட்ட கைதிகளுக்கு ஒரு வாய்ப்பு வழங்கப் பட்டது. நீங்கள் மரணத்திலிருந்து தப்பவேண்டுமானால், தூக்கிலிடு பவர்களாக மாறுங்கள்!

ஆனால் லொவானுக்கு அந்த வாய்ப்பு இல்லை என்கிறார் ஆட்வுட். ஏன் என்று தெரியவில்லை. ஒரு பெண்ணால் தூக்குக் கயிற்றைத் தயாரிக்கமுடியாதா? அவிழாதவாறு முடிச்சுப் போட அவளுக்குத் தெரியாதா? அல்லது ஒரு மனிதத் தலையை கயிற்றுக்குள் சாதுரியமாக நுழைக்கும் கலையை அவளால் கற்க இயலாது என்று நினைத்து விட்டார்களா? அல்லது கயிற்றின் இன்னொரு முனையைப் படாரென்று இழுத்து அந்த மனிதனின் உடல் காற்றில் தொங்கு வதைப் பார்க்கும் துணிவு அவளுக்கு இல்லை என்று முடிவெடுத்து விட்டார்களா? தூக்கிலிடுபவன் இருக்கும்போது தூக்கிலிடுபவளும் இருக்கலாம் அல்லவா? ஏன் வரலாற்றில் அப்படியொரு பதவி உருவாக்கப்படவேயில்லை?

லொவான் அவ்வப்போது தன் கழுத்தைத் தொட்டுப் பார்த்தபடி சிறைக்குள் நடை போட்டுக்கொண்டிருந்தாள். அவள் அடை பட்டிருந்த சிறைச்சாலையில் தூக்கிலிடுபவனின் இருக்கை காலியாக இருந்தது. முன்பொருவர் இருந்தார், வயதானார். அவருக்குப் பிறகு ஒருவரும் அமர்த்தப்படவில்லை. என் பக்கத்து அறையில் இருப்பவன் யார்? அவனும் என்னைப் போலவே தன் கழுத்தை இந்நேரம் தடவிப் பார்த்துக்கொண்டிருப்பானா? தூக்கிலிடுபவன் வந்துவிட்டால் எங்கள் இருவரில் யார் கழுத்தில் முதலில் கயிறு இறுகும்? யார் முதலில் என்பதா முக்கியம்? முதலில் இறப்பதற்கும் இரண்டாவதாக இருப்பதற்கும் என்ன பெரிய வேறுபாடு இருந்துவிடப்போகிறது? கயிறு ஒன்றுதான். அதற்கு ஆண், பெண்

பேதமிருக்கப்போவதில்லை. அப்படிப் பேதம் ஏதுமில்லாமல் ஒரு பொருளாவது இந்த உலகில் எஞ்சியிருக்கிறதே என்னும் வகையில் மகிழ்ச்சிதான்.

என் பக்கத்து அறையில் யார் இருப்பார் என்பதை மட்டுமல்ல, என் அறைக்குள் குறுக்கும் நெடுக்குமாக நடந்துகொண்டிருக்கும் இந்த உருவம் யார் என்பதும் எனக்குத் தெரியாது. சிறையில் முகக்கண்ணாடி இருப்பதில்லை. என்னை நான் காணமுடியாது. நானொன்று எதுவுமில்லை இங்கே. இங்கே நானொரு கைதி மட்டுமே. ஆனால் இங்கு வருவதற்கு முன்பே என்னுடைய நான் அழிக்கப்பட்டு விட்டது. அப்போது நானொரு பணிப்பெண்ணாக இருந்தேன். அதற்கு முன்பு? சரி அதற்கு முன்பு? ஒரு பெண்ணாகப் பிறந்தேன், ஒரு பெண்ணாக வளர்க்கப்பட்டேன், ஒரு பெண்ணாக நடத்தப்பட்டேன். எனக்கென்றோர் அடையாளம் வேண்டாமா என்று கேட்டபோது, நீ ஒரு பெண், அதுவே அடையாளம்தான்; அதற்கு மேல் தனியாக எதுவும் தேவையில்லை என்று சொல்லிவிட்டார்கள்.

இது எப்போது மாறியது தெரியுமா? நான் ஒரு ஜோடி கையுறையை எடுத்து வந்த பிறகுதான். நான் ஏன் அவ்வாறு செய்தேன் என்பதை உங்களுக்குச் சொல்லப்போவதில்லை. அது உங்களுக்கு முக்கியமும் அல்ல. ஆனால் அது என்னிடம் வந்தபிறகு எனக்கு என்ன நேர்ந்திருக்கிறது என்பதுதான் முக்கியம். பெண், மகள், பணிப்பெண் போன்ற நான் வெறுத்த அடையாளங்கள் என்னைவிட்டு நொடியில் நீங்கி, திருடி என்னும் பட்டம் எனக்கு வந்துசேர்ந்துவிட்டது. எனக்கென்று ஓர் அடையாளம் இறுதியில் கிடைத்துவிட்டது. இறுதிவரை அதுவே என் அடையாளமாகவும் இருக்கக்கூடும். இந்த அடையாளம் என்னைக் கொன்றொழிக்கவும் கூடும். அதனாலென்ன? நானே மேற்கொண்ட ஒரு செயலால் எனக்குக் கிடைத்திருக்கும் அடையாளம் அல்லவா இது?

ஒரு நாள் லொவான் மதில் மீதிருந்து ஒரு சிறிய ஓட்டையைக் கண்டுபிடித்தாள். அந்த ஓட்டைக்கு அருகில் சென்று அவள் சத்தமிட்டபோது பக்கத்து அறையிலிருந்து பதில் வந்தது. ஓர் ஆணின் குரல்! ஏன் சிறையிலிருக்கிறாய் என்று உரையாடலைத் தொடங்கி வைத்தாள் லொவான். ஒருவனோடு சண்டையிட்டு அவன் கை விரலை வெட்டி வீழ்த்தினேன் என்றான் அவன். அது சரி, நீ ஏன் தூக்கிலிடுபவனாக மாறவில்லை? விருப்பமில்லை என்றான் அவன்.

நான் ஏன் இவனை ஒரு தூக்கிலிடுபவனாக மாற்றக்கூடாது என்று அந்த நொடியில் தோன்றியது லொவானுக்கு. விருப்பமில்லை என்று ஒதுங்கும் இவனுக்கு நம்பிக்கையூட்டித் தேற்றினால் அவனால்

வெளியில் வரமுடியும். வெளியில் வந்ததும் அவன் கரங்களில் ஒரு தூக்குக் கயிற்றைக் கொடுத்து என்னிடம் அனுப்பி வைப்பார்கள். அவன் கரங்களுக்குள் என் கழுத்து சிக்குவதற்கு முன்பு, அவனை உடனடியாக நான் மணந்துகொள்வேன். அப்போது நான் தூக்கிலிடுபவனின் மனைவியாக மாறுவேன். ஓர் ஆண் தூக்கிலிடுபவனாக மாறும்போது அவன் தண்டனை மன்னிக்கப் படுவதுபோல் தூக்கிடுபவனை மணந்துகொள்ளும் பெண்ணின் தண்டனையும் மன்னிக்கப்படும் என்கிறது கனடாவின் சட்டம். இந்த ஏற்பாடு ஏன் என்பது லொவானுக்குத் தெரியும். அவள் தன் பக்கத்து அறையிலிருந்த முகமற்ற குரலிடம் இதமாகப் பேச ஆரம்பித்தாள்.

வாளேந்திய உன் வலிமையான கரங்களுக்குத் தூக்குக் கயிறு ஒரு சுமையாக இருக்கப்போவதில்லை. நான் சொல்வதைக் கேள். சுவர்களிடமிருந்து விடுதலை பெற்று வெளியில் செல். உனக்கென்று ஒரு வீட்டை உருவாக்கு. கதிரவனின் கதிர்கள் வீட்டை நிரப்பட்டும். அழகிய மேஜையொன்றை வாங்கி வை. அதில் பளபளப்பான ஆப்பிள்கள் நிறைந்திருக்கட்டும். இதையெல்லாம் செய்தால் தனிமை என்னைவிட்டுச் சென்றுவிடுமா என்று நீ கேட்கலாம். அஞ்சாதே, நான் உன்னை மணம் செய்துகொண்டு உன் தனிமையை இல்லா மலாக்குவேன். என்னை, என் கண்களை, என் உதடுகளை, என் உடலைக் கொண்டு வசந்தத்தை நானுக்கு அறிமுகம் செய்வேன். உன் மூலம் எனக்கும் என் மூலம் உனக்கும் விடுதலை கிடைக்கும். ஒரு பெண்ணுக்கும் ஆணுக்கும் இடையில் நடைபெறும் வணிகத்தின் பெயர்தான் திருமணம், இல்லையா?

என்னை மணந்துகொண்டால் நீ வேறு என்னவெல்லாம் பெறுவாய் தெரியுமா? வீடு வந்து சேரும்போது உன்னை நாற்காலியில் அமர வைக்க ஒரு பெண் இருப்பாள். களைத்துப் போயிருக்கும் உன் கால்களிலிருந்து உன் காலணிகளை அவள் அகற்றுவாள். நீ எவ்வளவு நேரம் பேசினாலும் அவள் கேட்டுக்கொண்டு நிற்பாள். உன்னை வியப்போடும் அச்சத்தோடும் பார்ப்பதற்கு அவள் எந்நேரமும் தயாராக இருப்பாள். அவள் உனக்கு என்றென்றும் நன்றியோடு இருப்பாள். அவள்மீது பாய்ந்து நீ உன்னை மீட்டெடுத்துக் கொள்ளலாம். அவளைக் கொண்டு நீ உன்னைப் புதுப்பித்துக் கொள்ளலாம். இறப்பதற்காக விதிக்கப்பட்ட ஒரு பெண்ணைத் திருமணம் செய்துகொள்வதன்மூலம் உனக்கு என்னவெல்லாம் கிடைக்கிறது பார்த்தாயா?

அதன்பின் இருவரும் திருமணம் செய்துகொண்டு வாழ்ந்தனர் என்பதை நமக்குக் கிடைக்கும் ஒற்றை வரி குறிப்பின்மூலம் அறிய முடிகிறது. ஓர் அசாதாரண சூழலில் முன்பின் தெரியாத, முகம்கூட

அறியாத ஓர் ஆடவனிடம் தன்னை ஒப்புக்கொடுத்த லொவானால் காலம் முழுக்க மகிழ்ச்சியாக வாழ்ந்திருக்கமுடியுமா? தூக்குக் கயிற்றிடமிருந்து விடுதலை பெற்றுவிட்டோம் என்று அவளால் நிம்மதியடைந்திருக்கமுடியுமா? தூக்கிலிடுபவனுக்குக் காலம் முழுக்கப் பணிவிடைகள் செய்ய நேர்ந்தது குறித்து அவள் என்ன நினைத்திருப்பாள்? தானும் உயிர் பிழைத்து இன்னொருவனையும் உயிர் பிழைக்க வைத்த அவள் அறிவுக்கூர்மையை வியப்பதா? அல்லது ஓர் எஜமானனிடமிருந்து தப்பி இன்னோர் எஜமானனிடம் தானாகவே சிக்கிக்கொண்ட அவள் நிலையைக் கண்டு வருத்தம் கொள்வதா?

தூக்கிலிடும் பெண் வரலாற்றில் இருந்ததில்லை என்கிறார் ஆட்வுட். எனில், தூக்கிலிடுபவனை உருவாக்கிய முதல் பெண்ணாக லொவான் இருக்கக்கூடும். இந்த அடையாளம் அவளை நிறைவு செய்யுமா? அல்லது இந்த எஜமானனின் வீட்டிலிருந்தும் ஒரு ஜோடி கையுறையை அல்லது ஒரு நாற்காலியை அல்லது ஓர் ஆப்பிளை அபகரித்துக் கொண்டு அவள் ஓடிவிடுவாளா? அப்படி ஓடினால் அவளை மீண்டும் பிடித்து வந்து அதே சிறைக்குள் அல்லவா தள்ளுவார்கள்? அதே தூக்குக் கயிறுதானே அவளுக்குக் காத்திருக்கும்?

தன் கழுத்தை அவ்வப்போது தடவியபடி தூக்கிலிடுபவனின் வீட்டுக்குள் நடை போட்டுக்கொண்டிருந்தாள் லொவான். இருளில். தனியாக.

38. மீராவின் காதல்

'மழை வரும்போது நான் வருவேன் என்றாய். இதோ மழை வந்துவிட்டது. உன்னைத்தான் காணோம்! காதலால் நான் துவண்டு போயிருக்கிறேன். உன் மீரா உனக்காகக் காத்துக்கிடக்கிறாள். தன் உடலையும் உள்ளத்தையும் உனக்கு அளிக்க! எப்போது வருவாய் நீ?'

15ம் நூற்றாண்டின் பிற்பகுதியில் இன்றைய ராஜஸ்தானிலுள்ள மேர்தா என்னும் இடத்தில் அரசு குடும்பத்தில் பிறந்தவர் மீராபாய். பக்தி, இசை இரண்டும் இளம் வயதிலேயே அறிமுகமாகிவிட்டன. கண்ணனும்தான். நான்கு வயது குழந்தையாக இருந்தபோது, ஒரு நாள் ஊரில் நடைபெற்ற மண விழாவொன்றைக் கண்டிருக்கிறார். அம்மா அவர்கள் யார் என்று கேட்டபோது, பெண்ணும் மாப்பிள்ளையும் என்று பதிலளித்திருக்கிறார் அம்மா. அப்படியானால் என் மாப்பிள்ளை யார் என்று மீரா கேட்டபோது விளையாட்டாக கண்ணனின் படத்தைக் காட்டியிருக்கிறார் அம்மா. அத்தோடு அவர் அதை மறந்துவிட்டார்.

பாபர் முகலாயப் பேரரசைக் கட்டமைக்க ஆரம்பித்த காலம் அது. ராஜபுத்திரர்களின் ஆயிரமாண்டுகாலப் புகழும் பலமும் தேக்கமடைந்திருந்த காலமும்கூட. மேர்தா மீதான தங்கள் பிடியைப் பலப்படுத்திக்கொள்ள வேறொரு ராஜபுத்திர ஆட்சியாளரோடு பிணைப்பை ஏற்படுத்திக்கொள்ளவேண்டிய அவசியம் மீராவின் குடும்பத்தினருக்கு ஏற்படுத்தியது. பொதுவாக இத்தகைய பிணைப்புகள் திருமண உறவின்மூலமே ஏற்படுவது வாடிக்கை. அதைத்தான் அவர்களும் தேர்ந்தெடுத்தார்கள். சித்தோர்கர் பகுதியைச் சேர்ந்த போஜராஜன் என்னும் இளவரசனுக்கு மீராவை மணம் முடித்துக்கொடுத்தார்கள். இது உன் வாழ்க்கை மட்டுமல்ல, மீரா. நம் ராஜ வம்சத்தின் எதிர்காலமே உன் திருமணத்தில்தான் அடங்கியிருக்கிறது என்று அனைவரும் ஒன்றுகூடி அழுத்தம் கொடுத்தபோது மீராவால் மறுக்கமுடியவில்லை.

கண்ணனை மறக்கவும் முடியவில்லை. அம்மா இறந்த பிறகும், அவர் விதைத்துவிட்டுப் போன கனவை விடாப்பிடியாகப் பற்றிக் கொண்டிருந்தார் மீரா. கண்ணனே என் காதலன்; அவனே என் கணவன் என்று உறுதியாக நம்பவும் தொடங்கியிருந்தார். குழந்தையாக இருக்காதே. கண்ணன் ஒரு கனவு, நிஜத்தைப் பார், மீரா என்று உறவினர்கள் அவரைப் பிடித்து உலுக்கினர். கண்ணன் ஒரு கனவு என்றால் அந்தக் கனவோடு நானும் கலந்துவிடுகிறேனே, எனக்கெதற்கு நிஜம் என்றார் மீரா.

மீராவின் பக்தி என்பது அவருடைய இந்தத் தவிப்புதான். தனது தவிப்பைத்தான் காதலாக மாற்றி கண்ணன்மீது செலுத்தினார். தவிப்பைத்தான் பாடலாகவும் வெளிப்படுத்தினார். ஆயிரக்கணக்கான பாடல்கள் அவர் பெயரில் வலம் வந்தாலும் அவற்றுள் பலவற்றை மீராவின் பாடல்கள்தான் என்று சான்றாதாரத்தோடு சொல்ல இயல வில்லை. 1700ஆம் ஆண்டுக்கு முந்தைய கையெழுத்துப் பிரதிகளின் அடிப்படையில் ஆராய்ந்த ஜான் ஸ்ட்ராட்டன் ஹாலேயின் கருத்துப்படி 22 பாடல்களை மட்டுமே மீராவின் பாடல்கள் என்று உறுதியோடு சொல்லமுடியும். அவற்றில் 15 இன்றுவரை கிடைக்கவில்லை.

வாழ்நாள் முழுக்க மீரா பாடிக்கொண்டேதான் இருந்தார் என்னும் போது ஏன் இத்தனை குறைவான பாடல்கள் நமக்குக் கிடைத்திருக் கின்றன? ஏன் மீராவின் பாடல்களை கண்ணனின் பக்தர்கள் அவர் காலத்துக்குப் பிறகு தொகுக்க முயலவில்லை? கணக்கற்ற பாடல் களை மனனம் செய்து அடுத்தடுத்த தலைமுறைக்குக் கொண்டுசென்ற மக்கள் ஏன் மீராவின் பாடல்களை அவ்வாறு எடுத்துச் செல்ல வில்லை? கோவில்கள் என்ன செய்துகொண்டிருந்தன? இசைக் கலைஞர்களுக்கும் ஏன் ஆர்வமில்லாமல் போய்விட்டது?

ஏக்கத்தோடு ஒலிக்கும் காதல் பாடல்களைப் பக்தி இலக்கியத்தோடு சேர்க்கவேண்டாம் என்று ஒருவேளை நினைத்திருப்பார்களோ? ஆனால் அதற்குச் சாத்தியமில்லை. காரணம் மீராவைக் காட்டிலும் தீவிரமான காதல் ரசம் சொட்டும் பாடல்கள் கொண்டாடப்பட்டிருக் கின்றன. ஆனால் அவற்றை எழுதியவர்கள் ஆண்கள். எனில் ஒரு பெண்ணின் ஏக்கம்தான் இங்கே சிக்கலா என்றால் அப்படியும் சொல்லமுடியவில்லை. காரணம் பெண்ணின் ஏக்கமும் மீராவுக்கு முன்பே பதிவு செய்யப்பட்டுவிட்டது. ஆனால் அதை வெளிப்படுத்திய வர்களும் ஆண்கள்தான். கபீரின் பாடல்களில் வெளிப்படாத ஏக்கமா? மீரா பாடிய அதே கண்ணன்மீது மீரா வெளிப்படுத்திய அதே ஏக்கத்தை சூர்தாஸின் பாடல்கள் வெளிப்படுத்தவில்லையா? இந்த இருவருமே பெண் குரலில் காதலை வெளிப்படுத்தியிருக்கிறார்கள். மீராவின் பிரச்னை என்பது ஒரு பெண்ணே தன் குரலில் காதலை வெளிப் படுத்தியதுதான் என்கிறார் ஹாலே.

காலை, மாலை, இரவு என்று பாடிக்கொண்டேஇருந்தார் மீரா. தனது பாடலை ஒரு வாகனமாகக் கொண்டு மாய உலகுக்குள் தொலைந்து போக விரும்பினார். அந்த மாய உலகில் கணவன், குடும்பம், வீடு, பொறுப்பு, சுமை எதுவும் இருக்காது. எனக்கு யாரும் எல்லைகள் வகுக்க மாட்டார்கள். பிருந்தாவனத்து மயில்போல் அங்கே நான் மிதந்து கொண்டிருப்பேன். என் பாடலால் தோட்டத்தை மேலும் வாசமுள்ளதாக மாற்றுவேன். அந்த வாசத்துக்குள் என்னை மூழ்கடித்துக்கொள்வேன்.

சாத்தியமில்லை என்றான் போஜராஜன். உன் கனவுகளைக் கலைத்துக் கொண்டு வீட்டைக் கவனித்துக்கொள், மீரா. கணவன் இருக்கும் இடம்தான் பிருந்தாவனம். பாடவேண்டுமா? எனக்காகப் பாடு. ஆடவேண்டுமா என் முன்னால் ஆடு. நடைமுறை சாத்தியமற்ற கவித்துவக் கனவுகளை வளர்த்துக்கொள்ளாதே. அவை உன்னைத் தின்று அழித்துவிடும்.

ஆனால் மீராவுக்கு நிஜம் ஒத்துவரவில்லை. ஏன் என்னால் என் வாழ்க்கையை நான் விரும்பியதுபோல் அமைத்துக்கொள்ள முடிய வில்லை? எனக்குக் கண்ணன் போதும் என்று பலமுறை மன்றாடிய பிறகும் ஏன் கட்டாயப்படுத்தி என்னை இன்னொருவனுக்கு மணம் செய்து வைத்தார்கள்? என் தேர்வு அவர்களுக்குப் பிடிக்காமல் போயிருக்கலாம். அது தவறான தேர்வாகவும் இருக்கலாம். அது என் தேர்வு அல்லவா?

மீரா, இங்கிருந்து என்ன கொண்டுபோக விரும்புகிறாய் என்று குடும்பத்தினர் கேட்டபோது மீரா, கண்ணனின் படத்தை மட்டும் எடுத்துக்கொண்டார். கண்ணனின் பெயரை உள்ளுக்குள் முணுமுணுத்த படிதான் மீரா அக்னியை வலம் வந்தார். என் உடலை மட்டும்தானே தாரை வார்த்துக்கொடுக்க முடிந்தது உங்களால்? கண்ணனோடு கலந்திருக்கும் என் ஆன்மாவை என்ன செய்யமுடியும் உங்களால்?

புகுந்த வீட்டுக்குள் காலடி எடுத்து வைக்கும்போதே வாழ்நாள் போராட்டத்துக்குத் தயாராகிவிட்டார் மீரா. இனி இதுதான் உன் வீடு. என் அம்மாவை விழுந்து வணங்கு என்று கணவன் உத்தரவிட்ட போது மீரா திடமாக மறுத்தார். கண்ணன் தவிர இன்னொருவர் காலில் விழமாட்டேன் என்றார். எங்கள் வீட்டுக் கடவுளை வணங்கு என்று துர்க்கையின் முன்னால் கொண்டு நிறுத்தியபோது, மீண்டும் மறுத்தார். வேறு கடவுளை வணங்குவது கண்ணனுக்கு நான் செய்யும் துரோகம் என்றார். அழகிய இளம் மீராவுக்குள் இப்படியொரு அடங்க மறுக்கும் முகம் ஒளிந்திருக்கும் என்று ஒருவரும் எதிர்பார்க்கவில்லை. நீ என்னை அவமதித்துவிட்டாய் என்றார் மாமியார். நீ எனக்குத் தீராத

களங்கத்தை ஏற்பட்டுவிட்டாய் என்றான் கணவன். உன்னோடு எப்படி வாழ்வது மீரா?

பாவம், என்னால் எதற்கு உங்களுக்கெல்லாம் சிரமம்? நான் இங்கிருந்து போய்விடுகிறேனே என்று மீரா சொன்னபோது அவர்கள் அதிர்ச்சி அதிகரித்தது. அவ்வாறு நீ செய்தால் எங்கள் குலமும் மானமும் அழிந்தல்லவா போகும்? 'கிரிதர கோபாலா, நீ சுமந்திருக்கும் கோவர்த்தன மலையின்கீழ் நானும் அடைக்கலம் புகுந்துவிடவா?' என்று மீரா அரற்றும்போது வீட்டிலிருப்பவர்கள் அஞ்சினர். வீதிகளில் பாடிக்கொண்டே போகும் சாதுக்களுடன் இவளும் சேர்ந்துவிடுவாளோ? அப்படியொரு ஆசை தனக்கு இருப்ப தாகவும் அல்லவா இவள் சொல்கிறாள்? எங்கே இவள் ஓடிவிடப் போகிறாளோ என்று கவனமாகக் கண்காணிக்க ஆரம்பித்தார்கள். சில சமயம் மீராவைப் பூட்டி வைக்கவேண்டியிருந்தது. போஜராஜனுக்கு இன்னொரு பீதியும் இருந்தது. மீராவின் கண்ணன் உண்மையில் கடவுள்தானா அல்லது ரகசியக் காதலனா? மூடிய கதவுகளுக்குப் பின்னால் மீரா பேசிக்கொண்டிருந்ததைக் கேட்டு உருவிய வாளுடன் ஒருமுறை போஜராஜன் உள்ளே சென்றுவிட்டான். கண்ணனின் உருவச்சிலை தவிர வேறெதுவும் அங்கே இல்லை.

மீரா ஒரு புதிராக இருந்தது அவர்களைக் கலங்கச் செய்தது. அடக்கி வழிக்குக் கொண்டுவர மேற்கொள்ளப்பட்ட முயற்சிகள் தோல்வி யடைந்தன. குடும்பத்துக்கேற்ற நல்ல பதிவிரதையாக இருக்க முடியாத மீராவை அவர்கள் வெறுத்தனர். கட்டுக்குள் அடங்காத ஒரு விலங்காக மீரா அவர்களுக்குக் காட்சியளித்தாள். ஒரு கட்டத்தில் அவளை அகற்றிவிடலாம் என்று முடிவெடுத்தனர். கண்ணனின் பிரசாதத்தில் நஞ்சு கலந்தும் பாம்பை அறைக்குள் செலுத்தியும் மீராவைக் கொல்லமுயன்றதாகவும் ஒவ்வொருமுறையும் கண்ணன் அவளைக் காப்பாற்றியதாகவும் கதைகள் உள்ளன.

இதற்குமேல் இங்கே இருக்கமுடியாது என்பதை உணர்ந்த மீரா, வீட்டை விட்டு வெளியேறி தன் கனவுலகமான பிருந்தாவனுக்குச் சென்றார். அங்கும் தடை ஏற்பட்டது. கோபிகைகள் தவிர வேறு பெண்கள் கண்ணனை நெருங்கக்கூடாது என்று பண்டிதர்கள் வழிமறித்தபோது, நானும் கோபிகைதான் என்று சீற்றத்தோடு உள் நுழைந்தார் மீரா. என் பக்தியில் சந்தேகமிருந்தால், என்னோடு தர்க்கத்தில் ஈடுபட நீங்கள் தயாரா? சிறிது காலத்துக்குப் பிறகு அங்கிருந்தும் வெளியேறி துவாரகாவை அடைந்தார்.

மீரா வெளியேறி நீண்ட காலத்துக்குப் பிறகு போஜராஜன் தன் மனைவியின் உன்னதத்தை உணர்ந்துகொண்டான். மீராவும் அவள்

பாடல்களும் இல்லாத வீடு அவனை வாட்டியது. ஒரு தூதுக்குழுவை அனுப்பி மீராவைத் திரும்பப் பெற முயற்சி செய்தான். ஆனால் அதற்குள் கண்ணன் வந்தருளி, இந்த வாழ்வோடு நீ மேற்கொண்ட போராட்டம் போதும் மீரா என்று தன்னோடு அவரை அழைத்துச்சென்றுவிட்டான்.

கதை, கற்பனை, மிகை அனைத்தையும் கவனமாகக் களைந்தெடுத்து, வரலாற்று மீராவை நிறுவுவது கடினம். கனவோடும் கதையோடும் பாடலோடும் சேர்த்துத்தான் அவரை அணுகமுடிகிறது. இதை ஒரு தடையாகக் கொள்ளாமல் உள்ளவாறே அனைத்தோடும் சேர்த்து அவரைப் பார்க்கும்போது, கனவுக்கும் நிஜத்துக்கும் இடையில் அளவற்ற காதலோடு சிக்கித் தவித்த மீரா நிச்சயம் நமக்கு அந்நியமானவராகத் தெரியவில்லை.

தன் காதலைக் கொண்டு மற்றவர்கள் செல்லமுடியாத ஓரிடத்துக்குச் சென்று சேர்ந்தார் அவர். ‘எதைக் கடக்கமுடியாதோ, அதைக் கடந்து செல்வோம். எங்கே செல்ல மரணம் அஞ்சுமோ, அங்கே செல்வோம்.’

39. கறுப்பு என்பது நிறமல்ல

'எனக்கு 4 வயது. கடைக்குச் சென்றிருந்தபோது ஒரு வெள்ளைக்காரச் சிறுவன் என்னிடம் வந்து, உன் கையைக் காட்டு பார்க்கவேண்டும் என்றான். இந்தா பார்த்துக்கொள் என்று உள்ளங்கையை நீட்டினேன். அவன் அதைத் தொட்டுப் பார்த்துச் சிரித்தான். அடுத்த நொடி பளாரென்று அம்மா என் கன்னத்தில் அறைந்தார். கறுப்பு என்பது நிறமல்ல, அது ஒரு சாபம் என்பது அன்றே எனக்குப் புரிந்துவிட்டது.'

5 செப்டெம்பர் 1939 அன்று அலபாமாவில் கறுப்பர்களுக்கான மருத்துவமனையில் பிறந்தவர் கிளாடெட் கோல்வின். பிறப்பதற்கு, படிப்பதற்கு, புழங்குவதற்கு, பணியாற்றுவதற்கு, காதலிப்பதற்கு, நோய்வாய்ப்பட்டால் சிகிச்சை பெறுவதற்கு, இறந்தால் புதைப் பதற்கு என்று எல்லாவற்றுக்கும் கறுப்பர்களுக்குத் தனியிடம் ஒதுக்கப் பட்டிருந்தது. அதே அலபாமாவில் வெள்ளையர்கள் வேறொரு உலகில் வசித்துவந்தனர்.

வெள்ளையர்களின் உலகையும் கறுப்பர்களின் உலகையும் இனவாதச் சட்டம் (ஜிம் குரோ சட்டம்) தனித்தனியே பிரித்து வைத்திருந்தது. ஒருவரின் உலகுக்குள் இன்னொருவர் நுழையக்கூடாது. ஒரு வெள்ளை குழந்தை கறுப்பு குழந்தையோடு பழகுவதை வெள்ளை பெற்றோரும் (அவர்கள் அசுத்தமானவர்கள், தொடாதே!) கறுப்பு பெற்றோரும் (அவர்களைத் தொட்டால் சிறையில் போட்டுவிடுவார்கள்!) சேர்த்தே கண்டிக்கவேண்டும். ஒரு ஊரில் ஒரு ராஜா கதை சொல்லும்போதே இதையும் சேர்த்து குழந்தைகளுக்குச் சொல்லிக்கொடுத்து விடுவார்கள்.

கோல்வினுக்கு 15 வயதானபோது மற்றொரு பெரும் பாடத்தை அவர் கற்றுக்கொள்ளவேண்டியிருந்தது. அந்தப் பாடம் அவர் படித்த கறுப்பர் களுக்கான குழந்தைகள் பள்ளியில் கற்பிக்கப்படவில்லை. ஒரு பேருந்தில்

தான் கற்றுக்கொடுக்கப்பட்டது. 2 மார்ச் 1955. பெரிய மூக்குக் கண்ணாடி அணிந்த கோல்வின் தனது தோழிகளுடன் மாலை 3.30 மணிக்குப் பள்ளியிலிருந்து வீட்டுக்குச் செல்ல பேருந்தில் ஏறினார்.

பாடப்புத்தகங்களை மடி மீது வைத்துக்கொண்டு, தன்னுடைய நீல நிற ஆடையைச் சரிசெய்துகொண்டபடி இருக்கையில் அமர்ந்தார் கோல்வின். அருகில் தோழிகள். கோல்வின் அமர்ந்திருந்தது கறுப்பர்களுக்கான இருக்கையில். ஒவ்வொரு பேருந்திலும் 36 இருக்கைகள் இருக்கும். முதல் நான்கு வரிசைகளிலுள்ள 10 இருக்கைகளில் வெள்ளையர்கள் மட்டுமே அமரவேண்டும். யாருமில்லை என்றால் காலியாகவே இருக்கவேண்டும். கறுப்பர்களுக்குப் பின் வரிசைகள். காற்று வாங்கும் முன் பக்க இருக்கைகளைப் பார்த்து பெருமூச்சுவிட்டபடி கறுப்பர்கள் நின்றுகொண்டே பயணிப்பதை அடிக்கடி பார்க்கலாம். ஆனால் கறுப்பர்கள் அமர்ந்திருக்கும்போது ஒரு வெள்ளையர் நிற்பது அநீதியாகப் பார்க்கப்பட்டது. கோவினைக் கொதிப்படைய வைத்த விஷயங்களில் இதுவும் ஒன்று.

அடுத்த நிறுத்தத்தில் ஒரு வெள்ளைக்காரப் பெண்மணி பேருந்தில் ஏறினார். இடமில்லை. கண்ணாடி வழியாக இதைக் கவனித்த ஓட்டுனர் சட்டென்று கோல்வினிடம் திரும்பி, அனைவரும் எழுந்து பின்னால் போங்கள் என்று கத்தினார். கோல்வினின் தோழிகள் மறுமொழி பேசாமல் எழுந்துசென்றுவிட்டனர். ஆனால் கோல்வினுக்கு எழுந்திருக்க விருப்பமில்லை.

'ஏய், உனக்குத் தனியே சொல்லவேண்டுமா? போ பின்னால்!' கோல்வின் தலையசைத்தார். 'என்னிடம் பயணச் சீட்டு இருக்கிறது. நான் எழுந்திருக்க மாட்டேன்!' சத்தம் கேட்டு சில வெள்ளைக்கார ஆண்கள் கூடினார்கள். 'இது ஏன் எழுந்திருக்க மறுக்கிறது?' என்றார் ஒருவர். 'தெரியவில்லை, அடித்துத் துரத்தினால் போகிறது' என்றார் இன்னொருவர். 'இப்போது நீ எழுந்திருக்கப் போகிறாயா அல்லது காவலரை அழைக்கவா?' இப்படி அது, இது என்று தன்னைக் கை காட்டிப் பேசியது கோல்வினை அழுத்தியது. கண்கள் கலங்கின. ஆனாலும் அவர் அசையவில்லை.

சீருடை அணிந்த காவலர்கள் அடுத்த சில நிமிடங்களில் வண்டியில் ஏறினார்கள். 'உடனடியாகக் கீழே இறங்கு!' என்றார் ஒருவர். எங்கிருந்து துணிச்சல் வந்தது என்று கோல்வினுக்குத் தெரியவில்லை. குரலில் நடுக்கம் இருந்தாலும், கண்களிலிருந்து நீர் பெருகினாலும் சொற்கள் தெளிவாக அவரிடமிருந்து வந்தன. 'நான் எழுந்திருக்க மாட்டேன்.'

ஒரு காவலர் என் கையைப் பிடித்தார். மற்றொரு கையை இரண்டாவது காவலர் பிடித்தார். இருவரும் ஒன்றாக என்னைப் பிடித்து

இழுத்தார்கள். நான் நிலைகுலைந்து எழுந்துகொண்டபோது மடியிலிருந்த புத்தகங்கள் கீழே சிதறின. என்னைப் பிடித்துத் தரதரவென்று இழுத்து வெளியில் கொண்டுவந்தார்கள். என்னை ஒருவர் எட்டி உதைத்தார்.

மிகச் சரியாக அன்றுதான் இனப்பாகுபாடு குறித்து பள்ளியில் ஒரு கட்டுரை எழுதியிருந்தேன். துணிக்கடையில் அளவு சரி பார்ப்பதற்கென்று ஓர் அறை இருக்குமல்லவா? அந்த அறையில் கறுப்பர்களுக்கு அனுமதி மறுக்கப்பட்டிருந்தது. ஒரு வெள்ளைக்காரர் தான் வாங்கும் ஆடையை அணிந்து பார்த்து, சரியாக இருந்தால் வாங்கிச் செல்லலாம். என்னைப் போன்றவர்களுக்கு இந்த வாய்ப்பு இல்லை. ஒரு செருப்பு வாங்கவேண்டுமானால்கூட அணிந்து பார்த்து வாங்கமுடியாது. ஒரு காகிதத்தில் எங்கள் காலளவு வரைந்து எடுத்துச் சென்று செருப்பை அதில் பொருத்திப் பார்த்துத்தான் வாங்கிச் செல்வோம். இந்த அளவுக்கு மோசமான, மனிதத்தன்மையற்ற பாகுபாடு ஏன் இன்னும் நிலவவேண்டும்? வெள்ளையர்களுக்கு இருக்கும் உரிமைகள் கறுப்பர்களுக்கு இல்லையா?

என்னைக் காவலர் தாக்கியபோது இந்தக் கட்டுரை வாசகம் என் நினைவுக்கு வந்தது. சத்தம் போட்டுக் கத்தினேன். ‘நான் எந்தத் தவறும் செய்யவில்லை. எனக்கும் உரிமைகள் இருக்கின்றன.’ ஆனால் அவர் தாக்குவதை நிறுத்தவில்லை.

உடலைவிட மனமே வலித்தது. பலருக்கும் முன்னால் ஒரு நாயைப் போல் என்னை அவர்கள் கீழே இறக்கியது என்னை வாட்டியது. எதுவுமே நடக்காததுபோல் என் இருக்கையில் அமர்ந்துகொண்ட அந்த வெள்ளைக்காரப் பெண்ணைப் பார்த்து ஆத்திரம் மூண்டது. கையை நீட்டு என்று சொல்லி காவலர்கள் விலங்கு பூட்டினார்கள். வலியும் அவமானமும் அழுகையும் பொத்துக்கொண்டு கிளம்பின. வண்டியில் ஏற்றிக்கொண்டு சென்றார்கள். என் அருகில் அமர்ந்திருந்த காவலர் வழி நெடுக என்னைக் கிண்டலடித்துக்கொண்டே வந்தார். என் உடலின் பாகங்களை ஒவ்வொன்றாகக் குறிப்பிட்டுச் சொல்லி சிரித்துக்கொண்டிருந்தார்.

காவல் நிலையம் அழைத்துச் சென்று என் கை விரல் ரேகையைப் பதிவு செய்துகொண்டார்கள். சிறார் குற்றவாளிகளுக்கான இல்லத்துக்கு அழைத்துச் செல்வார்கள் என்று எதிர்பார்த்தேன். ஆனால் பெரியோர் களுக்கான சிறைச்சாலைக்குக் கொண்டுபோனார்கள். உள்ளே தள்ளி கதவைப் பூட்டினார்கள். நான் தரையில் அமர்ந்து ஓவென்று அழ ஆரம்பித்தேன். வாய் விட்டுக் கதறியபடி கடவுளைப் பிரார்த்தனை செய்தேன்.

என்னைக் கைது செய்ததைப் பார்த்த தோழிகள் வீட்டுக்கு ஓடிச்சென்று அம்மாவுக்குத் தகவல் அளித்திருந்தார்கள். பாதிரியாரை அழைத்துக் கொண்டு காரில் அம்மா சிறைச்சாலைக்கு வந்தார். கையெழுத்துப் போட்டு, பணம் கட்டி என்னை வீட்டுக்கு அழைத்துச் சென்றார்கள். காரில் இருந்து இறங்கும்போது என் முகம் வீங்கியிருந்தது. ஆனால் என்னைக் காணத் திரண்டிருந்த வீதி மக்களைக் கண்டதும் உயிர் வந்தது போலிருந்தது. பாதிரியார் ஜான்சன் விடைபெறுவதற்கு முன்பு என்னை நெருங்கிவந்து சொன்னார். 'உன்னைக் காண பெருமையாக இருக்கிறது, குழந்தை. நாங்கள் யாரும் செய்யாததை நீ செய்திருக்கிறாய். மாண்ட்கோமெரிக்குப் புரட்சியை அறிமுகம் செய்து வைத்திருக்கிறாய் நீ.'

இது நடந்து ஒன்பது மாதங்கள் கழித்து ரோஸா பார்க்ஸ் தனது பேருந்து இருக்கையை ஒரு வெள்ளையருக்கு விட்டுக்கொடுக்க மறுத்து இனப்பாகுபாட்டுக்கு எதிரான பேரலையை நாடு முழுவதும் உண்டாக்கினார். மாண்ட்கோமெரி போராட்டத்தின் அடையாளமாக வும் அவர் மாறினார். ரோஸா நமக்கெல்லாம் அறிமுகமான ஒரு பெயர். ஆனால் கோல்வின்? அவரை ஏன் நாம் தெரிந்து வைத்துக் கொள்ளவில்லை? மாண்ட்கோமெரி பேருந்து போராட்டம் என்றதும் ரோஸாவின் முகம் மட்டுமே நம் கண்முன் தோன்றுவது ஏன்? ரோஸாவின் போராட்டம் முக்கியமானது என்பதில் மாற்றுக் கருத்தில்லை. ஆனால் அவருக்கு முன்பே அதே போராட்டத்தை முன்னெடுத்த கோல்வினின் பங்களிப்பு ஏன் மிகச் சமீப காலத்துக்கு முன்புவரை கண்டுகொள்ளப்படவில்லை?

கோல்வின் அளிக்கும் பதில் இது. 'விடுவிக்கப்பட்ட சிறிது காலத்தில் நான் மாண்ட்கோமெரியிலிருந்து நியூ யார்க்குக்கு குடிபெயர்ந்து விட்டேன். எனக்கு நேர்ந்ததை நான் யாரிடமும் சொல்லிக்கொண்டிருக்க வில்லை. எங்கள் போராட்டம் முற்றிலும் புதிய திசையில் சென்று கொண்டிருந்தது. கறுப்பின மக்களின் உரிமைகள் மீட்கப்பட வேண்டும், கொடூரமான பாகுபாடுகள் விலக்கிக்கொள்ளப்பட வேண்டும் என்னும் முழக்கங்களைக் கடந்து, கறுப்பின மக்கள் தங்கள் அதிகாரத்தையும் பலத்தையும் வெளிப்படுத்தவேண்டும், அரசியல் அதிகாரத்தைக் கைப்பற்றவேண்டும் என்னும் முழக்கங்களை உயர்த்த ஆரம்பித்தார்கள். மால்கம் எக்ஸ் போன்றோரை மையப்படுத்தி எங்கள் மக்கள் போராட ஆரம்பித்திருந்தனர்.'

ஆப்பிரிக்க அமெரிக்கர்களின் உரிமைகளைப் பாதுகாப்பதற்காகத் தொடங்கப்பட்டிருந்த கலப்பினத்தவர் முன்னேற்றத்துக்கான தேசிய சங்கத்தில் (என்.ஏ.ஏ.சி.பி) இளம் உறுப்பினராக இணைந்திருந்தார் கோல்வின். அதன் செயலாளர், ரோஸா பார்க்ஸ். மாண்ட்கோமெரி பேருந்து போராட்டம் என்பது இயக்கத்துக்கு மட்டுமல்ல அப்பகுதி மக்களுக்கும் ஒரு முக்கியமான திருப்புமுனை. இந்நிகழ்வை

முன்வைத்து நாடு முழுவதிலுமிருந்து மக்கள் ஆதரவு திரட்டுவது சாத்தியம். அதற்கு ஒரு முகம் தேவை. மாண்ட்கோமெரியின் அடையாளமாக வலிமைமிக்க ஒரு பெண்ணை முன்னிறுத்துவது நிச்சயம் பலனளிக்கும். ஆனால் அந்த முகம் யாருடையதாக இருக்கவேண்டும்? கோல்வின் ஒரு பள்ளிச் சிறுமி. இயக்கத்தின் இளம் உறுப்பினர். எனவே, அனுபவமும் ஆளுமையும்மிக்க ரோஸா இயக்கத்தின் முகமாகவும் போராட்டத்தின் அடையாளமாகவும் தேர்ந்தெடுக்கப்பட்டார்.

இன்னொரு காரணமும் இருந்தது என்கிறார் கோல்வின். 'நான் அப்போது கர்ப்பமாக இருந்தேன். திருமணம் ஆகாத ஒரு சிறுமியாகவும் இருந்தேன். மாண்ட்கோமெரியில் புரட்சிக் கனலை உண்டாக்கிய ஒரு பெண் என்று என்னை முன்னிறுத்தியிருந்தால் என்ன ஆகியிருக்கும்? இருக்கையைவிட்டு எழுந்திருக்க மறுத்த என் துணிச்சலை விட்டுவிடுவார்கள், என் உரிமைக்குரலையும் கைதையும் விட்டுவிடுவார்கள். என்னுடைய நடத்தையே அன்று விவாதப் பொருளாக மாறியிருக்கும். என் போராட்டத்தை விட்டுவிட்டு என் தனிப்பட்ட வாழ்வை ஆராய ஆரம்பித்திருப்பார்கள். ரோஸா அனைவரும் விரும்பி ஏற்றுக்கொள்ளும் ஒரு முகமாக இருந்தார்.'

20 டிசம்பர் 1956 அன்று அமெரிக்க உச்ச நீதிமன்றம் பேருந்தில் நிலவிய நிறப்பாகுபாட்டைச் சட்டப்படி முடிவுக்குக் கொண்டுவந்தது. நான்கு பேர் தொடுத்த ஒரு வழக்கின் முடிவில் இந்தத் தீர்ப்பு வெளிவந்தது. அந்த நால்வரில் ஒருவர் கோல்வின். இயக்கத்தினர் கோல்வினின் கரங்களைப் பிடித்து வாழ்த்தினார்கள். 'உன் உதவி முக்கியமானது கோல்வின். நன்றி.'

மான்ஹாட்டனிலுள்ள ஒரு மருத்துவமனையில் உதவி செவிலியராக 35 ஆண்டுகள் பணிபுரிந்த பிறகு ஓய்வுபெற்றார் கோல்வின். அமெரிக்க சிவில் உரிமைப் போராட்டத்தின் வரலாற்றை இன்று எழுதுபவர்கள் ரோஸா பார்க்ஸ், மால்கம் எக்ஸ், மார்டின் லூதர் கிங் ஆகியோரோடு முடித்துக்கொள்ளாமல் கோல்வினையும் இணைத்துக் கொள்கிறார்கள்; அவரை ஒரு முன்னோடியாகவும் அங்கீகரித்திருக் கிறார்கள். அவரைப் பற்றிய புத்தகங்களும் வெளிவந்திருக்கின்றன.

'நீங்கள் ஏமாற்றப்பட்டதாக உணர்கிறீர்களா என்றுதான் இன்றும் கேட்கிறார்கள். இல்லை என்பது பதில். ஆனால் கொஞ்சம் வருத்தமாக இருப்பது உண்மை. மிக நீண்ட காலம் இருளில் இருந்த பிறகே இந்த வெளிச்சம் கிடைத்திருக்கிறது. டிசம்பரில் வரவேண்டிய கிறிஸ்துமஸ் ஜனவரியில் வந்தது போல்.'

•••

www.ingramcontent.com/pod-product-compliance
Lightning Source LLC
LaVergne TN
LVHW060444051026
849518LV00002B/604